बिल्डिंग ए सेकंड ब्रेन

टियागो फोर्टे
अनुवाद : पराग माधव पोतदार

बिल्डिंग ए सेकंड ब्रेन

टियागो फोर्टे

प्रकाशक : वॉव पब्लिशिंग्ज् प्रा. लि. पुणे

मुद्रक : ट्रिनिटी अकादमी फॉर कॉर्पोरेट ट्रेनिंग लि., पुणे

प्रथम आवृत्ती : जानेवारी 2026

अनुवादक : **पराग माधव पोतदार**

ISBN : 978-93-47087-56-1

'Building a Second Brain' या मूळ इंग्रजी पुस्तकाचा मराठी अनुवाद

Building a Second Brain

लॉरेन माझी जोडीदार, माझी प्रेरणा

आणि माझ्या प्रत्येक कामातील माझी सर्वांत मोठी प्रेरणा!

विषय सूची

भाग तीन

स्थानांतरण

गोष्टी घडवून आणणे

परिचय

सेकंड ब्रेनची ग्वाही

असं कितीदा तरी होतं ना... आपल्याला काहीतरी महत्त्वाचं लक्षात ठेवायचं असतं आणि ते मनाने ठरवूनदेखील ते शक्य होत नाही.

एखाद्या प्रसंगात तुम्ही बोलत असता आणि नेमकं त्याचवेळी तुम्ही अशी एखादी गोष्ट विसरता, जी तुमच्या प्रतिपादनाला कदाचित अधिक चांगले पाठबळ देऊ शकली असती. तुम्ही गाडी चालवत असताना एखादा कमालीचा सुंदर विचार तुमच्या मनात आलेला असतो आणि तुम्ही त्या ठिकाणी पोहोचेपर्यंत तो डोक्यातून विरून गेलेला असतो. तुम्ही पूर्वी वाचलेले एखादे चांगले पुस्तक किंवा त्यातील मजकूर तुम्हाला हव्या त्या वेळी नेमकेपणाने आठवत नाही. असे तुमच्या बाबतीत कितीदा झालं आहे?

माहितीचा साठा आपल्याकडे जेवढा वाढतो आहे, तितक्याच प्रमाणात हे असे अनुभव आपल्याला सरसकट येऊ लागले आहेत. स्मार्ट, स्वस्थ आणि प्रसन्न बनवण्याचा दावा करणारे असंख्य सल्ले आपल्यावर येऊन आदळत असतात. आपली

जितकी ग्रहणक्षमता असते, त्याच्या कितीतरी पटीने अधिक प्रमाणात आपण पुस्तके, पॉडकास्ट, आलेख, व्हिडिओ पाहतो किंवा वाचत असतो. आपण जितके ज्ञान गोळा केलेले असते त्यातले आपल्याला खरंच किती मिळते? आपल्या मनात येणाऱ्या एखाद्या विचारावर आपण काम करावे असे वाटते, परंतु तत्पूर्वीच असे किती विचार असतील जे असेच हवेत विरून जात असतील?

आपण काय करायला हवे, आपण नेमका कसा विचार केला पाहिजे, आपण कसे जगले पाहिजे या विषयावर वाचण्यासाठी, ऐकण्यासाठी आणि दुसऱ्यांचा सल्ला जाणून घेण्यासाठी आपण तासन् तास देत असतो. आपल्या जीवनातील अधिकाधिक वेळ हा फक्त माहितीचा संग्रह करण्यामध्ये जातो. आपल्याकडे अशा माहितीचा फक्त ढिगारा साठत राहतो आणि त्यातून आपल्याला अस्वस्थतेपलीकडे काहीही मिळत नाही. हीच गोष्ट बदलण्यासाठी या पुस्तकाची निर्मिती झाली आहे. आपण ऑनलाइन जे काही पाहत असतो किंवा विविध माध्यमांतून आपण जे काही ग्रहण करत असतो, ते सगळेच उपयुक्त नाही अशातला भाग नाही. ती माहितीसुद्धा महत्त्वपूर्ण आणि मौल्यवान आहे. खरी समस्या अशी आहे की आपण ही माहिती चुकीच्या वेळी प्राप्त करतो.

आपण आता जे पुस्तक वाचत आहोत, त्याच वेळी त्या पुस्तकाची आपल्याला आवश्यकता असेल याची शक्यता किती आहे? पॉडकास्टमध्ये आपण ऐकलेली प्रत्येक गोष्ट त्याच वेळी लागू करता येण्यासारखी असेल असं होऊ शकतं का? अगदी आत्ता याचवेळी तुम्ही तातडीने लक्ष देऊन पाहायला हवे असे किती ईमेल तुमच्या इनबॉक्समध्ये असतील? त्यातील काही त्याच वेळी पाहावे असे नक्की असतील, परंतु बहुतांश मेल येणाऱ्या काळातच तुम्हाला उपयुक्त ठरणाऱ्या असू शकतील.

आपण जिला माहिती समजतो, त्या माहितीचा प्रत्यक्षात उपयोग करण्यासाठी त्याला पॅक करून आपल्या भावी स्वरूपाकडे त्याला पाठवावे लागेल. त्यासाठी आपल्याला अशा मार्गाचा शोध घ्यावा लागेल, ज्या माध्यमातून आपल्याला माहिती साठवून ठेवता येईल आणि जेव्हा संधी प्राप्त होईल तेव्हा त्या माहितीचा विवेकाने वापर करता येईल. उदाहरणार्थ, आपल्याला नोकरी बदलायची असेल, एखादे मोठे प्रेझेंटेशन द्यायचे असेल, नव्याने एखादा व्यवसाय सुरू करायचा असेल, अशा सर्व निर्णयांच्या प्रक्रियेमध्ये ही माहिती चांगल्या रीतीने साहाय्यक ठरली पाहिजे. चांगली प्रभावशाली पावले उचलण्यासाठी त्याचा आपल्याला उपयोग व्हायला हवा. या

सगळ्याची सुरुवात गोष्टी लिहून ठेवण्यापासूनच होत असते.

मी तुम्हाला आता दाखवणार आहे, त्या कार्यपद्धतीची सर्वांत सोपी आणि पहिली सवय. ती मी विकसित केली आहे. ती म्हणजे ए सेकंड ब्रेन!! अगदी अलीकडच्या पर्सनल नॉलेज मॅनेजमेंटच्या प्रगतीवर हे आधारित आहे.[1] ज्याप्रमाणे संगणकांनी तंत्रज्ञानाशी असणारे आपले नाते बदलले आणि व्यक्तिगत उत्पादकतेने आपली कामे करण्याची पद्धत बदलली. पर्सनल नॉलेज मॅनेजमेंट या संकल्पनेमध्ये आपल्याला जी माहिती आहे त्यातील पूर्ण शक्यता आजमावण्याची संधी आपल्याला प्राप्त होते. नवे तंत्रज्ञान आणि प्रभावी ॲपच्या माध्यमातून नव्या पिढीने आपल्यासाठी संधीचे अवकाश खुले केले आहे. आपल्याला या पुस्तकातून जे शिकायला मिळेल, ते शाश्वत आणि अपरिवर्तनीय अशा नियमांवर आधारित आहे.

बिल्डिंग ए सेकंड ब्रेन सिस्टीम आपल्याला खालील गोष्टी शिकवेल :

- ज्या गोष्टी आपण शिकलेले असाल, ज्या गोष्टींना आपण स्पर्श केलेला असेल, किंवा ज्या गोष्टींचा आपण विचार केलेला असेल, त्या अवघ्या काही सेकंदांत तुम्हाला पुन्हा प्राप्त होऊ शकतात.
- आपल्याकडे असलेल्या माहितीला योग्य रीतीने एकत्रित करणे आणि आपल्या उद्दिष्टांच्या प्राप्तीसाठी आणि आपल्या प्रकल्पांना पुढे घेऊन जाण्यासाठी त्याचा योग्य वापर करणे.
- आपल्याला तेच काम पुन्हा पुन्हा करावे लागू नये म्हणून आपल्या सर्वोत्तम विचारप्रक्रियेला सांभाळणे.
- विविध क्षेत्र, विचार आणि आपल्या धारणा अशा पद्धतीने जोडायच्या की ज्यातून चांगले जीवन जगण्याची गुरुकिल्ली आपल्याला मिळू शकेल.
- संपूर्ण आत्मविश्वास आणि सहजता यांद्वारे काम करण्यासाठी आपल्याला उपयुक्त ठरेल असे एक विश्वसनीय तंत्र आत्मसात करणे.
- कामाच्या धबडग्यातून स्वतःला मोकळे करून विश्रांती घेण्याची संधी उपलब्ध

---

[1] विद्यापीठातील विद्यार्थ्यांना अचानक परस्पर-जोडलेल्या ग्रंथालयांद्वारे उपलब्ध झालेल्या माहितीच्या प्रचंड साठ्याचे व्यवस्थापन करता यावे म्हणून नव्वदच्या दशकात पीकेएम पुढे आले. कंपन्या आणि इतर संस्था आपली माहिती कशी वापरतात याचा अभ्यास जिथे केला जातो असे नॉलेज मॅनेजमेंटचे वैयक्तिक रूप आहे.

करून देणे, कारण तुम्हाला याची खात्री असेल की आपली सर्व कामे सुनियोजित पद्धतीने होतील यासाठी आवश्यक असणारी एक विश्वासार्ह यंत्रणा आपण प्रस्थापित केलेली आहे.

- गोष्टी शोधण्यासाठी जो वेळ लागतो तो वेळ आता वाचेल. हा वाचलेला वेळ अधिक उत्तम आणि रचनात्मक कार्यासाठी आपण देऊ शकू.

जेव्हा आपण सर्व काही समजून घेत आपल्या संबंधांमध्ये बदल घडवाल, तेव्हा असे लक्षात येईल की तंत्रज्ञान हे केवळ एक सशक्त माध्यमच नाही तर विचार करण्यासाठीसुद्धा उपयुक्त साधन बनलेले आहे. जशी मनासाठी एखादी सायकल.[2] जेव्हा आपण ही सायकल योग्य रीतीने चालवायला शिकतो, तेव्हा तंत्रज्ञानाच्या माध्यमातून आपली योग्यता अधिक वाढत असते. त्याद्वारे आपण आपल्या उद्दिष्टांकडे अधिक वेगाने वाटचाल करू शकतो. हे जर नसते तर ते शक्य झाले नसते.

माहितीचे सुयोग्य व्यवस्थापन करण्याची यंत्रणा किंवा सेकंड ब्रेन[3] आपण कसे तयार करू शकतो, हे या पुस्तकाच्या माध्यमातून मी आपल्याला शिकवणार आहे. त्याला तुम्ही पर्सनल क्लाउड म्हणा, फिल्ड नोट्स म्हणा किंवा बाहेरचा मेंदू म्हणा. माझे काही विद्यार्थी म्हणतात की, आपल्या सर्वांत अमूल्य अशा आठवणी, विचार आणि माहिती या सर्वांचे हे डिजिटल संग्रहालय आहे. तुम्हाला तुमचे काम करताना, व्यवसाय करत असताना, प्रत्येक गोष्ट डोक्यात न ठेवता जीवनाचे सुयोग्य व्यवस्थापन करण्यासाठी त्याची निश्चितपणे मदत होऊ शकते. आपल्या खिशात ठेवलेल्या खाजगी ग्रंथालयाप्रमाणे, आपल्याला जी गोष्ट लक्षात ठेवायची आहे ती प्रत्येक गोष्ट आपण लक्षात ठेवू शकू, अशी पात्रता आपल्याला सेकंड ब्रेनच्या माध्यमातून प्राप्त होते. त्याद्वारे तुम्हाला या जीवनात जे काही मिळवायचे आहे, ते सर्व काही तुम्ही मिळवू शकता.

मी असे मानतो की, व्यक्तिगत ज्ञानाचे व्यवस्थापन हे एक पायाभूत असे आव्हान आहे. त्याचप्रमाणे आजच्या घडीला सर्वांत मोठी उल्लेखनीय अशी

---

2 सर्वप्रथम स्टीव्ह जॉब्स यांनी वैयक्तिक संगणकाच्या भविष्यातील शक्यता स्पष्ट करण्यासाठी या उपमेचा वापर केला होता.

3 या प्रणालीला जर्मनमध्ये 'झेटलकेस्टन' म्हणजेच 'स्लिप बॉक्स' असेही म्हटले जाते. हे नाव प्रभावशाली समाजशास्त्रज्ञ निकलास लूमान यांनी दिले होते. अमेरिकन संशोधक वेनेवर बुश यांनी त्याला 'मेमेक्स' असे नाव दिले, तर लोकप्रिय ऑनलाइन क्रिएटर ॲनी-लॉरे ली कॅम्प यांनी त्याला 'डिजिटल गार्डन' असे नाव दिले आहे.

सुवर्णसंधीसुद्धा आहे. आपल्या मेंदूमध्ये सातत्याने येणाऱ्या सूचना आणि माहितीचे सुयोग्य असे व्यवस्थापन व्हावे अशी एक यंत्रणा प्रत्येकाला हवी आहे. मी माझे विद्यार्थी, एक्झिक्युटिव्ह, उद्योजक, व्यवस्थापक, अभियंता आणि लेखकांचा या संबंधातील आग्रह मी ऐकलेला आहे. कारण त्यांनासुद्धा आपल्याकडील माहितीचे व्यवस्थापन करून, अधिकाधिक उत्पादकांपर्यंत पोहोचून सुदृढ असे व्यावसायिक संबंध प्रस्थापित करायचे आहेत.

या तंत्राचा उपयोग आपल्या जीवनात कसा करायचा आहे आणि सूचनांच्या प्रवाहाला कसे सांभाळायचे आहे, हे शिकणाऱ्या लोकांचे जीवन इतके सशक्त आणि समृद्ध होईल की त्यांना आयुष्यात जे हवे ते मिळू शकेल. त्याचबरोबर जी माणसे सातत्याने आपल्या नाजूक जैविक मेंदूवर भरवसा ठेवून चालत राहतील, अशा लोकांच्या जीवनातील गुंतागुंतीच्या समस्या सातत्याने वाढत जाऊन त्यामध्येच हे लोक गुंतून पडणार आहेत.

मी हा अभ्यास करण्यासाठी अनेक वर्षे त्यावर काम केले आहे. पूर्वीच्या काळी लेखक, कलाकार आणि तत्त्वचिंतक आपल्या रचनात्मक प्रक्रियांचे व्यवस्थापन कशा पद्धतीने करत होते, याचा सखोल अभ्यास मी केलेला आहे. त्याचा शोध लावण्यासाठी मी जीवनातील असंख्य तास त्यासाठी व्यतीत केलेले आहेत. माणसाने या तंत्राचा प्रयोग केल्यानंतर त्याच्या नैसर्गिक आणि सहज संज्ञानात्मक योग्यता कशा पद्धतीने विस्तारतात आणि त्यांना एक तेज प्राप्त होऊ शकते, याचाही मी अभ्यास केला आहे. व्यक्तिगत पातळीवर प्रत्येक साधन, त्याचे उपाय आणि आत्ता उपलब्ध असणारे तंत्र यांच्यासमवेत प्रयोग केले आहेत. त्याद्वारे माहितीचे व्यवस्थापन कसे करता येईल, याचा अभ्यास मी केला. जगभरातील हजारो लोकांना शिकवताना त्यात आपल्या विचारांना प्रत्यक्षात कसे साकारता येऊ शकते, याची अंतर्दृष्टी प्राप्त झालेल्या लोकांना मी हे पुस्तक समर्पित करतो आहे.

जेव्हा तुमच्याजवळ सेकंड ब्रेन असेल, तेव्हा तुमच्यातील सुप्त शक्ती आणि रचनात्मक प्रवृत्ती यांच्या क्षमता लक्षात येऊन तुम्ही त्या प्रकट करू शकाल. तुमच्याजवळ एक असे तंत्र असेल जे तुमची मदत करेल, जेव्हा तुम्ही काही विसराल किंवा सक्षमतेने काम करू शकत नसाल, तेव्हा तुम्ही कमीत कमी प्रयत्नात आणि तणावमुक्त राहून खूप गोष्टी करायला शिकाल. हे कदाचित यापूर्वी कधीही शक्य नव्हते.

पुढच्या अध्यायामध्ये मी तुम्हाला सेकंड ब्रेन कशा पद्धतीने बनवले याची गोष्ट सांगणार आहे आणि त्याचबरोबर तुम्हीसुद्धा हे कसे करू शकाल, याविषयी मी तुम्हाला सांगणार आहे.

भाग 1

आधारशिला

काय शक्य आहे ते समजून घेणे

प्रकरण 1

हे सर्व जिथून सुरू झाले

तुमचे मन विचारांची निर्मिती करण्यासाठी आहे, ते साठवून ठेवण्यासाठी बनलेले नाही.

- डेव्हिड ॲलन, 'गेटिंग थिंग्स डन'चे लेखक

कॉलेजमधील माझ्या सुरुवातीच्या दिवसांची ही आठवण. वसंताचे सुंदर दिवस होते. अचानक एके दिवशी माझ्या मानेच्या मागील भागात मला वेदना होऊ लागल्या.

सुरुवातीला वाटले की आपल्याला ताप आला असावा, परंतु डॉक्टरांना त्या वेदनेचे नेमके निदान करता येईना. हळूहळू वेदना अधिकच वाढत गेल्या आणि मग काही महिन्यांतच मला आणखी काही तज्ज्ञ डॉक्टरांचा सल्ला घ्यावा लागला; परंतु या साऱ्यांचा निष्कर्ष एकच होता : तो म्हणजे तुम्हाला काहीही झालेले नाही.

माझ्या वेदना मात्र वाढतच चालल्या होत्या आणि त्यावर कुठलाही उपचार होत नव्हता. हळूहळू त्याचे स्वरूप इतके गंभीर होत गेले की मला बोलताना, गिळताना आणि हसतानासुद्धा त्रास होऊ लागला. मी पुन्हा एकदा सगळ्या चाचण्या केल्या. स्कॅनसुद्धा करण्यात आले; परंतु हे सगळे का जाणवत होते, याचे उत्तर काही मिळत नव्हते.

हळूहळू काही महिने-वर्षं उलटली आणि तस-तसे आपण बरे होऊ ही आशा धूसर होत चालली होती. या वेदनेपासून आराम मिळावा म्हणून मी अधिक परिणामकारक अधिक तीव्रतेची अशी औषधे घेण्यास सुरुवात केली; परंतु त्या गोळ्यांचे दुष्परिणामही तितकेच मोठे होते. माझ्या पूर्ण शरीरामध्ये शिरशिरी येत असे आणि कित्येकदा तर काही वेळासाठी मला विस्मरण होत असे. माझे प्रवास, मी वाचलेली पुस्तके, माझ्या प्रिय व्यक्तींसोबत घालवलेले मोलाचे क्षण हे सारे मेंदूतून असे काही गायब होत, जणू हे सारे कधी घडलेच नव्हते. मी आठ वर्षांचा मेंदू असणारा, वयाने चोवीस वर्षांचा तरुण बनून जायचो.

स्वतःला अभिव्यक्त करण्याची माझी क्षमता कमी होत चालली होती, तसतसा

मी निराशेच्या खोल गर्तेत चाललो होतो. जर मी मोकळेपणाने बोलू शकत नसेन तर माझे जीवन कसे असणार होते? मित्र-मैत्रिणींशी होणाऱ्या गाठीभेटी, प्रवास आणि करियर हे सारे जणू माझ्या हातातून निसटून चालले होते. माझ्या जीवनाच्या रंगमंचावर काळा पडदा पडण्याच्या तयारीत होता. आणि हे अशा काळात घडत होते, जेव्हा माझ्या कामाची सुरुवातसुद्धा झालेली नव्हती.

एक उल्लेखनीय वळण : गोष्टी लिहून ठेवण्याच्या शक्तीची जाणीव

एक दिवशी मी एका डॉक्टरांच्या केबिनबाहेर बसलो होतो. माझा नंबर कधी येईल, याची वाट पाहत होतो. त्याचवेळी अचानक मला माझ्या अंतरात्म्याचा आवाज ऐकू आला. एका क्षणात असे वाटले की जणू मी एका दुहेरी मार्गावर उभा होतो. पहिला मार्ग होता की मी माझ्या तब्येतीची आणि उपचारांची जबाबदारी घ्यावी आणि दुसरा मार्ग होता ती कोणताही उपाय स्वतः न शोधता अशाच पद्धतीने डॉक्टरांकडे चकरा मारत आयुष्य वाया घालवावे.

मी माझी डायरी काढली आणि लिहायला सुरुवात केली. मला जे जाणवत होते आणि त्याचा विचार मी करत होतो, ते सारे मी लिहायला सुरुवात केली. पहिल्यांदा मी माझ्या दृष्टीने माझ्या तब्येतीची पार्श्वभूमी माझ्या शब्दांमध्ये लिहून काढली. मला काय हवे होते आणि काय नको होते, हेसुद्धा मी स्पष्टपणे लिहिले. मी कशाचा त्याग करू शकतो आणि कशाचा करू शकत नाही, हेदेखील लिहून काढले. जर मी या वेदनेच्या कचाट्यातून बाहेर पडू शकलो तर ते माझ्यासाठी किती महत्त्वाचे असेल हेसुद्धा मी लिहून काढले.

जेव्हा माझ्या तब्येतीची गोष्ट लिहून मी ती कागदावर साकारू लागलो, तेव्हा मला नेमके काय करायचे आहे हे स्पष्ट झाले. मी एका झटक्यात उठलो आणि रिसेप्शनवर जाऊन मी त्यांच्याकडे माझे पूर्ण पेशंट रेकॉर्ड मागितले. रिसेप्शनवर बसलेल्या महिलेने माझ्याकडे काहीशा विचित्र नजरेने पाहिले आणि नंतर माझ्या काही प्रश्नांची उत्तरे दिल्यानंतर तिने फाईल उघडली आणि त्या रेकॉर्डची फोटो कॉपी करून देण्यास सुरुवात केली.

शेकडो पानांमध्ये माझ्या आरोग्याच्या नोंदी केलेल्या होत्या. त्या सगळ्या पानांचा हिशोब मी ठेवू शकणार नाही, याची मला कल्पना होती. मी माझ्या घरातील संगणकावरती प्रत्येक पान स्कॅन करण्यास सुरुवात केली आणि त्याचे डिजिटल रेकॉर्ड तयार केले. आता हवे ते रेकॉर्ड शोधणे आणि त्याची मांडणी व्यवस्थित करणे सोपे जाणार होते. त्यावर हवी ती नोंद करून दुसऱ्याला दाखवणेसुद्धा शक्य होणार होते. माझी जी शारीरिक स्थिती निर्माण झालेली होती, त्या स्थितीचा प्रकल्प

व्यवस्थापक आता मी स्वतःच बनलो होतो. मला डॉक्टरांनी जे काही सांगितलेले होते, त्याच्याही मी विस्तृत अशा नोट्स तयार केल्या. त्यांनी दिलेल्या प्रत्येक सल्ल्याची मी अंमलबजावणी करत होतो आणि त्यांच्या पुढच्या भेटीच्या अगोदर जे प्रश्न विचारले जाऊ शकतात, त्यांची यादी करत होतो.

ही सर्व माहिती एकाच ठिकाणी एकत्रित झाल्याने कितीतरी गोष्टी सोप्या झाल्या. डॉक्टरांच्या मदतीने मला माझ्या आजाराचे नेमकेपणाने निदान झाले. मला आजार होता– त्याचं नाव होतं 'फंक्शनल व्हॉइस डिसऑर्डर'. यामध्ये अनेक समस्या एकत्रित होत्या. जेवणाचा एक घास गळण्यासाठी ५० पेक्षा अधिक मांसपेशी एकत्रितपणे लागत होत्या. मला हे लक्षात आले की जे औषध मी घेत होतो त्यामुळे माझ्या व्याधीची लक्षणे दाबली जात होती. त्यामुळे माझे शरीर मला काय सांगतेय हे मला कळत नव्हते. खरंतर औषध घेऊन बरा करता येईल असा कोणताही आजार किंवा इन्फेक्शन मला झालेले नव्हते. ती एक केवळ फंक्शनल कंडीशन होती. त्यासाठी शरीराची देखभाल करण्याच्या पद्धतीमध्ये बदल घडवून आणणे गरजेचे होते.

माझी श्वास घेण्याची पद्धत, बोलण्याची सवय आणि पूर्वीचे अनुभव माझ्या नर्वस सिस्टीममध्ये कशा रीतीने प्रकट होऊ शकतील, याचा मी शोध घेऊ लागलो. मन आणि शरीराचे आपसातील नाते काय आहे, हे मी जाणून घेण्याचा प्रयत्न करू लागलो. माझे विचार आणि माझ्या भावना माझ्या शरीरावर कशा रीतीने प्रत्यक्ष प्रभाव टाकत आहे हे समजून घेण्याचा मी प्रयत्न करू लागलो. मी शिकलेल्या प्रत्येक गोष्टींच्या नोंदी ठेवू लागलो. मी माझ्या बाजूने एक नवा प्रयोग केला. माझ्या जीवनशैलीमध्ये बदल घडवण्यासाठी मी काही उपाययोजना करू लागलो. मी माझ्या खाण्याच्या सवयी बदलल्या आणि नियमित औषधे घेऊ लागलो. माझ्या व्हॉइस थेरपीस्टने शिकवलेले आवाजाचे व्यायामसुद्धा मी करू लागलो. या सगळ्या उपाययोजनांमुळे बदल घडून येत आहेत हे पाहून मला धक्काही बसला आणि मी अचंबितही झालो. माझ्या वेदना केवळ कमी झाल्या असे नाही, तर मी त्यावर पहिल्यापेक्षा अधिक चांगले नियंत्रण मिळवू शकलो.[1]

आज मी जेव्हा मागे वळून पाहतो, तेव्हा माझ्या लक्षात येते की कोणतीही औषधे किंवा प्रक्रियेच्या तुलनेत मी केलेल्या नोंदी मला आराम मिळवून देण्यासाठी

---

[1] कॉन्टिफिल्ड सेल्फ कम्युनिटीची या प्रयत्नांमध्ये खूप मदत झाली. एक स्थानिक मीटअप ग्रुप्सचे नेटवर्क आहे. यामध्ये लोक आपले स्वतःचे अनुभव कथन करतात. आपली तब्येत, उत्पादकता, आपला स्वभाव किंवा स्वतःविषयी जाणून घेण्यासाठी आपण नेमके काय केले, हे इथे सांगितले जाते.

सर्वाधिक उपयुक्त ठरलेल्या होत्या. अशा रीतीने मला माझ्या परिस्थितीपासून काहीसे दूर होऊन स्वतंत्र दृष्टिकोनातून परिस्थितीकडे पाहण्याची संधी प्राप्त झाली. चिकित्सा करणारे बाहेरचे जग आणि माझ्या संवेदनांशी संबंधित आतल्या जगात मी केलेल्या नोंदी व्यावहारिक पातळीवर मध्यस्ताची भूमिका उत्तम रीतीने वठवत होत्या. या माध्यमातून कोणत्याही नव्या माहितीला मी स्वतःच्या व्यावहारिक समाधानामध्ये परिवर्तित करू शकत होतो..

तेव्हापासूनच मला आपल्या आजूबाजूला पसरलेल्या विस्तृत माहितीला योग्य दिशा देण्यासाठी तंत्राचा वापर करणे महत्त्वाचे वाटू लागले. संगणकावर नोंदी करण्याचे काम हे मला एखाद्या हिमनगाच्या शिखरासारखे वाटत होते, कारण जेव्हा आपण आपल्या नोंदी डिजिटल स्वरूपात तयार करतो, तेव्हा त्या केवळ हाताने लिहिलेल्या नोंदी राहत नाहीत. कारण आपण त्यांना आपल्याला हवे ते रूप देऊ शकतो. प्रतिमा, लिंक्स किंवा कोणत्याही आकारामध्ये आपण त्यांना बदलू शकतो. डिजिटल विश्वामध्ये आपण आपल्याकडे असलेली माहिती कोणत्याही रूपामध्ये साकारू शकतो. जणू काही हा निसर्गाचाच एखादा नियम असावा किंवा ती एखादी जादू असावी, या पद्धतीने आपण माहितीचे रूपांतरण करू शकतो.

या अनुभवानंतर मी जीवनाच्या अन्य क्षेत्रांमध्येसुद्धा डिजिटल नोंदी ठेवण्यास प्रारंभ केला. माझ्या कॉलेजच्या दिवसांमध्ये इकडे तिकडे पडलेल्या स्पायरल बाइंडिंगवाल्या वह्या बाजूला सारून मी त्यातील माहितीचे नेमक्या आणि सहज शोधता येणाऱ्या नोंदीमध्ये रूपांतरण केले. मी वर्गामध्ये केवळ महत्त्वाच्या मुद्द्यांचे लेखन करण्याची प्रक्रिया शिकून घेतली. आवश्यकतेनुसार त्यांची समीक्षा केली. त्यांचा वापर करून मी निबंध तयार केले किंवा परीक्षेची तयारी केली. मी कायमच जेमतेम गुण मिळवणारा विद्यार्थी होतो. अभ्यासात लक्ष नसल्यामुळे अनेकदा मला घरी पाठवले जात असे. या सगळ्या पार्श्वभूमीवर जेव्हा मला महाविद्यालयामध्ये एक ग्रेड पॉइंट आणि विद्यापीठाची पदवी ऑनर्ससह प्राप्त झाली होती, तेव्हा मला किती आनंद झाला असेल, याची आपण कल्पना करू शकता.

अर्थात जेव्हा मी पदवी संपादन केली तेव्हा तो काळ होता २००८च्या वित्तीय संकटानंतरचा. ही बाब माझ्यासाठी दुर्भाग्याची होती. त्या काळात अमेरिकेमध्ये रोजगाराच्या संधी मर्यादित असल्यामुळे मी पीस कॉर्प्समध्ये रुजू होण्याचा निर्णय घेतला. अमेरिकन लोकांना विकसित देशांमध्ये सेवा देण्यासाठी विदेशी वॉलेंटियर म्हणून पाठवण्याचा प्रोग्रॅम राबवणारी ही कंपनी होती. पूर्व युक्रेनमधील अगदी

खेडेगावातील छोट्याशा शाळेसाठी माझी निवड करण्यात आली. ८ ते १८ वर्षापर्यंतच्या विद्यार्थ्यांना तिथे मी दोन वर्षे इंग्रजी विषय शिकवला.

अतिशय कमी संसाधने असताना अध्यापक म्हणून काम करताना नोंदी ठेवण्याची सवय उपयुक्त ठरत असल्याचे दिसून आले. मी धड्यामधील उदाहरणे आणि अभ्यास यांच्या नोंदी माझ्याजवळ ठेवत असे. पुस्तके, संकेतस्थळे, दुसऱ्या शिक्षकांकडून मिळालेले यूएसबी ड्राईव्ह या स्वरूपात या नोंदी असत. इंग्रजीतील वाक्य, भाव आणि स्लँग यांचा वापर करून मी एक वर्ल्ड गेम तयार केला. त्याद्वारे फार हुशार नसलेल्या विद्यार्थ्यांना गुंतवून ठेवणे मला सोपे जात होते. मी मोठ्या विद्यार्थ्यांना व्यक्तिगत उत्पादकतेचा पाया कसा असावा, हे शिकवले. स्वतःची दिनचर्या कशी असावी? वर्गामध्ये नोट्स कशा घ्याव्या? आपल्या डोळ्यांसमोर ध्येय कसे ठेवावे आणि त्या दृष्टीने शिक्षणाची योजना कशी तयार करावी? याविषयी त्यांना मार्गदर्शन केले. जेव्हा ही मुले मोठी झाली आणि त्यांनी कौशल्य आत्मसात करून विद्यापीठातील आपले शिक्षण पूर्ण केले आणि त्यांना पहिल्यांदा नोकरी मिळाली, तेव्हा त्यांनी ज्या पद्धतीने माझ्याविषयी कृतज्ञता व्यक्त केली ती मी कधीही विसरू शकत नाही. आज अनेक वर्षं उलटून गेली तरीही माझे विद्यार्थी माझ्याकडून त्यांनी जे उत्पादकतेचे कौशल्य शिकले त्याविषयी आभार व्यक्त करतात. त्या माध्यमातून माझे विद्यार्थी अजूनही मी शिकवलेले धडे जीवनात आचरणात आणून आपल्या जीवनात यश संपादन करीत आहेत.

तिथे दोन वर्षं अध्यापन केल्यानंतर मी अमेरिकेत परत आलो. तिथे मला सेंट फ्रान्सिस्को येथील एका छोट्याशा फर्ममध्ये विश्लेषकाचे काम मिळाले. आपल्या जीवनाची कारकीर्द सुरू करण्याचा उत्साह खूप होता, परंतु त्याचबरोबर माझ्यापुढे एक आव्हानदेखील होते. यापूर्वीचे माझे काम युक्रेनमधील एका खेडेगावात होते. आणि आता मी सिलिकॉन व्हॅलीमध्ये काम करत होतो. या आधुनिक जागी सातत्याने मिळणाऱ्या इनपुटची मला अद्याप सवय झालेली नव्हती. दररोज शेकडो ई-मेल येत असत. दर तासाला डझनभर संदेश आणि प्रत्येक उपकरणातून पिंग आणि डिंग हे आवाज सातत्याने ऐकू येत असत. माझ्या सहकाऱ्यांना पाहून माझ्या मनात विचार येत असे, हे लोक या ठिकाणी कसे काम करू शकतात? त्याचे नेमके गुपित काय आहे?

मला केवळ एकच उपाय माहीत होता आणि गोष्टी लिहून ठेवण्याच्या बरोबरीनेच त्याचीही सुरुवात झाली.

मी प्रत्येक गोष्टीच्या नोंदी माझ्या संगणकावर करू लागलो. विविध बैठका, सुरू असणारे कॉल्स आणि ऑनलाईन रिसर्च याच्यासुद्धा मी नोंदी ठेवायला सुरुवात केली. शोधपत्रामध्ये दिलेल्या सामग्रीचा मी नोंदीमध्ये समावेश करू लागलो. क्लाएंटला स्लाईड दाखवताना त्याचा वापर करता येणार होता. सोशल मीडियावर दाखवल्या जाणाऱ्या महत्त्वाच्या कामाशी संबंधित गोष्टींचीही मी नोंद ठेवू लागलो. आपल्या सोशल चॅनलवर ते दाखवता यावेत या हेतूने मी हे करत होतो. माझ्या अनुभवी सहकाऱ्यांकडून मिळणारा प्रतिसादसुद्धा मी लिहून ठेवत होतो. तो प्रतिसाद योग्य रीतीने समजून घेऊन मनापासून स्वीकारावा, असा त्यामागचा माझा हेतू असे. आम्ही जेव्हा नवा प्रकल्प सुरू करायचो, तेव्हा मी माझ्या संगणकावर त्याची एक वेगळी फाईल बनवत असे. त्या प्रकल्पाशी संबंधित सर्व माहिती त्यामध्ये मी समाविष्ट करत असे. कामाची योजना करत असताना त्यातील हवे ते घेणे मला सोपे जायचे.

जेव्हा माहितीचा साठा माझ्याकडे वाढू लागला, तेव्हा माझा आत्मविश्वाससुद्धा वाढू लागला. आता जेव्हा केव्हा मला गरज असेल तेव्हा या माहितीच्या साठ्यातून मी माझ्या गरजेची माहिती काढू शकेन असे मला वाटत होते.

कार्यालयात अन्य कोणाकडेही नसेल अशा स्वरूपाची आवश्यक माहिती किंवा आवश्यक असणारी फाईल ज्या व्यक्तीकडे हमखास मिळू शकेल अशी व्यक्ती म्हणून माझ्याकडे पाहिले जाऊ लागले. आपल्या क्लाएंटने तीन आठवड्यांपूर्वी आपल्याला नेमके काय सांगितले होते, हे मला उत्तम रीतीने माहीत असायचे. इतर सर्वांपेक्षा जेव्हा आपल्याकडे अधिक माहिती असते, तेव्हा मनामध्ये किती आनंद होतो हे तुम्हालाही माहीत असेल. ही भावना माझ्यासाठी एखाद्या पुरस्कारांपेक्षा कमी नव्हती. माझ्याकडील माहितीचा योग्य उपयोग करण्याची कला मी शिकत होतो.

आणखी एक बदल – सर्वांबरोबर वाटून घेण्याचे सामर्थ्य

मी केलेल्या नोंदी आणि फाईल यांचा वापर मी व्यक्तिगत पातळीवरच करत होतो; परंतु जगातील काही महत्त्वाच्या कंपन्यांबरोबर मी जेव्हा प्रकल्प सल्लागार म्हणून काम करण्यास सुरुवात केली; तेव्हा मला पहिल्यांदा जाणवले की माझ्याकडे असणारी सामग्री ही व्यावसायिक संपत्तीसुद्धा बनू शकते.

आमच्या कंपनीच्यावतीने प्रकाशित करण्यात आलेल्या एका अहवालात मी वाचले होते की अमेरिकेमध्ये जमीन, यंत्रसामग्री, इमारती यांसारख्या भौतिक संपत्तीचे

मूल्य जवळपास दहा ट्रिलियन डॉलर्स इतके होते, परंतु मानवी संपत्तीपुढे ही रक्कम काहीच नव्हती. माझ्या मते मानवी संपत्तीचे मूल्य त्याहीपेक्षा चार किंवा पाचपट अधिक आहे. माणसाची संपत्ती म्हणजे त्याला असणारी माहिती आणि ती योग्य रीतीने वापरण्याची पद्धत, त्याची अनुभवसंपन्नता, त्याचा विवेक, त्याचे कौशल्य, त्याची बुद्धिमत्ता आणि त्याची सहज दृष्टी या सर्वांचा त्यामध्ये समावेश होतो.

जर हे खरे असेल तर, मी केलेल्या नोंदींचा संग्रह म्हणजे एखादा खजिना होता का? आणि काळानुसार त्याची किंमत सातत्याने पटीने वाढतच जाणार होती का? मी या नोंदी करण्याच्या सवयीकडे केवळ साधन म्हणून नव्हे तर आपला एक निष्ठावान साहाय्यक आणि विचार करू शकणारा मित्र अशा भूमिकेतून पाहू लागलो. मी जेव्हा वाट चुकत असेल, तेव्हा मला पुन्हा योग्य मार्गावर आणण्याचे काम या नोंदीच करत असत. जेव्हा मी अडकत जात असे किंवा मला काही नवीन सुचत नसे, तेव्हा नव्या शक्यता आणि नव्या मार्गांवर घेऊन जायचे काम या नोंदीच करत असत.

एकदा माझ्या सहकाऱ्याने गोष्टींचे सुयोग्य व्यवस्थापन करण्याचे तंत्र शिकवण्याचा आग्रह धरला, तेव्हा माझ्या एक गोष्ट लक्षात आली. ती म्हणजे, लोक अगोदरपासूनच अशा उपयुक्त साधनांचा वापर करीत होते. नोटपॅड किंवा फोन ॲप्सचा वापर ते नियमितपणे करीत होते, परंतु त्यातील फार कमी लोकांकडे त्यासाठी आवश्यक असणारा व्यवस्थितपणा होता. वेळेची गरज लक्षात घेऊन त्यांना माहिती संकलित करता येत होती परंतु गरज पडल्यानंतर ती माहिती आपल्याला उपलब्ध होऊ शकेलच याविषयी त्यांच्या मनात खात्री नव्हती. उपलब्ध असलेल्या अनेक ॲप वर वेगवेगळे दावे केलेले असले तरी गोष्टी व्यवस्थितरीत्या वापरण्याचे तंत्र मात्र त्यांना अवगत होत नव्हते.

दुपारच्या जेवणाच्या वेळेत माझ्या सहकाऱ्यांसमवेत होणाऱ्या चर्चेतून बुक क्लब ही संकल्पना बाहेर आली आणि आम्ही त्याची कार्यशाळा घेण्यास सुरुवात केली. ही कार्यशाळा सर्वांसाठी आम्ही सशुल्क स्वरूपात उपलब्ध करून दिली. मी ज्या गोष्टी शिकलो होतो, त्या जेव्हा मी इतर लोकांना सांगण्यास सुरुवात केली; तेव्हा त्यांच्या जीवनामध्ये आणि कामाच्या पद्धतीमध्ये मला तत्काळ बदल दिसू लागले आणि मला समजले की मी काहीतरी वेगळे शोधले आहे. दीर्घकाळ टिकून राहणाऱ्या अवस्थेसाठी मी जे नियोजन केले होते, त्यामुळे मला समस्यांचे निराकरण करत असताना नियोजित पद्धतीने काही चांगले पर्याय उपलब्ध झाले होते. जे मी

शिकलो होतो त्याचा अवलंब मी जीवनात अन्यत्रही करून पाहत होतो. वेगवेगळे प्रकल्प आणि त्याच्या उद्दिष्टप्राप्तीसाठी या माहितीचा वापर कसा करायचा, हे मला अवगत झाले होते. आणि त्याहीपेक्षा महत्त्वाचे म्हणजे माझ्याकडे असणारी ही मौलिक माहिती इतरांना प्रदान करून मी माझ्या जवळपास असणाऱ्या लोकांची मदत करू शकत होतो.

सेकंड ब्रेन सिस्टिमचे मूळ

मी विकसित केलेल्या या पद्धतीला 'सेकंड ब्रेन' असे नाव दिले. माझे हे विचार अधिकाधिक प्रसारित व्हावेत म्हणून मी ब्लॉग लिहायला सुरुवात केली. माझ्या अपेक्षेपेक्षा अधिक लोक हा ब्लॉग वाचू लागले. अनेक नवे लोक माझ्याशी जोडले गेले. माझे हे ब्लॉगवरचे लेखन 'हॉवर्ड बिझनेस रिव्ह्यू', 'द अटलांटिक', 'फास्ट कंपनी' आणि 'इंक' आदी आंतरराष्ट्रीय नियतकालिकांमध्ये प्रसिद्ध झाले. रचनात्मक लेखनाच्या 'डिजिटल नोट मेकिंग'वर लिहिलेला आलेख उत्पादकतेशी संबंधित समूहांमध्ये व्हायरल झाला. जेनेटिक, टोयोटा, इंटर अमेरिकन डेव्हलपमेंट बँक यांसारख्या मोठ्या आणि प्रभावशाली कंपन्यांमध्ये भाषण देण्यासाठी आणि कार्यशाळा घेण्यासाठी मला निमंत्रित केले जाऊ लागले. २०१७ सालच्या सुरुवातीला, 'बिल्डिंग सेकंड ब्रेन' या नावाने एक ऑनलाईन कोर्स सुरू करण्याचा मी विचार केला. आपल्या व्यवस्थेतील अधिकाधिक लोकांपर्यंत या माध्यमातून पोहोचावे हा माझा त्यामागे उद्देश होता.[2] यानंतर पुढच्या काही वर्षांमध्ये, १००पेक्षा अधिक देशांतील हजारो विद्यार्थी आणि जीवनाच्या प्रत्येक क्षेत्राशी जोडलेले लोक या अभ्यासक्रमाच्या माध्यमातून त्याचे विद्यार्थी बनले. जिज्ञासू आणि संशोधक वृत्तीच्या लोकांचा एक समुदाय या माध्यमातून तयार झाला. या माध्यमातून हे पुस्तक साकारले असून ते अधिक चांगले होण्यासाठी त्यांचाही हातभार लागला आहे.

चिंतनशील व्यक्ती आणि निर्माता यांच्या वाटचालीमध्ये सेकंड ब्रेन तयार करण्याच्या अभ्यास कसा महत्त्वाचा ठरला आहे, हे आपण पुढच्या दोन प्रकरणांमध्ये शिकणार आहोत. ज्यांना अधिक लक्षात ठेवून अधिक मिळवायचे होते असे आपल्याही आधी जन्माला आलेले लेखक, वैज्ञानिक, दार्शनिक, नेता तसेच रोजच्या जीवनासाठीही संघर्ष करत जगावे लागणारे लोक यांच्याविषयी आपल्याला जाणून घेता येणार आहे. त्यानंतर आपण काही पायाभूत नियम जाणून घेणार आहोत.

---

[2] इच्छुक वाचकांनी खाली दिलेल्या संकेतस्थळावरून अधिक माहिती मिळवावी.
buildingasecondbrain.com/course

यशस्वी होण्यासाठी हे नियम अत्यंत आवश्यक आहेत. दुसरा भाग असेल 'द मेथड'. सेकंड ब्रेन बनवण्यासाठी आवश्यक असलेल्या चार प्रमुख टप्प्यांची माहिती यामध्ये आपल्याला मिळेल. हे आत्मसात केल्यानंतर आपण वेगाने, दृढनिश्चयाने नवे विचार आणि उपाय आत्मसात करू शकू.

तिसरा भाग 'मेकिंग थिंग्स हॅपन' हा असून त्यामध्ये अनेक शक्तिशाली अशा उपायांची चर्चा केलेली आहे. त्यांचा उपयोग केल्याने आपली उत्पादकता वाढून उद्दिष्टप्राप्ती सोपी होऊ शकेल आणि या माध्यमातून उद्दिष्टप्राप्तीसाठी त्याची निश्चितपणे मदत होईल. अशा रीतीने तुम्ही आपल्या जीवनात आणि कार्यक्षेत्रात उत्तम आणि प्रभावशाली कामगिरी करू शकाल.

मी हे पुस्तक कोणत्याही आदर्श जीवनाच्या विस्तारासाठी लिहिलेले नाही, तर मी माझी खरी खरी कहाणी तुम्हाला सांगितली आहे. आयुष्यात दुःख, वेदना प्रत्येकाला असतात, चुका प्रत्येकाकडून होतात, प्रत्येकाला आयुष्यात संघर्षाला सामोरे जावे लागते. तसेच मलासुद्धा माझ्या आयुष्यात अनेक संघर्षांना सामोरे जावे लागले; परंतु या प्रवासातील प्रत्येक टप्प्यावर मी आपल्या विचारांनाच माझी संपत्ती मानले आणि प्रत्येक आव्हानाशी दोन हात करून विजय मिळवताना हे सहकार्य महत्त्वाचे ठरले.

तुम्ही हे पुस्तक आत्मविकासाच्या श्रेणीमध्ये समाविष्ट करू शकता. मात्र सखोल विचार केला तर ही संकल्पना आत्मविकासाच्या संकल्पनेच्या अगदी विरोधात आहे. या सगळ्यांपासून दूर राहून एक आदर्श व्यवस्था किंवा त्याचे तंत्र आपल्याला विकसित करायचे आहे. सीमा आणि बंधनांच्या चौकटीपासून मुक्त असणारी अशी एक व्यवस्था उभी राहावी, अशी माझी कल्पना आहे. आपल्याला प्रसन्नतेने त्याचे आचरण करत असताना हे पुस्तक नक्कीच उपयुक्त ठरणार आहे. प्रत्येक क्षणाचा जिवंत अनुभव घेत जगण्यासाठी आणि हे जीवन आनंदमय करण्यासाठी हे पुस्तक महत्त्वाचे ठरणार आहे.

प्रकरण **2**

सेकंड ब्रेन म्हणजे काय?

आपण आपल्या मेंदूला एखाद्या यंत्राप्रमाणे वापरत नाही किंवा स्नायूंना जशी बळकटी देण्यासाठी कष्ट घेतो तसे मेंदूच्या बाबतीत आपण एका मर्यादेच्या पलीकडे जात नाही. आपल्या विश्वातील संपन्न अशा सामग्रीचा विस्तार करून आणि त्याला विचारांचे कोंदण देऊन आपण हे साध्य करू शकतो.

- एनी मर्फी पॉल, 'द एक्सीडेंट माईंड' या पुस्तकाचे लेखक

तुम्ही जे काम करत असता, त्याचा माहिती हा पाया असतो. उदा. तुम्हाला जे काही हवे असेल, तुम्हाला एखादा प्रकल्प पूर्ण करायचा असेल, एखादी नवीन नोकरी स्वीकारायची असेल, एखादे नवे कौशल्य आत्मसात करायचे असेल, एखादे नवे काम सुरू करायचे असेल, हे सारे करत असताना तुमच्याकडे नवी माहिती असणे गरजेचे असते. तुम्ही माहितीचे व्यवस्थापन किती प्रभावी पद्धतीने करता या तुमच्या योग्यतेवर तुमचे व्यावसायिक यश आणि जीवनाची गुणवत्ता अवलंबून असते.

'न्यूयॉर्क टाइम्स'ने दिलेल्या माहितीनुसार, एखाद्या सामान्य माणसाला मिळणारी रोजची माहिती ३४ गेगाबाइटइतकी असू शकते. 'टाइम्स' ने केलेल्या एका अभ्यासातून समोर आले आहे की, आपण दररोज जितक्या सामग्रीचा वापर करतो, तो १७४ वृत्तपत्रांच्या बरोबरीचा आहे. १९८६च्या तुलनेत त्यात पाचपट अधिक वाढ झाली आहे.

अनेकदा माहितीचा साठा उपयुक्त ठरण्याऐवजी त्रासाचे कारण ठरतो. हे आपल्याला खूप थकवणारे असते. त्यातून मानसिक संसाधनांवरचा भार वाढतो. आपण काही विसरणार तर नाही ना, याच भीतीत आपण सतत जगत राहतो. आपल्याला शिक्षित करण्यासाठी आणि नवी माहिती देण्यासाठी इंटरनेटची सुविधा देण्यात आली होती; परंतु त्यामुळे लोकांचे पूर्वी एकमेकांकडे असणारे लक्ष काही

पटीने वाढवले आहे.[1]

मायक्रोसॉफ्टच्या एका अभ्यासातून समोर आले आहे की अमेरिकेतील एकूण कर्मचाऱ्यांपैकी एक टक्का कर्मचारी हे नोंदी आणि एकापेक्षा अधिक फाइल्स शोधण्यामध्ये वर्षातील ७६ तास व्यतीत करतात. इंटरनॅशनल डाटा कॉर्पोरेशनच्या रिपोर्टनुसार, एका सामान्य माणसाला असणारी माहिती अनेक प्रकारच्या व्यवस्था समजून घेण्यासाठी लागत असते; परंतु त्या माहितीचा प्रत्यक्षात कामामध्ये वापर करण्यासाठी आपल्या वेळेचा ५६%च वापर ते करू शकतात.

आणखी सोप्या आणि दुसऱ्या शब्दात सांगायचे झाले तर आपण आठवड्यातून पाच दिवस कामावर जातो. त्यातील एक दिवस केवळ माहिती शोधण्यामध्येच दवडला जात असतो. वस्तुतः तो वेळ काम करण्यासाठी वापरला जाणे अपेक्षित असते. त्यामुळे निम्मा वेळ आपल्या डोळ्यांदेखत वाया गेलेला असतो.

त्यामुळे आता वेळ आलेली आहे की आपण पाषाणयुगातील या स्मृतीला पुन्हा जागृत करावे. आपल्याला माहीत असायला हवी अशी प्रत्येक माहिती आपण आपल्या मेंदूत साठवून ठेवू शकत नाही आणि लक्षात ठेवण्यासाठी आपल्याला हे काम समजूतदार अशा यंत्रांकडे सोपवावे लागेल, ही गोष्ट आपल्याला मान्य करावी लागेल. आधुनिक जीवनातील संज्ञानात्मक मागण्या वाढत चालल्या आहेत; परंतु तरीही अजूनही आपण हजारो वर्षांपूर्वीच्याच मेंदूचाच वापर करतो आहोत. खरे तर, आजचा आधुनिक माणूस पहिल्यांदा पूर्व आफ्रिकेतील मैदानात दिसला होता.

आपण गोष्टी लक्षात ठेवण्यासाठी जी ऊर्जा घालवत असतो, ही तीच ऊर्जा असते जी विचार करण्यासाठी वापरली गेलेली नसते. हे केवळ मनुष्यच करू शकतो. नव्या गोष्टींचा शोध लावणे, गोष्टी आणि नमुने तयार करणे, आपल्या मनाचेच ऐकणे, नव्या विषयाचा शोध घेणे, नव्या योजना तयार करणे, वेगवेगळ्या थेअरींचा अभ्यास करणे, इतरांच्या सोबतीने चालणे या गोष्टी महत्त्वाच्या आहेत. आपण मानसिक पातळीवर विविध गोष्टींमध्ये जितके अडकून पडतो आणि गोंधळून जातो, तेवढा योग्य आणि चांगल्या गोष्टींसाठी मिळणारा वेळ कमी कमी होत जातो. स्वतःकडे लक्ष देणे, स्वयंपाक करणे, आपल्या आवडीनिवडी पूर्ण करणे, आराम करणे आणि आपल्या प्रियजनांसमवेत वेळ घालवणे या गोष्टी महत्त्वाच्या आहेत.

---

[1] हर्बर्ट साईमन, एक अमेरिकन अर्थशास्त्रज्ञ आणि मनोवैज्ञानिक होते. ते लिहितात, माहिती काय ग्रहण करते हे सूर्यप्रकाशाइतके स्वच्छ आहे. माहिती प्राप्त होणाऱ्यांचे लक्ष ते आपल्या बाजूला वेधून घेते. जितकी अधिक माहिती प्राप्त होत जाते, तेवढे लक्ष कमी होत जाते.

ज्या वेळी आपण स्वतःच्या विचारांमध्ये बदल घडवून आणू, तेव्हाच तंत्रज्ञानाच्या वापरात होणारा प्रत्येक बदल आपल्याला समजून घेणे शक्य आहे. सेकंड ब्रेनचा खऱ्या अर्थाने वापर करायचा असेल, तर आपल्याला सूचना, माहिती, तंत्रज्ञान यांच्यासह एक खास नवे नाते बनवावे लागेल.

कॉमन प्लेस पुस्तकांचा वारसा

आपल्याला जर वर्तमान जाणून घ्यायचे असेल तर आपल्याला आधी इतिहास समजून घ्यावा लागतो. कारण तेव्हाच पूर्वीच्या काळामध्ये काय यशस्वी ठरले होते, हे आपल्याला कळू शकते. आपले विचार आणि लिहिलेल्या नोट्सचा अभ्यास केल्याने या जगाला एक मोठा वारसा आहे, हे आपल्याला समजू शकते. अनेक शतकांपासून कलाकार आणि बुद्धिजीवी व्यक्ती (लिओनार्दो दा विंचीपासून वर्जीनिया वुल्फ, जॉन लॉक यांच्यापासून ऑक्टेविया बटलर यांच्यापर्यंत) पुस्तकातून आपले विचार मांडत आले आहेत. त्याला साधारण पुस्तक किंवा कॉमन प्लेस बुक[2] असे नाव दिले गेले. ते प्रत्येक ठिकाणी आपल्या सोबत हे पुस्तक ठेवत असत.

माहिती आणि ज्ञानाच्या भरभराटीच्या युगापूर्वी लोकप्रिय असलेले हे कॉमन प्लेस पुस्तक अठराव्या आणि एकोणिसाव्या शतकाच्या सुरुवातीच्या औद्योगिक क्रांतीदरम्यान केवळ एका डायरी किंवा खाजगी चिंतनाचे जर्नल नव्हते, तर ते वेगाने बदलणारे जग आणि त्यातील त्यांचे स्थान सुशिक्षित वर्गाला समजून घेण्यासाठी वापरले जाणारे शिक्षणाचे एक महत्त्वाचे साधन होते.

हार्वर्ड युनिव्हर्सिटी ग्रंथालयाचे माजी संचालक आणि इतिहासकार रॉबर्ट ड्रॉन्टन यांनी आपल्या 'द केस फॉर बुक्स' या पुस्तकामध्ये कॉमन प्लेस पुस्तकांची भूमिका काय होती, याविषयी लिहिले आहे. ते म्हणतात,

> आजकालचे आधुनिक वाचक एखादा प्रसंग सुरुवातीपासून शेवटपर्यंत वाचतात, परंतु सुरुवातीचे आधुनिक इंग्लिश मॅन एकापाठोपाठ एक अशी पुस्तके वेगाने वाचत असत. ते पुस्तकातील विषयाची विविध भागांमध्ये विभागणी करून वहीच्या वेगवेगळ्या भागांमध्ये त्याविषयी लिहीत असत. आणि त्यातून एक नवी रचना एकत्र करत असत. मग ते त्या प्रती पुन्हा वाचत असत. पुन्हा त्याचा आराखडा नीट करत असत.

[2] कॉमन प्लेस हा शब्द प्राचीन ग्रीक भाषेतून आलेला आहे. तेथील लॉ कोर्ट किंवा राजनैतिक बैठका यामध्ये होणारी चर्चा एका सामायिक ठिकाणी मांडली जात असे. त्याचा संदर्भ देण्यासाठी पुढील काळामध्ये उपयोग होत असे.

त्यामध्ये अधिक भाग समाविष्ट करत. वाचणे आणि लिहिणे या दोन गोष्टी अशा होत्या, ज्या एकमेकांपासून वेगळ्या करता येणार नव्हत्या. हे विविध गोष्टी समजून घेत सातत्याने प्रयत्न करत असतात. संपूर्ण सृष्टी विविध संकेतांनी भरलेली होती. ती आपण आपल्या पद्धतीने वाचू शकत होतो. आपण वाचलेल्या पुस्तकांचा या प्रकारे हिशोब ठेवल्याने तुम्ही तुमचे स्वतःचे पुस्तक तयार करू शकत होता. यावर संपूर्णतः तुमच्या व्यक्तित्वाची छाप असणार होती.[3]

कॉमन प्लेस पुस्तके हे एक असे माध्यम होते, ज्यामध्ये सुशिक्षित लोक जगाला स्वतःशी जोडत असत. आपले म्हणणे ते वह्यांमध्ये नोंदवून ठेवत असत आणि विभिन्न स्रोतांतून मिळालेल्या माहितीची जोड देऊन ते आपले चिंतन प्रकट करत असत.

एक समाज म्हणून आपणसुद्धा कॉमन प्लेस पुस्तकांचा आधुनिक स्वरूपात लाभ घेऊ शकतो. आजची माध्यमे सार्वजनिक आणि नव्या दिशेने झुकलेली आहेत. एखादा राजकीय वाद, समाजातील मोठ्या व्यक्तींचे विवाद किंवा एखादा ताजा वायरल झालेला मिम ही त्याची उदाहरणे आहेत. कॉमन प्लेस बुक एका नव्या माध्यमातून तयार करत असताना सूचना आणि माहितीचा हा अखंड प्रवाह आपण आपल्या व्यक्तिगत स्वरूपात उपयोगात आणू शकतो.

व्यापक रूपाने पसरलेल्या सामग्रीला ग्रहण करण्याऐवजी पूर्णतः संयमाने आणि विचारांनी आपण असे पाऊल उचलू शकतो, जे पुन्हा वाचन करणे, नव्याने संशोधन करणे आणि विचारांमध्ये लपलेल्या अर्थांवर काम करू शकेल. यामुळे दिवसातील महत्त्वाच्या विषयांवरच चर्चा होईल आणि ती अधिक मुद्देसूद होऊ शकेल. त्यातून आपले मानसिक स्वास्थ्यही सुस्थितीत राहील. सतत विचलित होणाऱ्या मनालाही केंद्रित करण्यासाठी त्याचा उपयोग होऊ शकेल.

परंतु त्याला आपण भूतकाळाकडे परत जाणे म्हणू शकत नाही. कारण आता आपल्याकडे आधुनिक युगासाठी कॉमन प्लेस पुस्तकांची परंपरा नव्याने सुपर चार्ज

---

3 व्यक्तिगत वही ठेवण्याची प्रथा इतर देशांतही होती. उदाहरणार्थ, चीनमध्ये याला 'बीजी' किंवा वह्या असे म्हटले जात असे. यात विविध प्रसंग, उद्धरणे, इतर विचार, साहित्यिक समीक्षा, लहान किस्से किंवा नोंद घेण्यासारखी कोणतीही सामग्री समाविष्ट असू शकत होती. जपानमध्ये अशा वह्यांच्या संग्रहाला जुईहित्सु (पिलो बुक्स) असे नाव दिले गेले होते, ज्यात एखाद्या व्यक्तीच्या वैयक्तिक जीवनाचे दस्तऐवजीकरण केलेले असे.

करण्याची ही संधी आहे. ऐतिहासिक अभ्यासाला एका लवचीक आणि सुविधा प्रदान करणाऱ्या अभ्यासात बदलण्याची ही संधी आहे.

डिजिटल कॉमन प्लेस बुक

जेव्हा आपल्या नोट्स आणि निरीक्षण हे डिजिटल स्वरूपामध्ये येईल, तेव्हा ते शोधणे खूप सोपे होईल. हे सगळे नव्याने व्यवस्थित रीतीने मांडताना दुसऱ्या उपकरणांसाठीसुद्धा ही माहिती उपलब्ध करून देता येऊ शकेल त्याचप्रमाणे साउंडवर आपण त्याचा बॅकअपसुद्धा घेऊ शकतो, ही माहिती सुरक्षितरीत्या जतन करून ठेवू शकतो. कागदावर कुठेतरी काहीतरी लिहून ठेवायचे आणि ते गरज असेल तेव्हा नेमकेपणाने मिळेल अशी अपेक्षा करायची, या ऐवजी आपण स्वतःसाठी एक नॉलेज वॉल्ट तयार करू शकतो. आपल्याला नेमके काय पाहायचे आहे, हे आपल्याला या माध्यमातून समजू शकेल.

लेखक आणि फोटोग्राफर क्रेग मोडचे लेखन करतात. आता आपल्याजवळ अशी एक संधी आहे ज्या माध्यमातून आपण आपल्याकडे असणाऱ्या विविध प्रकारच्या नोंदी (मार्जीनिलिया)[4] या एका विशाल कॉमनप्लेस पुस्तकामध्ये समाविष्ट करू शकतो. ही माहिती आपण पुस्तकात समाविष्ट केली, तरी ती सहजतेने शोधू शकतो. आपल्याला जेव्हा हवी तेव्हा मिळवू शकतो. आपण इतरांनासुद्धा वाटू शकतो. त्याचप्रमाणे ही माहिती आपण या संग्रहामध्ये असलेल्या डिजिटल अभ्यासामध्येसुद्धा समाविष्ट करू शकतो.

मी या डिजिटल कॉमनप्लेस बुकला 'सेकंड ब्रेन' असे नाव देतो. याला तुम्ही एकत्रित स्टडी नोटबुकसुद्धा समजू शकता. एक खासगी डायरी किंवा आपल्या नव्या विचारांसाठी एक स्केच बुक! वेळेप्रमाणे आपल्या गरजा बदलतात, त्याप्रमाणे स्वतःला बदलणारे असे हे बहुउपयोगी असे साधन आहे. आपण एखाद्या महाविद्यालयात शिकत असाल किंवा एखादा अभ्यासक्रम नव्याने शिकत असाल, तर आपल्या अभ्यासामध्ये नोट्स म्हणून आपण याचा वापर करू शकता. त्याचप्रमाणे तुम्ही ज्या ठिकाणी काम करता, तेथील विविध प्रकल्पांचे सुनियोजित व्यवस्थापन करण्यासाठीदेखील याची मदत होऊ शकते. इतकेच नाही, तर तुमचे घरातली कामे करायलासुद्धा याची मदत होऊ शकते.

---

[4] मार्जीनिलिया म्हणजे पुस्तकांच्या मार्जिनमध्ये सामग्रीशी जोडलेल्या नोंदी, विचार, टीका, उदाहरणे किंवा संदर्भ यांचा समावेश करणे.

तुम्ही त्याचा वापर कसाही केला तरी, तुमचा सेकंड ब्रेन हा एक व्यक्तिगत ज्ञानसंग्रह असून तुम्हाला आयुष्यभर शिक्षण आणि विकासाची संधी या माध्यमातून प्राप्त होते. याचा वापर केवळ एकदाच करता येतो, असेही नाही. ही एक अशी प्रयोगशाळा आहे, जिथे तुम्ही तुमचे विचार दुसऱ्यांसमोर प्रकट करण्यापूर्वी एकांतामध्ये त्याचा चांगल्या रीतीने विकास करू शकता.

हा एक असा स्टुडिओ आहे जिथे तुम्ही आपल्या विचारांवर अनेक प्रयोग करू शकता. बाहेरच्या जगामध्ये अशा गोष्टी सादर करण्यापूर्वी आवश्यक असणारी पूर्वतयारी आपण इथे करू शकतो. हा एक असा व्हाईट बोर्ड आहे, ज्यावर तुम्ही तुमच्या विचारांचे स्केच तयार करू शकता आणि ते इतरांना दाखवूही शकता.

आपण जे चिंतन करत असतो ते विचारांच्या मर्यादांपलीकडे नेऊन व्यापक करण्यासाठी आपण डिजिटल साधनांचा वापर करतो, हे जेव्हा आपल्या लक्षात येईल; तेव्हा तुम्हाला प्रत्येक ठिकाणी सेकंड ब्रेन दिसू लागेल.

एक कॅलेंडर ॲप म्हणजे आपल्या मेंदूच्या क्षमतांचा विस्तार आहे. नियोजित कार्यक्रमांचे स्मरण करून देण्याचे काम या ॲपच्या माध्यमातून होते. पूर्वनियोजित कोणतीही भेट किंवा कोणाला दिलेली वेळ आपण विसरू नये यासाठी त्याचा उपयोग होत असतो. तुमचा स्मार्टफोनसुद्धा तुमच्या संप्रेषण करण्याच्या योग्यतेचा विस्तार असतो. जगाच्या कानाकोपऱ्यात तुमचा आवाज पोहोचवण्याचे काम हा स्मार्टफोन करत असतो. लव्ह स्टोरीज म्हणजे तुमच्या मेंदूतील स्मरणशक्तीचाच विस्तार आहे. त्यामध्ये आपल्याला हजारो गीगाबाइटपर्यंत विविध बाबी साठवून ठेवण्याची परवानगी मिळते. आपण कुठेही असलो तरी आपण त्याचा तिथून वापर करू शकतो, ही त्याची सर्वांत मोठी खासियत आहे.[5]

---

[5] कधी तुमचा फोन हरवला आहे का किंवा इंटरनेट कनेक्शन मिळण्यात अडचण आली आहे का? त्या वेळी तुमचाच एखादा भाग कुठेतरी हरवला आहे असे तुम्हाला वाटते का? हे बाह्य उपकरण तुमच्या मेंदूचा एक विस्तारित भाग बनला आहे, हे जाणवते का? २००४मधील एका अभ्यासानुसार, एंजेलो माराविट्टा आणि अत्सुशी इरिकी यांनी आढळले की माणूस आणि माकडे जेव्हा सतत आपली क्षमता वाढवण्यासाठी एखाद्या साधनाचा वापर करतात, तेव्हा त्यांच्या मेंदूमधील काही विशिष्ट न्युरल नेटवर्क स्वतःच्या शरीराच्या नकाशात बदल करतात, जेणेकरून त्या नवीन साधनाला किंवा उपकरणाला त्यात सामावून घेता येईल. हा आकर्षक शोध या विचाराला बळकटी देतो की बाह्य साधने आणि उपकरणे आपल्या मनाचा स्वाभाविक आणि नैसर्गिक विस्तार बनू शकतात.

आता आपल्या संग्रहामध्ये डिजिटल नोट्सचा समावेश करण्याची वेळ आलेली आहे. या माध्यमातून आपण आधुनिक तंत्रांचा वापर करून आपल्या मानसिक क्षमतांचा अधिक चांगल्या रीतीने विस्तार करून त्यात सुधारणा घडवून आणू शकणार आहोत.

री थिंकिंग नोट टेकिंग (पुन्हा विचार करून नोट्स घेणे)

नोट्स : नॉलेज बिल्डिंग ब्लॉक्स

पूर्वीच्या काळामध्ये केवळ बुद्धिमान व्यक्तींनाच कॉमन प्लेस पुस्तकांची आवश्यकता होती. त्यामध्ये लेखक, दार्शनिक, वैज्ञानिक यांचा समावेश होता. आपल्या लेखाचे किंवा शोधांचे समन्वयन करण्यासाठी ते कॉमन प्लेस पुस्तकांचा वापर करत असत. परंतु आता आधुनिक काळात माहितीचे नियोजन करण्याची गरज प्रत्येकालाच पडत असते.

सध्याच्या काळामध्ये अर्ध्याहून अधिक कर्मचाऱ्यांना 'नॉलेज वर्कर्स' असे म्हटले जाते. याचा अर्थ माहिती हीच सर्वांत मोठी संपत्ती असणारी माणसे. खूप प्रचंड प्रमाणात विस्तारलेल्या माहितीचे सुनियोजित व्यवस्थापन करण्यासाठी ही माणसे आपला अधिकाधिक तर वेळ खर्ची घालत असतात, याशिवाय, आपली औपचारिक भूमिका काहीही असली तरी, इतरांशी प्रभावी संवाद साधण्यासाठी आणि नव्या समस्यांचे निराकरण करण्यासाठी आपल्याला नव्या विचारांची मदत घ्यावीच लागत असते. आपल्याला हे काम नियमित स्वरूपात अर्थात सातत्य राखून विश्वासार्ह पद्धतीने करावे लागणार आहे. हे काम एकदा केले आणि झाले अशा स्वरूपाचे असणार नाही. ते वारंवार करावे लागू शकेल.

एक नॉलेज वर्कर म्हणून विचार केला, तर तुमचे ज्ञान नेमके कुठे असते? जेव्हा एखादी नवीन माहिती तुम्ही मिळवता किंवा तयार करता, तेव्हा ते कुठे साठवून ठेवता? त्याचा संग्रह नेमका कुठे केला जातो? ज्ञान ही संकल्पना केवळ विद्वान आणि शिक्षण तज्ज्ञ असणाऱ्या लोकांपुरती मर्यादित आहे असे वाटू शकते; परंतु व्यावहारिक पातळीवर आपण विचार केला, तर जेव्हा आपण विविध प्रकारच्या नोट्स घेतो, त्या वेळी या कसोटीवर आपण कसे उतरतो, इथेच खरंतर ज्ञानाची सुरुवात होत असते.

आपल्यापैकी अनेकांनी शाळेत असतानाच नोट्स काढायची सवय लावून घेतलेली होती. सुरुवातीला कदाचित परीक्षेची पूर्वतयारी म्हणून तुम्हाला काही

लिहायला सांगितले असेल, परंतु याचा दुसरा अर्थ असा होता एकदा परीक्षा झाल्यानंतर तुम्ही पुन्हा त्या नोट्स पाहण्याची शक्यता नव्हती. शाळेत दिले जाणारे शिक्षण हे त्या त्या वेळेपुरते महत्त्वाचे मानले गेले, परंतु ते शिकवले जात असताना दीर्घकाळासाठी त्याचा वापर होऊ शकतो असा विचार कधी रुजवला गेला नाही.

परंतु जेव्हा व्यावहारिक जगात पदार्पण करण्याची सुरुवात होते, तेव्हा तुमची नोट्स घेण्याची गरज आमूलाग्र पद्धतीने बदललेली असते. व्यवहारात जगताना हे लक्षात येते की आपण नोट्स काढण्याची जी पद्धत शाळेत शिकलेलो होतो, ती पद्धत आता उपयोगी ठरत नाही. तुमच्या गरजा आता बदललेल्या असल्याने नव्या पद्धतीने नोट्स काढाव्या लागतात.

व्यावहारिक आणि व्यावसायिक जगात :

- कोणत्या विषयावर नोट्स घ्याव्या लागतील, याची स्पष्टता नसते.
- तुम्ही काढलेल्या नोट्स केव्हा आणि कशा वापरल्या जाऊ शकतात, हे तुम्हाला कोणीही सांगत नाही.
- कोणत्याही वेळी आणि कोणत्याही रूपामध्ये तुमची 'परीक्षा' घेतली जाऊ शकते.
- तुम्ही काढलेल्या नोट्सचा संदर्भ तुम्ही कोणत्याही वेळी देऊ शकता, फक्त त्या तुम्हाला समोर ठेवाव्या लागतात किंवा पुढे आणाव्या लागतात.
- तुम्ही केवळ नोट्स काढून भागत नाही तर काढलेल्या मुद्द्यांची अंमलबजावणीदेखील करावी अशी तुमच्याकडून अपेक्षा असते.

तुम्ही शाळेमध्ये ज्या नोट्स काढायला शिकला होता, तशा ही व्यावहारिक आणि व्यावसायिक पद्धत नसते. त्यामुळे आता आपण लक्षात घ्यायला हवे की उगीचच कागदावर इकडे तिकडे काहीतरी खरडण्याऐवजी आता नेमक्या, महत्त्वपूर्ण आणि वेगवान पद्धतीने नोट्स काढायला शिकले पाहिजे. ती वेळ आता येऊन ठेपलेली आहे. आधुनिक पद्धतीने काढलेल्या नोट्समध्ये तुम्ही केलेली एक महत्त्वाची नोंद ही नॉलेज बिल्डिंग ब्लॉकचे काम करत असते. तुम्ही स्वतंत्र दृष्टिकोन वापरून मांडलेली संकल्पना तुमच्या मेंदूच्या बाहेर व्यवस्थित रीतीने साठवली जात असते. नॉलेज बिल्डिंग ब्लॉकचे महत्त्व अनन्यसाधारण असे आहे.

या पद्धतीने आपण जर विचार केला, तर ज्या पुस्तकाने किंवा ज्या विचाराने

तुम्ही प्रेरित झालेले असाल, त्याचा एखादा छोटासा सारांशसुद्धा एक महत्त्वाची नोंद ठरू शकते. इंटरनेटवरील एखाद्या चित्राला तुमच्या टिप्पणीची दिलेली जोड, एखाद्या विषयावर तुम्ही केलेले चिंतनपर ठळक मुद्दे आणि अशी अनेक उदाहरणे असू शकतात. एखाद्या नोट्समध्ये एखाद्या चित्रपटाची कहाणी असू शकते. पुस्तकातील हजारो शब्दांमधून तुम्हाला जे मनाला भावले होते, असेच टिपण कदाचित तुम्ही नोंदीच्या स्वरूपात केलेले असेल. त्याची लांबी-रुंदी फारशी महत्त्वाची नाही. तुमच्याकडे उपलब्ध असणाऱ्या साहित्यातून तुम्हाला मनासारखी व्याख्या मिळालेली असेल, तुम्हाला ती आवडली असेल, तुम्ही ती तुमच्या शब्दांमध्ये मांडलेली असेल, त्याला तुमच्या जीवनाच्या अनुभवाचा आधार असेल आणि ती जर तुम्ही एखाद्या सुरक्षित जागी ठेवलेली असेल, तर तुम्ही त्याला 'नोट' असे म्हणू शकता.

एक नॉलेज बिल्डिंग ब्लॉक अतिशय विचारशील असतो. त्यामध्ये एक अंतर्गत मूल्य असते, परंतु असे नॉलेज बिल्डिंग ब्लॉक्स एकत्र येऊन काही भव्यसुद्धा साकारले जाऊ शकते. उदाहरणार्थ, एक अहवाल, एक चर्चासत्र, एक प्रस्ताव किंवा एखादी गोष्ट.

तुम्ही कदाचित एखाद्या लहान मुलासोबत लेगो ब्लॉक्स खेळले असाल. ते नोट्सप्रमाणेच असतात. ते अगदी सहजतेने सापडतात, ते आपण फिरवू शकतो, पुन्हा जोडू शकतो, एखादी गोष्ट नव्याने शोधण्याऐवजी त्याच्यातून नवे आकार साकारू शकतो, तुम्हाला फक्त एकदा स्वतंत्र नोट लिहिण्याचे काम करावे लागेल. त्यानंतर तुम्ही आपसात समन्वय राखून एखादी गोष्ट क्लिक करण्यापर्यंतचे प्रयत्न करू शकता.

आधुनिक तंत्रज्ञानाने नोट्स काढण्याचे काम केवळ सोपे केले असे नाही, तर त्यांनी नोट्सचे स्वरूपच बदलून टाकले आहे. आता नोट्स खराब होण्याची, हरवण्याची आणि सहजतेने न मिळणाऱ्या पोस्ट इट किंवा नोट पॅडवर नोट बनवण्याची आता गरज उरलेली नाही. आता आपण आपल्या नोट्स क्लाऊडवर लिहू शकतो. आणि हे क्लाऊड आपल्या समवेत सातत्याने असते. आता नोट्स काढताना कागदावरती कॅटलॉग बनवण्याची आणि ते लिहिण्यासाठी तासन्तास देण्याची आवश्यकता उरलेली नाही. आता आपण नॉलेज बिल्डिंग ब्लॉक जमा करून त्यातून काय काय साकारू शकते, या शक्यतांचा विचार करण्यात आपला वेळ व्यतीत करू शकतो.

दोन मेंदूंची गोष्ट

मी तुम्हाला अशा दोन व्यक्तींच्या जीवनातील एका दिवसाबद्दल सांगणार आहे.

ज्यांच्यापैकी एकाकडे सेकंड ब्रेन आहे आणि दुसऱ्याकडे सेकंड ब्रेन नाही. आता पाहूयात यातील कोणती माहिती तुम्हाला अधिक जवळची वाटते.

सोमवारी सकाळी नीना उठते. डोळे उघडण्यापूर्वीच तिच्या डोक्यात विचार घुमू लागलेले असतात. करावयाच्या कामांची यादी, ज्यावर विचार करावा लागणार आहे अशी कामे आणि जे निश्चितपणे करायचे आहेत अशी कामे अशी यादी डोक्यात तयार होऊ लागते. तिच्या अचेतन मनामध्ये गेल्या आठवड्याभरापासून या गोष्टी सुरू होत्या, त्या हळूहळू बाहेर येऊ लागतात. नीना जेव्हा कामासाठी तयार होते तेव्हासुद्धा तिच्या मनामध्ये हेच विचारचक्र सुरू असते. पक्ष्यांचा किलबिलाट होत राहावा तसे हे विचार तिच्या कानात वाजत असतात, कारण त्यांना जायला दुसरी जागाच नसते. एका सतत वाजणाऱ्या संगीतासारखे तिच्या मनात हे विचारांचे तरंग सातत्याने सुरू असतात. कोणत्या कामावर आपण लक्षात यायला हवे आणि कोणती कामे आपण विसरत आहोत, याच गोष्टींवर तिचे मन केंद्रित झालेले असते.

अशा एका व्यग्र मनःस्थितीमध्ये तिची सकाळ झाल्यानंतर नीना आपल्या ऑफिसमध्ये कामाच्या जागी जाऊन बसते. ती ईमेल बॉक्स उघडते आणि एकापाठोपाठ एक मेसेजेस आलेले असतात, त्यातील अनेकांवरती अर्जंट लिहिलेले असते. पाठवणाऱ्यांची नावेसुद्धा असतात. आणि मग ती अचानक या सगळ्या कामांमध्ये अडकून जाते. तिच्या मनात केलेले नियोजन आता पार संपलेले असते आणि समोर आलेली कामे पूर्ण करण्यावाचून तिच्यापुढे गत्यंतर नसते. दिवस छोटा असून त्या मर्यादित वेळेत अनेक कामे हातावेगळी करावी लागणार आहेत हे तिच्या लक्षात येते. इतर सगळी कामे सोडून तिला या सकाळच्या वेळेवर लक्ष केंद्रित करायचे असते. नीना त्या ई-मेलला उत्तरे द्यायला बसते.

दुपारची जेवणाची वेळ पूर्ण होते तोपर्यंत नीनाने ती सगळी महत्त्वाची कामे हातावेगळी केलेली असतात. आता जी कामे तिने प्राधान्यक्रमाने ठरवलेली होती, ती तिला करायची असतात. पण आता मुख्यतः अडचण अशी असते की सकाळपासून सातत्याने केलेल्या कामांनी ती पूर्णपणे थकून गेलेली असते आणि आता तिला कामावर लक्ष केंद्रित करता येत नाही. तिचा मेंदू पुरता थकलेला असतो. त्यामुळे त्याच्याकडून आता नवे काही घडण्याची शक्यता नसते. हे केवळ आत्ताच नाही तर यापूर्वी अनेकदा घडलेले होते. आपल्या अपेक्षा कमी करून, आपले प्राधान्यक्रम मागे सारून, इतरांच्या प्राधान्यक्रमावरती तिला काम करावे लागत होते.

काम झाल्यानंतर नीनाकडे त्या प्रकल्पावर काम करण्याची शेवटची संधी असते.

या प्रकल्पात काम करताना आपल्या बुद्धिमत्तेला चालना मिळणार आहे याची तिला कल्पना असते. त्याचप्रमाणे यावर काम केल्याने आपली व्यावसायिक कारकीर्द एका वेगळ्या उंचीवर जाऊ शकेल हेही तिला माहीत असते. ती व्यायाम करते, रात्रीचे जेवण करते, मुलांना अधिकाधिक वेळ येते आणि रात्री जेव्हा झोपायला जाते, तेव्हा तिला असे वाटते की आता आपण स्वतःसाठी थोडा वेळ देऊ शकतो.

ती काम करण्यासाठी जेव्हा संगणकावर बसते तेव्हा पहिला प्रश्न तिच्या मनामध्ये येतो, गेल्या वेळेला मी काम नेमके कुठपर्यंत केलेले होते? मी त्याची फाईल कुठे ठेवली आहे? त्या संबंधातील साऱ्या नोट्स कुठे गेल्या?

आपल्या बाजूने सर्व तयारी करून जेव्हा ती प्रत्यक्ष कामाला सुरुवात करते, तेव्हा ती इतकी थकलेली असते की ती काहीही करू शकत नाही. हे असे एखाद्या दिवशी घडते असे नाही. तिच्या बाबतीत दररोज हेच असेच घडत असते. त्यामुळे ती आता मनाने खचून जाऊ लागली आहे. आता ती विचार करू लागली, प्रयत्न तरी कशाला करायचे? जी गोष्ट आपल्याला शक्यच नाही, त्यासाठी प्रयत्न तरी का करावेत? यात शक्ती खर्च करण्यापेक्षा नेटफ्लिक्सवर एखादी वेब सिरीज किंवा सोशल मीडियावरील रील पाहण्यात वेळ घालवला तर काय हरकत आहे? निश्चित दिशेने पुढे जाण्यासाठी वेळ आणि ऊर्जेचा अभाव असेल, तर ती गोष्ट सुरू करण्यात अर्थ तरी काय आहे, असे विचार तिच्या मनात सुरू झालेले असतात.

नीना एक सक्षम, जबाबदार, कष्टाळू अशी उत्तम व्यावसायिक आहे. तिने आज जे स्थान मिळवले आहे त्या जागी आपण पोहोचू शकलो तर आपण भाग्यवान असू असे मानणारेही अनेक जण आहेत. ती आज जे काम करत आहे किंवा जे जीवन जगत आहे, त्यात वाईट असे काहीच नाही; पण तरीही आतल्या आत काहीतरी गडबड आहे ती तिला अस्वस्थ करत असते. तिने स्वतःसाठी जे मापदंड निश्चित केलेले आहेत, त्यासाठी ती सक्षम असतानाही तिथपर्यंत ती पोहोचू शकत नाही याची खंत तिला वाटत असते. तिला स्वतःला आणि तिच्या कुटुंबाला जो आनंद द्यायचा आहे, त्यापासून ती सतत लांब चालली आहे. ते आनंदी क्षण साकार करण्यासाठीची वेळ आणि संधी आपल्याला केव्हा मिळेल, त्या दिवसाची ती आतुरतेने वाट पाहते आहे.

नीनाचा हा अनुभव ऐकताना त्यात आपल्याशीही संबंधित काही आहे असे तुम्हाला वाटतेय का? तिच्या आयुष्यातील ज्या गोष्टी सांगितल्या, त्यातली प्रत्येक गोष्ट खरी आहे. मला अनेक वर्षांपासून जे लोक वेगवेगळ्या समस्या सांगत आहेत

त्यातून मी ही गोष्ट बनवली आहे. कारण त्यांच्याही गोष्टींमध्ये मला एक विलक्षण असंतुष्टता आणि व्याकुळता जाणवते. वेळोवेळी आपल्यावर अन्याय होत असल्याची असल्याची जाणीव आणि कामाच्या ओझ्याखाली आपल्या मनातील स्वाभाविक कुतूहल आणि कल्पना अक्षरशः दाबल्या जात असतात.

आपल्या सभोवताली माहितीचे भांडार आहे आणि तरीही आपल्याला विवेकाची तहान लागलेली आहे, अशी भावना आपल्या सभोवतालच्या अनेक लोकांची असते. मनाचा विस्तार करण्याची क्षमता असणारे इतके विचार आजूबाजूला असतानादेखील आपले ध्यान वेधून घेण्याची गुणवत्ता वेगाने कमी होते आहे. आपल्या खांद्यावर असणाऱ्या जबाबदाऱ्या आणि आपल्याला मनापासून कराव्याशा वाटणाऱ्या गोष्टी यामध्ये अर्धांगवायू झालेल्या माणसासारखी आपली स्थिती आहे. कारण ना धड आपण आपल्या कामावरती लक्ष केंद्रित करू शकत आहोत, ना आपल्याला पूर्णपणे आराम मिळतो आहे.

आता याचीच दुसरी बाजू दाखवणारी आणखी एक कथा आहे. तुमच्या आयुष्यातली सोमवारची सकाळ वेगळ्या पद्धतीनेदेखील उगवू शकते. खऱ्या जीवनातून मिळालेल्या उदाहरणातून ही कथा साकारली आहे. आता या वेळी मात्र यातील लोकांनी सुरुवातीपासून सेकंड ब्रेनचा वापर केलेला आहे.

तुम्ही सोमवारच्या सकाळी उठता. तुमच्या नव्या दिवसाची आणि आठवड्याची सुरुवात करण्यासाठी तुम्ही निघता. तुम्ही उठून जेव्हा अंघोळ करता, कपडे बदलत असता, तेव्हा तुमच्या मनामध्ये विचार सुरू होतात. इतरांच्या मनामध्ये येतात तशा चिंता आणि जबाबदाऱ्यांचे ओझे तुमच्याही मनावर असतेच, परंतु आता तुमच्याकडे एक गुप्त हत्यार आहे.

तुम्ही अंघोळ करत असताना तुम्हाला अचानक जाणीव होते की, तुम्ही काम करत असताना ज्या प्रकल्पावर लक्ष केंद्रित केलेले होते, तो प्रकल्प वेगाने पुढे घेऊन जाण्यासाठी आणखी एक मार्ग असू शकतो. जेव्हा तुम्ही मॅटवर पाऊल ठेवता, तेव्हा तुम्ही आपल्या फोनवर तो विचार नोंदवून ठेवता. तुम्ही कुटुंबासमवेत नाश्ता करत असता, परंतु त्याचवेळी तुमचा मेंदू एका नव्या कार्यपद्धतीची आखणी करत असतो आणि त्याच्या निष्कर्षांचा विचार करत असतो. ते विचारसुद्धा तुम्ही नोंदवून ठेवता आणि त्याच दरम्यान तुम्हाला मुलांना खायला देऊन त्यांना शाळेतसुद्धा सोडायचे असते. जेव्हा तुम्ही कामावर जात असता, तेव्हा तुमच्या मनात येते की त्या ठिकाणी येऊ शकणाऱ्या आव्हानांचा तुम्ही विचार केलेला नाही. तुम्ही कार चालवत

असताना फोनवर एक ऑडिओ नोट टाकता आणि ती आपोआप लिखित स्वरूपात नोट्समध्ये जोडली गेलेली असते.

स्वाभाविकपणे सोमवारी सकाळी कार्यालयात खूप काम असते. ई-मेल, चॅटवर आलेले संदेश आणि येणारे दूरध्वनी यांचा जणू महापूर आलेला असतो. तुमच्या सहकाऱ्यांना तुम्ही जेव्हा तुमची नवी कल्पना सांगता, तेव्हा त्यावर प्रश्न उपस्थित करून ते अनेक मुद्दे उचलतात आणि आपल्या पद्धतीने त्यात योगदान देतात. या दरम्यान तुमच्यामध्ये झालेली चर्चा तुम्ही आपल्या सेकंड ब्रेनमध्ये समाविष्ट करण्यासाठी पूर्णतः तयार असता. कारण नवे पाऊल उचलण्यापूर्वी आपल्या सहकाऱ्यांकडून त्याचा विस्तृत प्रतिसाद घ्यावा, अशी तुमची अपेक्षा असते.

काम करत असताना लंच टाईम कधी होतो, हे लक्षातसुद्धा येत नाही. जेव्हा तुम्ही जेवण करत असता, तेव्हा तुमचे विचार मार्गदर्शक होतात. या प्रकल्पाचा अंतिम बिंदू काय आहे? ती गोष्ट आपण विसरत तर नाही ना? उत्पादनाच्या दीर्घकालीन दृष्टिकोनातून आपण आखत असलेली योजना सुसंगत आहे ना? भागधारक, ग्राहक, वितरक आणि पर्यावरणावर या नव्या पद्धतीचा काय प्रभाव पडेल? अशा सर्व बाजूंचा सांगोपांग विचार तुमच्या मनात सुरू होतो. जेवण करण्यासाठी तुमच्याकडे ३० मिनिटांचा कालावधी असतो. त्यामुळे या प्रश्नांवरती सखोल विचार करावा इतका वेळ हाताशी नसतो; परंतु त्याच्यावरती पुन्हा सविस्तर विचार करता यावा म्हणून तुम्ही या प्रश्नांची नोंद रिमाइंडरसारखी करून ठेवता.

इतरांसारखेच तुम्ही अनेक जणांचे फोन घेत असता, परंतु तरीदेखील ते जे करत असतात ते तुम्ही करत नसता. तुम्ही वेळ दवडण्याऐवजी मूल्यनिर्मिती करत असता. नव्या कार्यपद्धतीवर समीक्षा करण्यासाठी प्रत्यक्ष बैठकीची वेळ येईपर्यंत तुमच्याकडे त्या संदर्भातील ठोस मुद्दे तयार असतात. सोमवारची अत्यंत गडबडीची सकाळ असतानादेखील आतापर्यंत तुमच्याकडे विचार, कार्यनीती, उद्देश, आव्हाने, प्रश्न, योगदान आणि छोट्या मुद्द्यांच्या नोट्सच्या मदतीने अनेक नोंदी बनवलेल्या असतात.

मीटिंग सुरू होण्यापूर्वी दहा मिनिटे अगोदर तुम्ही सगळ्या नोट्स लावून घेता. त्यातील एक तृतीयांश मुद्दे प्राधान्यक्रमाने घ्यावेत असे नसतात. अशा मुद्द्यांना तुम्ही एका बाजूला ठेवून देता. उर्वरित मुद्द्यांमधील निम्म्याच गोष्टी अशा असतात की ज्या मीटिंगच्या अजेंड्याचा भाग होऊ शकतात. उरलेल्या नोट्स या सगळ्याच्या अधेमधेच कुठेतरी असतात, त्यामुळे त्याची एक स्वतंत्र सूची करून तुम्ही ते बाजूला

ठेवता. जेणेकरून जेव्हा आवश्यकता असेल तेव्हा त्याचा संदर्भ आपल्याला मिळू शकेल.

मीटिंग सुरू झाल्यानंतर सगळेजण मिळून चर्चा करू लागतात, परंतु तुमची पूर्वतयारी पक्की असते. कारण मोठ्या समस्येवरती तुम्ही वेगळ्या दृष्टिकोनातून विचार केलेला असतो. त्याची उत्तरे शोधलेली असतात आणि एका व्यापक दृष्टीने तुम्ही या विषयाकडे पाहायला सुरुवात केलेली असते. तुमच्या सहकाऱ्यांकडून तुम्ही प्रतिक्रिया घेतलेल्या असल्याने तुम्ही त्याचाही समावेश अनुमोदनामध्ये केलेला असतो. स्वतःचे मुद्दे मांडत असताना आपल्या टीमचा त्याकडे पाहण्याचा दृष्टिकोन काय आहे हेदेखील तुम्ही विचारात घेत असता. मीटिंग सुरू असताना संपूर्ण जागरूकतेने तिथे सहभागी होण्याचा तुमचा प्रयत्न असतो. सुरू असलेली चर्चा कोणत्यातरी ठोस निष्कर्षापर्यंत जावी असा तुमचा प्रयत्न असतो. या चर्चेतून तुम्हाला विभिन्न व्यक्तींच्या दृष्टिकोनाचाही लाभ मिळत असतो. सर्वांनी केलेले चिंतन, नवे विचार आणि आपल्या सहकाऱ्यांच्या अनपेक्षित शक्यता या सगळ्याची नोंद आपल्या सेकंड ब्रेनमध्ये झालेली असते.

जेव्हा आपण या माहितीचे सुनियोजित व्यवस्थापन करून अनेक दिवस, आठवडे आणि महिने सातत्याने काम करता, तेव्हा तुमचा मेंदू काम करण्याची पद्धत बदलू लागतो. आपण विचार करत असताना वारंवार मनात निर्माण होणाऱ्या ठोकताळ्यांचा तुम्ही बारकाईने विचार करू शकता. तुम्ही काम का करत आहात, तुम्हाला नेमके काय हवे आहे आणि खरोखरच तुमच्यासाठी कोणती गोष्ट अधिक महत्त्वाची आहे, याचा सुस्पष्ट विचार मनामध्ये सुरू होतो. आपला सेकंड ब्रेन एखाद्या आरशाप्रमाणे काम करतो. तुम्हाला तुमच्याविषयी शिकवतो, तुमच्याविषयी सांगतो आणि ज्या विचारांवर तुम्ही सातत्याने काम करू शकता, असे विचारही प्रदान करतो. या तंत्रासमवेत तुमचे मन एकरूप होऊ लागते. या तंत्राचा अवलंब केल्याने पूर्वी तुम्ही कधीही लक्षात ठेवू शकत नव्हतात इतक्या गोष्टी आता सहजतेने तुमच्या स्मरणात राहू लागतात.

हे सगळे खरे तर तुमच्या मेंदूमध्ये नसतेच. तुमच्यामध्ये होणारे बदल लोक पाहत असतात, तुमच्यातील बदल लोकांच्या लक्षात येत असतात. एका क्षणात अनेक प्रकारची माहिती देण्याची क्षमता तुमच्याकडे आहे हे त्यांच्या लक्षात आलेले असते. तुमच्यातील या अद्भुत क्षमतेची नोंद घेऊन ते त्याविषयी तुम्हाला सांगतातही, परंतु काही गोष्टी आठवण्यासाठी तुम्ही प्रयत्नसुद्धा करत नाही याची त्यांना कल्पना

नसते. वेळेनुसार स्वतःला तुम्ही बदलले आणि विचारक्षमतेचा विकास केला हे अद्भुत समर्पण असून त्यासाठी ते तुम्हाला दादही देतात. वस्तुतः तुम्ही प्रेरणेचे बीज पेरत असता आणि त्याला येणारी फळे तोडून तुम्ही त्याचा आस्वाद घेत असता.

तुमच्याकडे मूर्त स्वरूपात असणारी माहिती जेव्हा तुम्ही सुनियोजित रीतीने साठवलेली पाहता, तेव्हा तुमच्या लक्षात येते की ज्याच्या बळावर आपल्याला आपले भविष्य बनवायचे होते ते सारे आपल्याकडे अगोदरपासूनच होते. त्यामुळे आपण पूर्णतः तयार होण्यासाठी प्रतीक्षा करण्याची आता आवश्यकता नाही. त्याचप्रमाणे अधिक माहितीचा शोध घेण्याचीसुद्धा आवश्यकता नाही. तुम्हाला फक्त तुमच्याकडे असणाऱ्या माहितीच्या माध्यमातून योग्य पावले उचलायची आहेत.

आता तुमचा मेंदू कोणत्याही कारणामुळे तुमच्यासाठी अडथळा बनत नाही आणि कोणतेही आव्हान किंवा सोपवलेली जबाबदारी तुम्ही उत्कृष्टपणे आणि सहजतेने पार पाडू शकता. तुमच्या विचारांची गुणवत्ता इतकी वाढलेली असते आणि त्यातून तुम्हाला इतका आत्मविश्वास मिळालेला असतो, की त्या माध्यमातून तुम्ही सखोल प्रश्न उपस्थित करू शकता आणि मोठ्या आव्हानांना सामोरे जाण्यासाठी आवश्यक असणारे धाडस एकवटू शकता. तुम्हाला कधीही अपयशाचा सामना करावा लागू शकत नाही, कारण चांगली माहिती हेच अपयशाला मात देण्याचे मुख्य साधन आहे. तुमच्या प्रवासामध्ये इंधनासारखे ते तुम्हाला साथ देते. आपल्या सेकंड ब्रेनची निर्मिती करून आपण त्याची ताकद आजमावू शकतो.

थिंकिंग टूल म्हणून तंत्राचा उपयोग

विसाव्या शतकाच्या दरम्यान, मानवतेच्या हितासाठी तंत्रज्ञान किती उपयुक्त ठरू शकते, याविषयी अनेक विद्वानांनी आणि संशोधकांनी एक नवी दृष्टी दिली. त्यांनी एक विशाल मन बनवण्याचे स्वप्न पाहिले. मानवी बुद्धीचा कैक पटीने विकास करून समाजातील अनेक मोठ्या समस्यांची सोडवणूक त्या माध्यमातून होऊ शकते, असा या संशोधकांना विश्वास होता.[6] भविष्यातील एक आशेचा किरण म्हणून तंत्रज्ञानातील चमत्कारांकडे पाहिले जात होते. ज्ञान प्रदान करणाऱ्या असंख्य पुस्तकांवरील धूळ काढून सर्वांपर्यंत सहजतेने पोहोचणारे आणि सर्वांना उपयुक्त ठरू

---

6 आपल्या मेंदूच्या पलीकडे जाऊन केलेले विचार किती सामर्थ्यशाली आणि व्यावहारिक असू शकतात हे अलीकडच्या काळामध्ये विस्तृत, सहज ज्ञानाच्या क्षेत्रात झालेल्या संशोधनातून सिद्ध झालेले आहे. हे पुस्तक एखाद्या विज्ञानावर आधारित नाही, मात्र ते आपल्याला विस्तृत सहज ज्ञानाची ओळख करून देणारे आहे. त्यासाठी मी तुम्हाला एनी मर्फी पॉल यांचे 'द एक्सटेंडेड माईंड' हे पुस्तक मी तुम्हाला सुचवेन.

शकणारे हे नवे माध्यम विकसित करण्याचा हा प्रयत्न होता.[7]

त्यांचे प्रयत्न व्यर्थ गेले नाहीत. त्यांच्या या विचारांनी तंत्रज्ञानाला अधिक प्रेरणा मिळाली. त्याच विकसित तंत्रज्ञानाचा आपण आजकाल उपयोग करतो, परंतु त्यातील विरोधाभास हा आहे की माहितीच्या युगातील सर्व तंत्रज्ञानाधारित संशोधन आपल्यासमोर असतानाही त्याच्या मूळ स्वरूपापासून आपण दूर आहोत. आपण दिवसातील बहुतांश वेळ समाजमाध्यमांवरील अपडेट पाहण्यामध्ये घालवत असतो. आपण जे पाहतो ते आपण पुढच्या काही कालावधीतच विसरून जाणार असतो. नंतर वाचूया किंवा नंतर पाहूया म्हणून आपण अनेकदा बुकमार्क करतो, परंतु ते पाहण्यासाठी आपल्याला वेळच मिळत नाही. ज्या गोष्टी किंवा जी कागदपत्रे आपल्याला एकदाच उपयोगी पडलेली असतात, ती कुठल्यातरी ईमेलवर अथवा कुठल्यातरी फाईलमध्ये हरवून जातात. महत्त्वाची छायाचित्रे, केलेले नियोजन आणि महत्त्वाचे शोध हे सारे अत्यंत महत्त्वाचे बौद्धिक आउटपुट आपण अनेकदा हार्ड ड्राईव्हमध्ये ठेवतो किंवा ते क्लाऊडमध्ये कुठेतरी हरवून जातात.

मी असे मानतो की आजच्या युगातील तंत्रज्ञान हे सर्व अर्थाने उन्नत आणि उपयोगाच्या दृष्टीने महत्त्वपूर्ण बनलेले आहे. आपल्या जैविक मेंदूला त्याची साथ मिळाली तर अनेक चांगल्या गोष्टी होऊ शकतात. पूर्वीच्या तुलनेत आता संगणकसुद्धा लहान, अधिक शक्तिशाली आणि हाताळण्यास सोपे झालेले आहेत. आपल्या विचारप्रक्रियेचा ते एक भाग बनत चालले आहेत.

त्यामुळे आता वेळ येऊन ठेपली आहे की तंत्रज्ञानाचे संशोधन करणाऱ्यांनी जे स्वप्न पाहिले आहे, ते स्वप्न आता साकार व्हावे. प्रत्येकाकडे एक विशाल मेंदू किंवा विस्तृत मन असावे; ज्या माध्यमातून आपण अनेक गोष्टी लक्षात ठेवू शकू. त्यातून उत्पादकताही वाढेल आणि अंतिमतः आपले जीवन सार्थक होऊ शकेल.

---

[7] बेनेवर बुश यांनी 'स्कॉलर्स वर्क स्टेशन'चे लेखन केले आणि त्याला त्यांनी 'मेमेक्स' असे नाव दिले. हे एक असे साधन होते ज्यामध्ये तुम्ही तुमची अनेक पुस्तके, रेकॉर्ड्स आणि संपर्क-संवाद ठेवू शकत होता. अतिशय वेगाने त्यावर काम करून मला हवी ती माहिती चटकन उपलब्ध व्हावी या दृष्टीने त्याची रचना करण्यात आली होती. गोष्टी आपल्या स्मरणात राहण्यासाठी एक पूरक साधन म्हणून त्याचा प्रभावी वापर केला जात होता.

प्रकरण **3**

सेकंड ब्रेन कसे काम करते?

स्मरणशक्तीमध्ये एखाद्या व्यक्तीची पराकोटीची स्वतंत्रता दडलेली आहे. मी मुक्त आहे, कारण माझी स्मरणशक्ती उत्तम आहे.

- अभिनवगुप्त, दहाव्या दशकातील विचारवंत आणि रहस्यवादी.

आपला सेकंड ब्रेन म्हणजे जगातील सर्वोत्तम असा व्यक्तिगत साहाय्यक आहे. तो अत्यंत विश्वासार्ह आणि कायमस्वरूपी आपल्यासमवेत राहणार आहे. तो कायम तत्पर असतो आणि तुमच्यासाठी महत्त्वपूर्ण असणारी कोणतीही माहिती ग्रहण करण्याच्या तयारीत असतो. तो आदेशांचे पालन करतो. उपयुक्त सूचना देतो आणि काय महत्त्वाचे आहे, याची तुम्हाला आठवण करून देतो.

अशा व्यक्तिगत साहाय्यकाच्या माध्यमातून केल्या जाणाऱ्या कामांची यादी कशी असेल? तुम्ही जे सादर करणार आहात, त्यांचा दर्जा उत्तम राहावा यासाठी तुम्ही आपल्या व्यक्तिगत साहाय्यकाला जबाबदार ठरवता, अगदी तीच गोष्ट सेकंड ब्रेनच्या बाबतीत तंतोतंत खरी आहे. सेकंड ब्रेन आपल्यासाठी काय करणार आहे, हे आपल्याला नेमकेपणाने माहीत असायला हवे. सेकंड ब्रेन आपल्या जवळ ठेवायचे की नाही, याचा निर्णय आपण घेऊ शकतो.

या प्रकरणात आपण पाहणार आहोत की सेकंड ब्रेनच्या प्रमुख चार क्षमता आपल्यासाठी कसे काम करू शकतात.

१. तत्काळ आणि योग्य वेळी उपयोग.

२. हे एक पायाभूत साधन असून सुरुवात करताना त्याची आवश्यकता पडते.

३. तुमच्यासाठी महत्त्वपूर्ण कार्य करण्यासाठी सेकंड ब्रेन कसा उन्नत होईल?

४. कोड मेथडच्या चार पायऱ्यांचा परिचय.

सेकंड ब्रेनची उच्च शक्ती

सेकंड ब्रेन पूर्ण करू शकेल अशा चार अनिवार्य क्षमता त्यात आहेत. त्यामुळे आपण त्याच्यावरती विश्वास ठेवू शकतो.

१. आपल्या विचारांना ठाम स्वरूप देणे.

२. विचारांमध्ये असणारे नवे संबंध प्रकट करणे.

३. बदलत्या वेळेनुसार आपल्या विचारांचा विकास करणे.

४. आपल्या अद्वितीय दृष्टिकोनाचा आणखी विकास करणे.

चला हा प्रत्येक मुद्दा तपासून पाहू :

सेकंड ब्रेन सुपर पॉवर – 1
आपल्या विचारांना ठाम स्वरूप देणे

आपल्या विचारांच्या माध्यमातून काही कृती करण्यापूर्वी त्यांना आपल्या मनातून बाहेर काढून ठाम स्वरूप देणे गरजेचे असते. जेव्हा गुंतागुंतीच्या विचारांपासून आपण आपल्याला मुक्त करू, तेव्हाच अधिक स्पष्ट रीतीने विचारांवर प्रभावशाली पद्धतीने काम करणे शक्य होऊ शकेल.

१९५३मध्ये अमेरिकी जैववैज्ञानिक जेम्स वॅटसन आणि भौतिकशास्त्राचे अभ्यासक फ्रान्सिस क्रिक यांनी एक सखोल संशोधन केले. डबल हेलिक्स हा डीएनए चा ढाचा होता. त्यांचे हे संशोधन अन्य संशोधकांच्या संशोधनावर आधारित होते. त्यामध्ये रोजालिंड फ्रँकलिन आणि मॉरिस विलकिन्स यांनी संशोधित केलेल्या एक्स–रे क्रिस्टलोग्राफीच्या प्रगतीचा समावेश होता, त्यामध्ये मॉलिक्युलर बायोलॉजी आणि जेनेटिक्स या क्षेत्रात एका नव्या सुवर्णयुगाचा प्रारंभ झाला.

वॉटसन आणि क्रिक यांच्या संशोधनाचे अनेकांनी अभिनंदन केले, परंतु या गोष्टीचा आणखी एक भाग आहे जो लोकांना फारसा माहिती नाही. या संबंधातील एक फिजिकल मॉडेल तयार करणे हे संशोधकांसाठी महत्त्वपूर्ण साधन होते. अमेरिकी बायोकेमिस्ट लिनस पॉलिंग याच्याकडून ही संकल्पना घेण्यात आली होती. डीएनए मेकअपचा भाग म्हणून मॉलिक्युलच्या आकारातील कापसाचे कट आउट बनवण्यात आले आणि एखाद्या कोड्याप्रमाणे त्यांना एकत्र लावण्यासाठी वेगळे प्रयोग करण्यात आले. आपल्या डेस्कटॉपवर आपल्या मॉडेलच्या जवळ फिरताना मॉलिक्युलच्या व्यवस्थेशी जुळलेले सर्व ज्ञान एकत्रित आणता येईल असा एक आकार शोधण्याचा

ते प्रयत्न करत होते. डबल हेलिक्स संरचना पाहून असे वाटत होते की त्या चौकटीत सर्वांना व्यवस्थित राहावेसे वाटत होते. अशा प्रकारे पूरक आधार पहिल्यांदाच मोजून घेण्यात आले आणि समायोजित असा ताळमेळ राखण्याचा प्रयत्न करण्यात आला.

यापूर्वीच्या शतकातील सर्वांत प्रसिद्ध वैज्ञानिक संशोधनामधील हा एक उल्लेखनीय असा पैलू होता. निर्णायक क्षणी गणित आणि अमूर्त चिंतन यांच्याशी सुपरिचित असणारे प्रशिक्षित वैज्ञानिक सर्वांत आधारभूत प्राचीन उपलब्ध माध्यमाकडे आकर्षित झाले .. अर्थात भौतिक वस्तू...

डिजिटल नोट्स भौतिक नसतात, परंतु त्या दिसू शकतात. अस्पष्ट धारणांना वास्तविक पदार्थांमध्ये बदलण्याची यांच्यात क्षमता असते. ज्यामुळे त्या पाहिल्या जाऊ शकतात, पुन्हा त्याचे व्यवस्थित संपादन करून त्याचा वापर केला जाऊ शकतो. त्या आभासी स्वरूपामध्ये उपस्थित असतात, परंतु आपण त्यांना पाहू शकतो आणि आपण त्याचा प्रत्यक्ष वापरही करू शकतो. संशोधक डेबोरा चेंबर्स आणि डॅनियल रिसबर्ग यांनी मानसिक चित्रणाच्या सीमेवरील आपल्या संशोधनामध्ये असे शोधून काढले की, बाहेरच्या जगाबरोबर आपला ताळमेळ बसावा म्हणून जी कौशल्ये आपण विकसित केली आहेत, ते या कौशल्यांच्या पलीकडे आहे. आंतरिक जगाच्या व्यवस्थेसाठी त्याचा वापर केला जातो.

सेकंड ब्रेन सुपर पॉवर – 2
विचारांमधील नव्या संबंधांना प्रकट करणे

आपल्या सर्वांत व्यावहारिक रूपामध्ये रचनात्मकतेचा अर्थ विचारांना एकमेकांशी जोडणे आहे. विशेषतः असे विचार, जे एकमेकांशी जुळलेले दिसत नाहीत. न्यूरो वैज्ञानिक नॅन्सी सी. एन्ड्रियसन यांनी आपल्या विस्तृत संशोधनामध्ये उत्कृष्ट वैज्ञानिक, गणितज्ञ, कलाकार आणि लेखकांना सहभागी करून घेतले. सर्जनशील लोक नातेसंबंध ओळखण्यात, परस्पर संबंध बनवण्यात, संपर्क प्रस्थापित करण्यात अधिक माहिर असतात, असे या संशोधनातून समोर आले. विविध प्रकारची सामग्री एकाच ठिकाणी ठेवून आपण संपर्क वाढवतो आणि असे केल्यामुळे काही असामान्य संबंधांवर लक्ष देण्याची आपली क्षमता वृद्धिंगत होते.

प्राचीन काळी एखाद्या दार्शनिक पुस्तकांमध्ये लिहिलेले एखादे वाक्य आजच्या काळातील चतुराईने भरलेल्या एखाद्या ट्विटसारखे असू शकते. एखाद्या मजेदार youtube व्हिडिओचे स्क्रीन शॉट एखाद्या दर्जेदार चित्रपटातील एखाद्या प्रसंगासारखे

असू शकतात. प्रकल्पाची तयारी करत असताना संग्रहित केलेला एखादा ऑडिओ मेमो, एखाद्या उपयुक्त वेबसाईट संकेतस्थळाची लिंक आणि नुकत्याच झालेल्या संशोधनावर आधारित एक पीडीएफ हे सारे प्रकार एकत्र येऊन असे रूप घेऊ शकतात, ज्याची कल्पना भौतिक जगात कुणीही केलेली नसेल.

जर तुम्ही कधी वर्ल्ड टाइम गेम स्क्रॅबल खेळला असाल, तर त्यात आपण अक्षरांना विभिन्न कॉम्बिनेशनमध्ये तोपर्यंत जुळवत राहतो, जोपर्यंत एखादा नवा शब्द तुमच्यासमोर येत नाही. नवे शब्द तयार करण्याचा हाच उत्तम मार्ग असतो. आपण आपल्या सेकंड ब्रेनमध्येसुद्धा अशाच पद्धतीने काही करू शकतो. जोपर्यंत एखादा अनपेक्षित विचार समोर येत नाही, तोपर्यंत आपल्या विचारांची मालिका एकमेकांशी जोडत राहतो. त्यामध्ये जोपर्यंत आपण विविध आणि असाधारण सामग्रीचा समावेश करत राहू, तितकी मूळ कनेक्शन समोर येत जातील.

सेकंड ब्रेन सुपर पॉवर – 3
वेळेनुसार आपल्या विचारांचा मिलाप घडवून आणणे

आपण जेव्हा एखादे काम सुरू करतो.. उदाहरणार्थ एखाद्या कार्यक्रमाची योजना तयार करणे, एखाद्या उत्पादनाचे डिझाईन तयार करणे, एखाद्या गोष्टीसाठी नव्याने पुढाकार घेणे, त्या वेळी आपण आपल्याकडे जे विचार असतात त्याच विचारांवर केवळ काम करत असतो. मी त्याला 'हेवी लिफ्ट' असे नाव देतो. कोणतीही मदत किंवा आधार न देता आपल्याला आपल्या मेंदूतून निष्कर्ष हवे असतात.

आपण जरी ब्रेनस्ट्रोम केले तरीदेखील आपण याच विचारांवर विश्वास ठेवतो, की यांचा आपण त्या वेळी विचार करू शकतो. त्या वेळी सर्जनशील किंवा नवे विचार आपल्या मेंदूतून पुढे येतील याची किती शक्यता वाटते? जो विचार अचानक समोर आलेला आहे, या विचाराची साथ घेऊन यशस्वी होण्याची शक्यता किती असू शकते?

या प्रवृत्तीला 'रिसेन्सी बायस' किंवा 'उपस्थित पूर्वग्रह' म्हटले जाऊ शकते. आपल्या मेंदूमध्ये तत्काळ येणाऱ्या विचारांचे, उपायांचे आणि प्रभावांचे ध्यान आपण करत असतो. ते सर्वोत्तम नसले तरीदेखील! आता तुम्ही विचार करा की, तुम्ही या वर्तमान क्षणाच्या मर्यादेतून स्वतःला मुक्त केले आणि तुम्हाला काही आठवडे, महिने किंवा वर्षभरातील संचित कल्पनांचा लाभ मिळू शकला असता, तर कदाचित विचारांची प्रक्रिया वेगळी असू शकली असती.

मी या गोष्टीला 'स्लो बर्न' असे नाव देतो. मंद आचेवर ज्याप्रमाणे जेवण शिजत असते, त्याचप्रमाणे चांगले विचारसुद्धा आपल्या मेंदूमध्ये शिजून वर येत असतात. विचारांच्या निरंतर संग्रहामुळे सर्जनशील असे विचार अतिशय शांततेने समोर येतात. या पद्धतीमुळे अचानक येणाऱ्या विचारांचा स्वीकार करून त्यावर घाईघाईने काम करण्याच्या प्रवृत्तीपासून आपण स्वतःचा बचाव करू शकतो. सेकंड ब्रेन असल्यास आपण अनेक विचारांना दीर्घकाळासाठी स्थायी (कायमसाठी) स्वरूपामध्ये साठवून ठेवू शकतो. अशा रीतीने बदलता काळ तुमच्यासाठी शत्रू न ठरता तो तुमचा मित्र बनतो.

सेकंड ब्रेन सुपर पॉवर – 4
आपली अद्वितीय अशी दृष्टी आणखी विकसित करणे

आतापर्यंत आपण दुसऱ्यांचे विचार एकत्रित करण्याविषयी बोलत आलो, परंतु तुम्ही ज्या विषयावर चिंतन केले आहे त्याला अधिक प्रखर करणे हा सेकंड ब्रेनचा उद्देश आहे.

प्रीस्टन युनिव्हर्सिटीमध्ये अलीकडेच झालेल्या एका संशोधनातून समोर आले आहे की, एक असे काम आहे जे येणाऱ्या काळामध्ये कदाचित यंत्रांच्या माध्यमातून केले जाऊ शकणार नाही. विशेष म्हणजे हे काही असे काम नव्हते की ज्यासाठी खास कौशल्य किंवा अनेक वर्षांच्या प्रशिक्षणाची गरज होती. केवळ माहिती देणे नव्हे तर त्याचे विश्लेषण करण्याची पात्रता असणे हे प्रमुख काम होते.

दुसऱ्या शब्दात सांगायचे झाले तर, एखाद्या विशिष्ट दृष्टिकोनाला नकार देण्याचा किंवा त्याचे समर्थन करण्याचा विचार जी माणसे करतात, अशा लोकांशी ही कामे जोडलेली असतात. याविषयी विचार करायचा झाला तर, समाजावर आपला प्रभाव कसा निर्माण केला याविषयी एखादा फंड रेझर संघटक सांगत असेल, किंवा एखादा प्रकल्प व्यवस्थापक जो एखादा निर्णय योग्य ठरवण्यासाठी काही महत्त्वाची उदाहरणं सांगतो. आपल्या करिअरचा आणि व्यवसायाचा भविष्यकाळ, पूर्वीपेक्षा अधिक प्रमाणात, एखाद्या विशिष्ट दृष्टिकोनाला पुढे नेण्याची आणि इतरांनाही तो स्वीकारण्यास प्रवृत्त करण्याची भूमिका आपल्या क्षमतेवर अवलंबून असते.

एखादा विशिष्ट दृष्टिकोन मांडणे म्हणजे केवळ आकर्षक व्यक्तिमत्त्व किंवा मोहक बोलणे एवढ्यावर मर्यादित नसते. त्यामागे ठोस आधारभूत माहिती आणि समर्थन आवश्यक असते.

अमेरिकन पत्रकार, लेखक आणि चित्रपटनिर्माते सेबॅस्टियन जुंगर यांनी 'लेखकाच्या अडचणी' (writer's block) या विषयावर एकदा लिहिले होते, मी लिहू शकत नाही ही समस्या नाही, तर अडचण ही आहे की त्या विषयावर ताकदीने आणि जाणीवपूर्वक लिहिण्यासाठी माझ्याकडे पुरेशी माहिती नाही. मला योग्य शब्द सापडत नाहीत असं नाही, तर माझ्याकडे 'सामग्री' अर्थात पुरेसा शस्त्रसाठा नाही.

जेव्हा तुम्ही एखाद्या सर्जनशील कामात अडकता, थांबता, तेव्हा तुमचे काही बिनसलेले नसते, तुमचे कौशल्यही संपलेले नसते किंवा सर्जनशीलतेचा झरा आटलेला नसतो. त्याचा खरा अर्थ असतो की, तुमच्याकडे पुरेसा मूळ कच्चा मजकूर उपलब्ध नसतो. आपल्या प्रेरणेचा स्रोत कोरडा पडला आहे असं जर तुम्हाला वाटत असेल, तर तुमच्याकडे उदाहरणे, रूपके, कथा, आकडेवारी, आकृत्या, उपमा, फोटो, विचारनकाशे, संवादाचे टिपण, प्रेरणादायक उद्धरणे अशा गोष्टींचा साठा कमी असतो, हेच त्यामागचे खरे कारण असते. तुमचा दृष्टिकोन प्रभावीपणे मांडण्यासाठी किंवा तुम्ही ज्यावर विश्वास ठेवता त्या एखाद्या उद्दिष्टासाठी लढण्यासाठी या सगळ्या गोष्टी तुमच्या मदतीला येत असतात.

नोट्स घेण्याचे ॲप निवडणे :
हाच असतो, तुमच्या 'सेकंड ब्रेन'चा मेंदू

आपल्यापर्यंत येणाऱ्या माहितीच्या प्रमाणात ज्या तंत्रज्ञानामुळे प्रचंड वाढ झाली आहे, त्याच तंत्रज्ञानाने ती माहिती नीट व्यवस्थापित करण्याची साधनेही आपल्याला दिली आहेत.

तुमचा 'सेकंड ब्रेन' हा तुमच्याकडील माहितीशी संवाद साधण्यासाठी वापरल्या जाणाऱ्या सर्व साधनांचा एकत्रित संग्रह असतो. त्यात टू-डू लिस्ट, कॅलेंडर, ईमेल, वाचनासाठी वापरली जाणारी ॲप्स इत्यादी सर्वांचा समावेश असतो, पण या सगळ्यांमध्ये एक असे सॉफ्टवेअर आहे, ज्याची मी तुमच्या 'सेकंड ब्रेन'च्या मध्यवर्ती भागासाठी (core) खास शिफारस करेन आणि ते म्हणजे डिजिटल नोट्स घेण्याचे ॲप.[1] CODE पद्धतीचा अवलंब करणारे अनेक लोक अजूनही कागदावरच

---

[1] कोड पद्धत वापरणारे लोक कागदाचाही वापर करत राहिले. अनेकांना असे आढळले की जेव्हा ते आपल्या नोंदी डिजिटल करून सुरक्षित ठिकाणी साठवून ठेवतात, तेव्हा त्यांना त्या कागदावर उतरवणे अधिक सोपे जाते आणि ते अधिक नोंदी करू शकतात. आपल्याला आपल्या कामासाठी योग्य साधनाची निवड करावी लागेल. हे पुस्तक पूर्णपणे डिजिटल नोट्सच्या शक्यतांवर केंद्रित आहे.

नोट्स घेतात. काही जण तर म्हणतात की, त्यांच्याकडे त्या नोट्स डिजिटल स्वरूपात सुरक्षितपणे जतन करण्याची सोय असते, पण तेव्हा ते पूर्वीपेक्षा अधिक नोट्स कागदावर लिहू लागतात. हा विषय केवळ 'डिजिटल की पेपर?' अशा द्वंद्वात पडण्याचा नाही. महत्त्वाचे आहे ते कामासाठी योग्य साधन निवडणे. या पुस्तकात डिजिटल नोट्स घेण्याच्या शक्यतांवर अधिक भर दिला आहे.

आज आपल्याकडे असे असंख्य पर्याय उपलब्ध आहेत. अगदी तुमच्या स्मार्टफोनमध्ये आधीपासूनच असलेले मोफत नोट्स ॲपपासून ते अशा थर्ड पार्टी सॉफ्टवेअरपर्यंत. तुमच्या गरजेनुसार खास वैशिष्ट्यांसह ते तुम्ही डाउनलोड करू शकता. Microsoft OneNote, Google Keep, Apple Notes, Notion, Evernote या सर्व डिजिटल नोट्स ॲप्समध्ये एक समान गोष्ट आहे, ती म्हणजे त्यात चार शक्तिशाली वैशिष्ट्ये आहेत, जी 'सेकंड ब्रेन' तयार करण्यासाठी अत्यंत उपयुक्त आहेत. ती चार वैशिष्ट्ये म्हणजे,

- **मल्टीमीडिया :** जसं एखाद्या कागदी वहीमध्ये तुम्ही चित्रे, रेखाचित्रे, कोट्स, कल्पना, कधी एखादा फोटो किंवा पोस्ट चिकटवू शकता, तसेच नोट्स ॲप्समध्येही तुम्ही टेक्स्ट, फोटो, ऑडिओ, व्हिडीओ, लिंक्स अशी वेगवेगळ्या प्रकारची सर्व माहिती एकाच ठिकाणी साठवू शकता. यामुळे 'अमुक गोष्ट कुठे ठेवू?' असा प्रश्न पुन्हा पुन्हा पडतच नाही.

- **अनौपचारिक** (Informal) **:** नोट्स नेहमीच थोड्या विस्कळित, अस्ताव्यस्त असतात. त्यामुळे त्यामध्ये परिपूर्ण भाषाशैली, शुद्धलेखन किंवा टापटीप सादरीकरणाची गरज नसते. तुमच्या डोक्यात एखादा विचार आला की लगेच तो सहजपणे आणि अडथळ्याविना लिहून ठेवता येणे हे खूप महत्त्वाचे असते. कारण हेच सुरुवातीचे, अपुरे वाटणारे विचार पुढे जाऊन मोठ्या कल्पनांचे रूप घेऊ शकतात.

- **उघड स्वरूप** (Open-ended)**:** नोट्स घेणे ही एक सातत्याने करावयाची प्रक्रिया आहे. हा प्रवास कधी संपत नाही आणि त्याचा शेवटी नेमका कोणत्या दिशेने प्रवास होईल, हेही आधीपासून ठरलेले नसते. स्लाईड डेक्स, स्प्रेडशीट्स, ग्राफिक्स किंवा व्हिडीओजसारखी काही सॉफ्टवेअर विशिष्ट प्रकारचे आउटपुट देण्यासाठीच तयार केलेली असतात, पण मुक्त स्वरूपात विचार मांडण्यासाठी आणि उद्दिष्ट ठरलेले नसतानाही संकल्पना शोधून काढण्यासाठी नोट्स मात्र अत्यंत उपयुक्त असतात.

- **क्रियाभिमुख** (Action-oriented) : लायब्ररी किंवा संशोधन डेटाबेसप्रमाणे वैयक्तिक नोट्स परिपूर्ण किंवा अत्यंत अचूक असण्याची गरज नसते. तुमच्या मनात अचानक उमटलेल्या विचारांना ताबडतोब पकडून ठेवणं हे नोट्सचे प्रमुख उद्दिष्ट असते. असे झाल्याने तुम्ही त्या क्षणी करत असलेल्या मुख्य कामावर लक्ष केंद्रित करणे सोपे होते.

वरील सर्व चार वैशिष्ट्ये कागदी नोट्समध्येही असतात, पण जेव्हा आपण हे सर्व डिजिटल स्वरूपात करतो, तेव्हा तंत्रज्ञानाच्या अफाट क्षमतेमुळे या पारंपरिक लाभांना एक वेगळेच स्वरूप प्राप्त होते. सर्च करता येणे, शेअर करणे, बॅकअप घेणे, संपादन करणे, एकमेकांशी लिंक करणे, विविध डिव्हाइसेसमध्ये सिंक करणे आणि बरेच काही लाभ डिजिटल स्वरूपात मिळतात. थोडक्यात काय तर, डिजिटल नोट्स म्हणजे जणू रोजच्या वहीतील आपल्या सहज नोंदी आणि आधुनिक सॉफ्टवेअरची वैज्ञानिक ताकद यांचे परिपूर्ण मिश्रण होय.

नोट्स काढण्यासाठी कोणती ॲप्स आणि साधने वापरायची, हा पूर्णपणे वैयक्तिक निर्णय असतो. तुम्ही वापरत असलेल्या मोबाइल डिव्हाइसवर, तुमच्या नोकरी किंवा व्यावसायिक गरजांवर आणि तुमच्या व्यक्तिमत्त्व व आवडीनिवडींवर अवलंबून असतो. सॉफ्टवेअरचे जग सतत बदलत असते. नवनवीन ॲप्स सातत्याने बाजारात येत असतात आणि जुनी ॲप्सदेखील नवनवीन वैशिष्ट्यांसह अपडेट होत असतात. तुमच्यासाठी योग्य नोट्स ॲप आणि इतर सेकंड ब्रेन टूल्स निवडण्यासाठी एक मोफत आणि सतत अपडेट होणारी मार्गदर्शिका Buildingasecondbrain.com/resources या संकेतस्थळावर उपलब्ध आहे.

तुम्ही माहिती व्यवस्थापित करण्यासाठी आणि तुमचे काम करण्यासाठी वर्ड प्रोसेसर्स, मेसेजिंग प्लॅटफॉर्म्स किंवा तुमच्या संस्थेमध्ये वापरली जाणारी प्रोजेक्ट मॅनेजमेंट टूल्स अशी अनेक प्रकारची सॉफ्टवेअर्स नेहमीच वापरत असलात तरी तुमच्या वैयक्तिक ज्ञानाचे व्यवस्थापन करण्यासाठी तुमचे नोट्स ॲप हे (Personal Knowledge Management) एकमेव प्रभावी साधन ठरते. आपले काम अधिक सोपे आणि परिणामकारक बनवण्यासाठी हे तयार केले गेलेले असते.

या सगळ्याची सुरुवात करताना तुमच्याकडे आधीपासून असलेली ॲप्स पाहावीत आणि जी तुम्ही पूर्वीपासून वापरत होतात, त्यांचाच विचार करावा. त्यासाठी तुम्ही अगदी सोप्या ॲपपासून लगेच सुरुवात करू शकता आणि नंतर जशा गरजा

वाढत जातील, त्याप्रमाणे हळूहळू अधिक प्रगत पर्यायांकडे वळू शकता.[2]

सर्वांत महत्त्वाचे म्हणजे, परिपूर्णतेच्या जाळ्यात अडकू नका. नोट लिहिण्यास सुरुवात करण्यापूर्वी अगदी परफेक्ट ॲप आणि मला हवी तशीच फीचर्स असलेले टूलच लागेल असा हट्ट ठेवू नका. वास्तविक म्हणजे, परिपूर्ण साधनेच असावीत यापेक्षा, ज्यावर आपण अवलंबून राहू शकू अशी विश्वासार्ह साधने असणे अधिक गरजेचे आहे.

आठवण, जोडणी, निर्मिती :
वैयक्तिक ज्ञान व्यवस्थापनाची तीन टप्प्यांची वाटचाल

जेव्हा लोक आपल्या सेकंड ब्रेनच्या प्रवासाला सुरुवात करतात, तेव्हा मी अनेक वेळा त्यांच्या प्रगतीत तीन टप्पे पाहतो आणि त्यांना याच दिशेने जाण्यासाठी प्रोत्साहनही देतो. हे तीन टप्पे म्हणजे : १. आठवण ठेवणे (Remembering) २. जोडणी करणे (Connecting) ३. निर्मिती करणे (Creating). हेच तीन टप्पे आपल्या वैयक्तिक ज्ञान व्यवस्थापनाचा पाया बनतात.

त्या टप्प्यांमध्ये 'लक्षात ठेवणे', 'जोडणी करणे' आणि 'सर्जनशीलता' हे तीन मुख्य टप्पे आहेत. आपल्या मनाची क्षमता वाढवण्यासाठी आणि ती विस्तारित करण्यासाठी डिजिटल साधनांचा प्रभावी वापर करणे शिकल्यामुळे खरे मूल्य प्राप्त होण्यासाठी काहीसा वेळ लागतो. मात्र, या प्रवासातील प्रत्येक टप्प्यावर ठळक लाभ मिळत जातात. 'सेकंड ब्रेन' वापरण्याचा पहिला मार्ग म्हणून लोक त्याचा उपयोग गोष्टी लक्षात ठेवण्यासाठी प्रामुख्याने करतात. जे तथ्य किंवा कल्पना नंतर लक्षात ठेवणे कठीण जाईल अशा गोष्टी ते डिजिटल नोट्समध्ये साठवून ठेवतात. उदाहरणादाखल सांगायचे झाले तर, बैठकीत घेतलेल्या नोंदी, मुलाखतीतील उद्धरणे, किंवा एखाद्या प्रकल्पाचे तपशील.

कॅनडाच्या क्यूबेकमधील एका स्टार्टअपची सहसंस्थापक आणि प्रमुख डिझायनर म्हणून कॅमिल काम करते. मोठ्या निवासी इमारतींसाठी इलेक्ट्रिक वाहन चार्जिंग स्टेशन डिझाइन करण्याच्या कामात ती कार्यरत आहे. त्यासाठी अनेक

---

2 बहुतेक नोट्स ॲप्समध्ये आपल्या नोट्स एक्सपोर्ट (निर्यात) करण्यासाठी स्टँडर्ड (प्रमाणित) फॉरमॅट्सचा पर्याय उपलब्ध असतो, जे नंतर इतर ॲप्समध्ये इम्पोर्ट (आयात) करता येतात. मी स्वतः वैयक्तिकरीत्या दोनदा प्लॅटफॉर्म बदलले आहेत (मायक्रोसॉफ्ट वर्डवरून गूगल डॉक्सवर आणि नंतर एव्हरनोटवर) आणि तंत्रज्ञान जसजसे पुढे जाते, तसतसे भविष्यात नियमितपणे नवीन प्लॅटफॉर्म्सवर स्विच करत राहणे अगदी स्वाभाविक आहे.

संशोधन अहवाल आणि प्रबंध तिला वाचावे लागतात. त्यातून निवडक व महत्त्वाची माहिती ती आपल्या 'सेकंड ब्रेन'मध्ये साठवून ठेवते. हे बहुतेक अहवाल पीडीएफ फॉरमॅटमध्ये असतात. ते वापरायला तुलनेने कठीण असतात आणि सुलभ नसतात. पण ती त्या अहवालामधून आवश्यक निष्कर्ष आपल्या नोट्समध्ये घेते. त्यावर मग हवी तशी टिपणं व टिप्पणी करू शकते.

'सेकंड ब्रेन'चा वापर करण्याचा दुसरा मार्ग म्हणजे कल्पनांना एकमेकांशी जोडणे. या टप्प्यावर सेकंड ब्रेन हे केवळ लक्षात ठेवण्याचे उपयुक्त साधन न राहता, एक विचार करणारे साधन बनते. उदाहरणार्थ, एखाद्या मार्गदर्शकाने दिलेला सल्ला पूर्वी संग्रहित करून ठेवलेला असतो. दुसऱ्या टीममध्ये असताना तशीच परिस्थिती जेव्हा उद्भवते, तेव्हा तोच सल्ला उपयुक्त ठरतो. एखाद्या पुस्तकातील प्रभावी रूपक एखाद्या नव्या सादरीकरणात वापरता येऊ शकते. पूर्वी टिपून, नोंदवून ठेवलेल्या कल्पना एकमेकांकडे आकर्षित होऊ लागतात आणि त्यातून काही चांगले साकारले जाऊ लागते.

फर्नांडो हे एका जागतिक कीर्तीच्या रुग्णालयातील कर्करोगतज्ज्ञ आहेत. रुग्णांविषयीच्या नोंदी नीट सुनियोजित पद्धतीने ठेवण्यासाठी ते आपल्या 'सेकंड ब्रेन'चा उपयोग करतात. प्रत्येक रुग्णाच्या आरोग्यविषयक इतिहासाचे ते संक्षेपाने टिपण करून ठेवतात. विशेषतः त्या स्थितीचा कालावधी, देण्यात आलेले उपचार आणि त्यांच्या ट्युमरची महत्त्वाची लक्षणे यांवर लक्ष केंद्रित करून फर्नांडो आपल्या प्रशिक्षण व संशोधनातून मिळालेल्या ज्ञानाचा उपयोग करण्यासाठी 'सेकंड ब्रेन'चा वापर करतात. उपचार अधिक प्रभावीपणे देण्याच्या शक्यता त्यामुळे वाढतात.

लोक त्यांच्या 'सेकंड ब्रेन'चा तिसरा आणि अंतिम उपयोग प्रामुख्याने नवीन गोष्टी निर्माण करण्यासाठी, सर्जनशीलतेने नवे काही साकारण्यासाठी करतात. एखाद्या विषयावर आपल्याकडे भरपूर ज्ञान आहे, हे लक्षात आल्यानंतर ते त्या ज्ञानाचे रूपांतर एखाद्या ठोस, इतरांना देता येण्यासारख्या गोष्टीत करू लागतात. त्यासाठी त्यांना लागणारे साहाय्यक साहित्य एकाच ठिकाणी तयार आणि उपलब्ध असल्यामुळे त्यांना स्वतःच्या कल्पना धाडसाने समोर मांडता येतात आणि त्याद्वारे इतरांवर सकारात्मक प्रभाव टाकता येतो.

टेरेल हा टेक्सासमधील एका मोठ्या तंत्रज्ञान कंपनीत काम करणारा माणूस. त्याला तीन मुले. माझा कोर्स पूर्ण केल्यानंतर त्याने 'सेकंड ब्रेन'चा वापर करून

स्वतःचे एक यूट्यूब चॅनेल सुरू केले, त्यावर तो पालकत्वाबाबतचे त्याचे अनुभव आणि टिप्स सादर करतो. उदाहरणार्थ, मुलांसह आंतरराष्ट्रीय प्रवास कसा करावा, पितृत्व रजा कशी मागावी, अशा महत्त्वाच्या विषयांवर त्याने व्हिडिओ तयार केले आहेत आणि आपल्या कुटुंबासोबत केलेल्या वीकेंड सहलींचे व्हिडिओसुद्धा त्याने लोकांना दाखवले आहेत.

कल्पना आणि निर्मितीशी संबंधित तपशील डोक्याबाहेर कुठेतरी साठवून ठेवण्याची त्याची क्षमता हे व्हिडिओ साकारताना अत्यंत महत्त्वाची ठरली आहे. यामुळेच टेरेलला आपली साइड गिग (जोडीने करायचे काम) आणि पूर्णवेळ करिअर यांमध्ये समतोल राखता आला आणि आपल्या मुलांसोबत पुरेसा वेळ त्याला घालवता आला. आपला 'सेकंड ब्रेन' स्वतःला व्यक्त करण्यासाठी आणि जगात त्याला पाहायची असलेली सामग्री निर्माण करण्यासाठी तो वापरतो आहे. या प्रत्येक व्यक्तीने स्वतःच्या क्षमतेपेक्षा अधिक प्रभावीपणे काम करण्यासाठी तंत्रज्ञानाचा उपयोग 'लक्षात ठेवणे', 'जोडणे' आणि 'निर्माण करणे' या प्रक्रियेतून केला आहे. त्यांनी आपला 'सेकंड ब्रेन' आपल्या आयुष्यातील सध्याच्या टप्प्याशी सुसंगत रीतीने वापरला आहे. जसजसे आयुष्यातील हे टप्पे बदलतील, तसतसे ते आपल्या नोट्स वापरण्याची पद्धतही बदलू शकतील. त्यामुळे त्या नेहमीच उपयुक्त आणि सुसंगत ठरतील.

CODE पद्धतीची ओळख: महत्त्वाच्या गोष्टी लक्षात ठेवण्यासाठीची चार पावले

तुमचा स्वतःचा 'सेकंड ब्रेन' तयार करण्याच्या प्रक्रियेत मार्गदर्शन करण्यासाठी, मी एक सोपी, सहज समजणारी अशी चार भागांची पद्धत विकसित केली आहे. ती CODE या नावाने ओळखली जाते. त्याचा अर्थ Capture (साठवणे), Organize (संगठित करणे), Distill (सारांश काढणे), Express (मांडणे/व्यक्त करणे).

ही चार पावले केवळ तुमचा 'सेकंड ब्रेन' तयार करण्यासाठीच नाहीत, तर पुढेही त्याच्यासोबत कार्यरत राहण्यासाठी आवश्यक आहेत. या प्रत्येक पावलामध्ये अगदी प्राचीन गुहाचित्रांपासून ते पुनरुत्थान काळातील कलात्मक कार्यशाळा आणि आजच्या अत्याधुनिक तंत्रज्ञान क्षेत्रांपर्यंत असे एक कालातीत तत्त्व दडलेले आहे, जे मानवाच्या इतिहासात सतत दिसून आले आहे. ही पद्धत कोणत्याही व्यवसाय, भूमिका किंवा कारकिर्दीसाठी सुसंगत आहे, तुम्ही नोट्स घेण्याचे कोणतेही तंत्र किंवा प्लॅटफॉर्म वापरत असलात, तरी त्यासाठी उपयुक्त आहे. खरं तर, मला असे वाटते की, ही चारही पावले तुम्ही अगोदरपासूनच कुठल्या ना कुठल्या स्वरूपात अमलात आणत आहात, फक्त त्याची जाणीव तुम्हाला अद्याप नाही.

"CODE" म्हणजे आपल्या आजच्या माहितीच्या महापुरात दिशा दाखवणारा एक नकाशाच आहे. ही कल्पना म्हणजे माहिती युगाच्या गरजांनुसार रचलेली 'कॉमनप्लेस बुक' तयार करण्याची एक आधुनिक पद्धत आहे. आपल्या उंचीचा आणि डोळ्यांचा रंग ठरवण्यासाठी आपल्याकडे जसा एक जनुकीय कोड असतो, तसाच आपल्या कल्पनाशक्तीत खोलवर रुजलेला एक सर्जनशील कोड असतो. तो कोड आपल्या विचारांची पद्धत आणि आपण जगाशी कसे संवाद साधतो, हे ठरवतो. हा कोड आपल्या माहिती हाताळणाऱ्या ॲप्सच्या सॉफ्टवेअर कोडमध्येही प्रतिबिंबित होतो. इतकेच नव्हे, तर भूतकाळात हा कोड एक प्रकारचा गुप्त संकेतच राहिला आहे. पण आता तो कसा कार्य करतो, हे सांगण्याची वेळ आली आहे.[3]

चला, CODE पद्धतीच्या चार टप्प्यांचा थोडक्यात आढावा घेऊया - कॅप्चर (Capture), ऑर्गनाइझ (Organize), डिस्टिल (Distill), आणि एक्सप्रेस (Express) आणि त्यानंतर पुढील प्रकरणांमध्ये आपण प्रत्येक टप्प्याचे सविस्तर वर्णन पाहणार आहोत.

कॅप्चर : जे मनाला भिडते, ते ठेवणे

प्रत्येक वेळी आपण आपला स्मार्टफोन किंवा संगणक सुरू करतो, तेव्हा

---

[3] एक विलक्षण योगायोग म्हणजे, नॉर्वेजियन युनिव्हर्सिटी ऑफ सायन्स ॲन्ड टेक्नॉलॉजीमधील न्यूरोफिजिऑलॉजिस्ट मे-ब्रिट मोझर आणि एडवर्ड मोझर यांनी केलेल्या अलीकडच्या संशोधनात असे आढळून आले आहे की, मानवी मेंदू माहिती लक्षात ठेवण्यासाठी 'ग्रिड कोड' वापरतो, जो मेंदूचा एक भाग आहे आणि जो स्पॅक्टीअल विचारप्रक्रियेशी संबंधित आहे. त्यांचा अंदाज आहे की 'ग्रिड कोड' ही एक प्रकारची मोजमाप पद्धती किंवा समन्वय प्रणाली असू शकते. अशी प्रणाली 'अत्यंत प्रभावी आणि अद्वितीय पद्धतीने मोठ्या प्रमाणातील माहितीचे प्रतिनिधित्व करू शकते.'

लगेचच एका आकर्षक माहितीच्या प्रवाहात आपण पूर्णपणे बुडून जातो. या माहितीपैकी बराचसा भाग उपयोगी आणि रसदार असतो. उदाहरणार्थ, आपल्याला अधिक कार्यक्षम बनवू शकणारे 'हाऊ-टू' प्रकारातील लेख, अनुभवी तज्ज्ञांचे मार्गदर्शन असणारे पॉडकास्ट किंवा आपण एकदा तरी भेट द्यावी अशी प्रेरणादायी प्रवासस्थळांची छायाचित्रे.

परंतु खरी अडचण इथेच असते. या माहितीच्या सतत वाहणाऱ्या प्रवाहातील प्रत्येक तुकडा आपण ग्रहण करूच शकत नाही. जर आपण तसे करायचा प्रयत्न केला, तर आपण एकतर थकून जाऊ आणि गोंधळून जाऊ. आपल्याला संग्राहक या दृष्टिकोनाची गरज त्यासाठीच लागते. या प्रचंड वेगाने वाहणाऱ्या माहितीच्या नदीपासून थोडे मागे हटणे आणि ठरवून, जाणूनबुजून निवड करणे आवश्यक ठरते.

आपल्या मनात काय साठवून ठेवायचे, कोणती माहिती आपल्यासाठी खरंच महत्त्वाची आहे, हे ठरवण्याची हीच वेळ असते. जसे एखादा शास्त्रज्ञ केवळ दुर्मीळ फुलपाखरे पकडून प्रयोगशाळेत घेऊन जातो, तसे आपलेही उद्दिष्ट असावे. खरोखरीच मोलाची म्हणता येईल अशी, मनाला भिडणारी, विचारप्रवृत्त करणारी कल्पना किंवा अंतर्दृष्टीच 'कॅप्चर' करणे महत्त्वाचे असते. आपल्या सहभागाशिवायही कंटेंट आपोआप साठवला जातो. आपण हे वाचत असतानाही तुमच्या इनबॉक्समध्ये कदाचित नव्या ईमेल्स येत असतील. सोशल मीडिया फीडमध्ये नवनवीन अपडेट्स झळकत असतील आणि स्मार्टफोनवर सतत नोटिफिकेशन्स येत असतील. या सगळ्या गडबडीतून जे आपल्या विचारविश्वात खरोखर स्थान मिळवण्यास पात्र आहे, फक्त तेच निवडून साठवणे हेच खरे कौशल्य आहे.

ती माहिती आधीपासूनच आपल्या आजूबाजूला असते, पण अनेकदा आपण ती अगदी ढिसाळपणे आणि नियोजन न करता साठवतो. कधी आपण स्वतःलाच एखादी नोट ईमेल करतो, कधी एखाद्या डॉक्युमेंटमध्ये कल्पनांचा कच्चा मसुदा लिहून ठेवतो, किंवा मग वाचत असलेल्या पुस्तकात एखादा प्रभावी मुद्दा ठळकपणे उद्धृत करतो. पण ही सगळी माहिती बहुतेकदा तुटक, विस्कटलेलीच राहते. आपण मन लावून, विचारपूर्वक जी अंतर्दृष्टी मिळवतो, ती माहिती अनेकदा विसरलेल्या फोल्डर्समध्ये दडलेली राहते किंवा 'डिजिटल क्लाउड'मध्ये कुठेतरी विरून जाते.

उपाय अगदी सोपा आहे... जे तुमच्या मनाला भिडते, तेच फक्त एखाद्या विश्वासार्ह आणि आपल्या नियंत्रणात असलेल्या ठिकाणी साठवा आणि उरलेले बाजूला ठेवा.

एखादी गोष्ट तुमच्या अंतर्मनाला स्पर्श करते. बहुतेक वेळा अशा कल्पना वेगळ्या, पारंपरिक विचारांच्या विरुद्ध जाणाऱ्या, आवडणाऱ्या, किंवा भविष्यात उपयोगी पडू शकणाऱ्या असतात. याचा फारसा विश्लेषणात्मक विचार करू नका आणि 'हे मला का आवडलं?' असा प्रश्नही विचारू नका. फक्त तुमचे अंतःकरण काय सांगते ते ऐका. जेव्हा एखादी ओळ, प्रतिमा, उद्धरण किंवा एखादे तथ्य तुम्हाला आनंद, कुतूहल, आश्चर्य किंवा उत्साह देते, तेव्हा लक्षात घ्या की ती गोष्ट 'कॅप्चर' करण्याची हीच योग्य वेळ आहे.

जेव्हा एखादी गोष्ट आपल्या अंतःकरणाला भिडते म्हणजे नेमके काय होते, हे ओळखण्यासाठी आपण स्वतःला प्रशिक्षित करतो, तेव्हा फक्त उत्तम नोट्स घेण्याच्या आपल्या कौशल्यातच नाही तर स्वतःची ओळख पटवण्याच्या आणि आपल्याला काय प्रेरित करते हे समजून घेण्याच्या क्षमतेतही प्रगती करतो. आपल्या अंतर्ज्ञानाचा आवाज वाढवण्याची ही एक पद्धत आहे. आपल्याला जे ज्ञान मिळते ते स्पष्टपणे समजते.

माहिती साठवण्याची ही सवय अंगीकारल्याने आपल्या मानसिक आरोग्यावर आणि मनःशांतीवर त्याचा सकारात्मक परिणाम होतो. आपली स्मृती एखाद्या महत्त्वाच्या क्षणी दगा देईल, ही भीती आपण सहजपणे बाजूला ठेवू शकतो. प्रत्येक नवीन हेडलाइनकडे, नोटिफिकेशनकडे धाव घेण्याऐवजी, आपण ठरवून, जाणूनबुजून आपल्या आयुष्याला खरोखरच मूल्य देणारी माहिती स्वीकारू शकतो आणि उरलेली माहिती शांतपणे सोडून देण्याचा सजग निर्णय घेऊ शकतो.

ऑर्गनाइझ : योग्य कृती करण्यासाठी ती योग्य पद्धतीने साठवणे

जेव्हा तुम्ही आपल्या मनाला भिडणाऱ्या कल्पना, विचार यांच्या नोट्स घेणे सुरू करता, तेव्हा त्या नोट्स नीटपणे मांडण्याची गरज तुम्हाला जाणवू लागते. प्रत्येक शक्य असणाऱ्या नोटसाठी अगदी सुरुवातीपासून एक परिपूर्ण फोल्डर संरचना तयार करण्याचा मोह सहज होतो, पण हे केवळ अत्यंत वेळखाऊ आणि कष्टदायकच ठरणारे असते. काही वेळेला आज तुम्हाला एखाद्या गोष्टीत खरोखर रस वाटत असतो त्यापासून भविष्यात लक्ष विचलित होण्याची शक्यता अधिक असते.

बहुतेक लोक माहितीचे वर्गीकरण विषयानुसार करतात. तुम्ही लायब्ररीत ड्युई डेसिमल सिस्टीम पाहिलेली असेल. उदाहरणार्थ, एखादं पुस्तक तुम्हाला

'आर्किटेक्चर', 'बिझनेस', 'इतिहास' किंवा 'भूगोल' अशा व्यापक विषयगटांखाली सापडते. ही पारंपरिक पद्धत माहिती संरचित करण्यासाठी उपयुक्त असली, तरी ती प्रत्येक वेळेस कृती करण्यासाठी योग्य आणि उपयुक्त ठरेलच, असे नाही.

डिजिटल नोट्सच्या बाबतीत, आपण अधिक सोप्या आणि लवचीक पद्धतीने माहितीचे वर्गीकरण करू शकतो. कारण आपले प्राधान्यक्रम आणि उद्दिष्टे केव्हाही बदलू शकतात आणि बऱ्याचदा ती बदलतातही. म्हणूनच, खूपच काटेकोर आणि आखीव-रेखीव पद्धतीने वर्गीकरण न करणे अधिक शहाणपणाचे ठरते. नोट्सचे सर्वांत परिणामकारक आयोजन म्हणजे, सध्या आपण ज्या सक्रिय प्रकल्पांवर काम करत आहोत, त्यानुसार त्यांचे आयोजन करणे. नवीन माहिती पाहताना, तिच्याकडे उपयुक्ततेच्या दृष्टिकोनातून पाहा आणि स्वतःला विचारा, ही माहिती माझ्या सध्याच्या कोणत्या प्रकल्पाला पुढे नेण्यास मदत करणार आहे? हे विचारणे म्हणजेच माहितीला कृतीत रूपांतरित करण्याचे पहिले पाऊल आहे.

आश्चर्य वाटेल, पण जेव्हा तुम्ही 'कृती'वर लक्ष केंद्रित करता, तेव्हा आजूबाजूचा प्रचंड माहितीचा सागर अत्यंत सोपा आणि संक्षिप्त होऊन जातो. एका विशिष्ट क्षणी वास्तविक कृतीयोग्य आणि संबंधित अशा गोष्टींची संख्या खूपच मर्यादित असते. याचा अर्थ असा की, उरलेली सगळी माहिती बाजूला सारण्यासाठी तुमच्याकडे एक स्पष्ट आणि उपयुक्त गाळणी (फिल्टर) असते. ही गाळणी तुम्हाला माहितीच्या अतिरेकात अडकण्यापासून वाचवते आणि थेट तुमच्या ध्येयाकडे नेणाऱ्या गोष्टींवर लक्ष केंद्रित करण्यास साहाय्य करते.

कृतीसाठी माहितीचे नियोजन केल्यावर तुम्हाला एक विलक्षण अशी स्पष्टता मिळते, कारण तुम्हाला खात्री असते की तुम्ही साठवलेली प्रत्येक गोष्ट ही कोणत्या ना कोणत्या उद्देशासाठीच उपयोगी पडणार आहे. ती माहिती तुमच्या ध्येयांशी आणि प्राधान्यक्रमांशी सुसंगत आहे, हेही तुम्हाला ठाऊक असते. म्हणूनच, माहितीचे आयोजन हे उत्पादकतेसाठी अडथळा ठरण्याऐवजी उत्पादकतेला चालना देणारे एक शक्तिशाली साधन बनते.

डिस्टिल – सार शोधा

एकदा तुम्ही आपल्या मनाला भिडणाऱ्या कल्पना एका मध्यवर्ती ठिकाणी साठवायला लागलात आणि त्यायोग्य कृती करण्याच्या दृष्टीने नीटपणे मांडू लागलात, की अगदी सहजपणे तुम्हाला त्या कल्पनांमध्ये काही विशिष्ट पॅटर्न्स आणि

आपापसांतील संबंध जाणवायला लागतात. सतत वाढणाऱ्या माहितीच्या ढगातून खरं सार अलगद वेचण्याची हीच सुरुवात असते.

तुम्ही वाचलेला बागकामावरील एखादा लेख तुम्हाला ग्राहकसंख्या वाढवण्याबाबत नव्या दृष्टिकोनाची जाणीव करून देईल. एखाद्या क्लायंटने सहज दिलेला अभिप्राय तुम्हाला सर्व ग्राहकांच्या प्रतिक्रिया एकत्र करून एक वेबपेज तयार करावे, अशी कल्पना देईल, तर एखादे व्हिजिटिंग कार्ड पाहिल्यावर कधीतरी झालेल्या एका रोचक संभाषणाची आठवण होईल आणि त्या व्यक्तीला कधीतरी एकत्र कॉफीसाठी बोलवावे असे तुम्हाला वाटू लागेल. म्हणजेच, जर आपण ती योग्य रीतीने जपून ठेवली आणि तिचे सार ओळखण्याची नजर ठेवली, तर साध्याशा गोष्टींतूनही अमूल्य अंतर्दृष्टी जन्म घेऊ शकते!

मानवी मेंदू म्हणजे उकळत्या ज्वाळेवर ठेवलेला एखादा तवा असतो. ज्यात तुम्ही एखादे मूठभर बीज टाकलेत, की ती लगेच पॉपकॉर्नसारखी फुलते आणि नव्या कल्पनांचा वर्षाव होतो. प्रत्येक नोट ही एका नव्या कल्पनेचे बीजच असते. जी तुम्हाला एखाद्या विषयाबाबत आधीपासूनच असलेले ज्ञान, विचार आणि अनुभव यांची आठवण करून देते. म्हणजेच, नोट्स फक्त माहिती नसून त्या कल्पनांच्या उगमाची ठिणगी असतात.

ही संकल्पनांची झपाट्याने होणारी साखळी अधिक सुलभ आणि गतिमान करण्याचा एक प्रभावी मार्ग म्हणजे तुमच्या नोट्सचे सार काढणे, म्हणजेच त्या 'डिस्टिल' करणे.

प्रत्येक कल्पनेचे एक सारतत्त्व असते. ती कल्पना नेमके काय सांगू पाहते, तिचा आत्मा आणि गाभा काय आहे, हे लक्षात येणे महत्त्वाचे असते. कधी कधी एखादी गुंतागुंतीची विचारसरणी पूर्णपणे समजावून सांगायला शेकडो पाने आणि हजारो शब्द लागतात, पण तरीसुद्धा तिचा मुख्य संदेश फक्त एका-दोन ओळीत मांडता येतोच. हेच डिस्टिलिंग असते. अर्थात माहितीचे मूळ, थेट आणि कृती करण्यासारख्या योग्य रूपात रूपांतरित करणे हे तुमच्या 'सेकंड ब्रेन'चे खरे सामर्थ्य आहे.

आइन्स्टाईनने आपल्या क्रांतिकारक भौतिकशास्त्रीय सिद्धांताचा सारांश $E=mc^2$ या एका संक्षिप्त आणि सुंदर समीकरणात मांडून जगाला चकित केले होते. जर एवढ्या गुंतागुंतीच्या विचाराचे सार ते एका ओळीच्या समीकरणात मांडू शकले, तर

नक्कीच तुम्हीही एखाद्या लेखाचा, पुस्तकाचा, व्हिडिओचा किंवा प्रेझेंटेशनचा मुख्य मुद्दा सोप्या शब्दांत, एका छोट्या परिच्छेदात किंवा काही ओळींत नक्कीच सांगू शकता. मुख्य मुद्दा पटकन लक्षात येईल असा संक्षेप तयार करणे हेच उद्दिष्ट असले पाहिजे. हीच तुमच्या विचारांची स्पष्टता आणि कल्पनाशक्तीची ओळख ठरते.

एका नोटमधला मुख्य मुद्दा पटकन शोधता येणे इतके महत्त्वाचे का आहे? कारण, दैनंदिन कामाच्या गडबडीत तुम्ही गेल्या वर्षी वाचलेल्या पुस्तकाच्या दहा पानांच्या नोट्स परत वाचाव्यात इतका वेळ मिळतच नाही. त्याऐवजी, काही क्षणांत तुम्हाला योग्य दिशा दाखवू शकतील असे त्या पुस्तकातील मुख्य मुद्दे आणि बोध तुम्हाला लगेच हवे असतात.

आणि जर तुम्ही वाचनाच्या वेळीच हे महत्त्वाचे मुद्दे ठळकपणे अधोरेखित केले असतील, तर पुन्हा ते पुस्तक तासन्‌तास वाचण्याची गरजच भासत नाही. एका झटक्यात तुम्हाला त्यातले सार लक्षात येते. हीच आहे 'डिस्टिल' प्रक्रियेची खरी कमाल. कारण त्यामुळे माहितीचे मोल वेळेवर कळते आणि कृती वेगाने घडते.

प्रत्येक वेळी तुम्ही एखादी नोट घेताना स्वतःला असा प्रश्न विचारा, ही नोट भविष्यातील 'मी'साठी शक्य तितकी उपयुक्त कशी ठरू शकेल? हा प्रश्न तुम्हाला त्या नोटमध्ये स्पष्ट टिप्पणी करण्यास उद्युक्त करेल. तुम्ही ती नोट का जपून ठेवली, तेव्हा तुमच्या मनात काय विचार होते आणि नेमके कोणते वाक्य किंवा कल्पना तुम्हाला भावली, याचा उलगडा तुम्हाला होऊ शकेल.

कारण जर भविष्यात ती नोट वाचून तुम्हालाच ती समजली नाही, किंवा ती इतकी लांबलचक आहे की पुन्हा वाचण्याचा उत्साहच वाटत नाही, तर त्या माहितीच्या असण्याचे प्रयोजनच नष्ट होईल. त्यामुळे फक्त नोट्स घेणारा म्हणून स्वतःकडे न पाहता, नोट्स देणारा (note giver) म्हणून पाहायला शिका. तुम्ही स्वतःच्या भविष्यकालीन रूपासाठी असा एक मौल्यवान ज्ञानाचा खजिना देत आहात, जो सहज सापडेल आणि सहज उमगेल.

एक्सप्रेस – तुमचे कार्य दाखवा

कॅप्चर, ऑर्गनाइझ आणि डिस्टिल हे सगळे आधीचे टप्पे एकच अंतिम हेतू लक्षात घेऊन रचले गेले आहेत ते म्हणजे, स्वतःच्या कल्पना, स्वतःची कथा आणि स्वतःचे ज्ञान इतरांशी शेअर करणे. तुमच्याकडे साठवलेली आणि शुद्ध केलेली

माहिती ही फक्त तुमच्यासाठीच नसते तर ती जगाशी संवाद साधण्याचे, काहीतरी मौल्यवान देण्याचे माध्यम असते. म्हणूनच, 'एक्सप्रेस' हा टप्पा तुमच्या सर्व वैचारिक प्रवासाचे फलित ठरतो.

जर ज्ञान कुणाच्याही उपयोगी येत नसेल किंवा काही नवे निर्माण करत नसेल, तर त्या ज्ञानाचा उपयोगच काय?[4] तुमचे ध्येय वजन कमी करणे, नोकरीत बढती मिळवणे, एखादा साइड बिझनेस सुरू करणे किंवा स्थानिक समुदाय अधिक बळकट करणे यांपैकी काहीही असो, पर्सनल नॉलेज मॅनेजमेंट हे नेहमी कृतीस पाठबळ देण्यासाठीच असते. त्यापलीकडचे सगळे केवळ लक्ष विचलित करणाऱ्या गोष्टी असतात. ज्ञान साठवणे हा शेवट नसतो, तर ती कृतीची प्रत्यक्ष सुरुवात असते.

ज्यांना नवे शिकण्याची आवड आहे आणि ज्यांचे कुतूहल सतत जागे असते, त्यांच्यासमोर कायमच एक आव्हान असते. ते म्हणजे, आपण सतत अधिकाधिक माहिती अंगावर घेत राहतो, पण ती माहिती प्रत्यक्षात वापरण्याचा टप्पाच गाठता येत नाही. आपण शोध-नोंदींचा ढीग जमा करतो, पण कधीच स्वतःचा प्रस्ताव पुढे ठेवत नाही. असंख्य बिझनेस केस स्टडीज वाचतो, पण एखाद्या संभाव्य ग्राहकाला कधी प्रस्ताव देत नाही. नातेसंबंधांवरील प्रत्येक टीप अभ्यासतो, पण कधीच कुणाला डेटवर जाण्यासाठी सुचवत नाही. म्हणजेच, आपण सतत 'तयारी' करत राहतो, पण 'कृती'चा क्षण टाळत राहतो आणि इथेच व्यक्तिशः ज्ञान व्यवस्थापनाचे खऱ्या अर्थाने उद्दिष्ट येते. ते म्हणजे शिकणे थांबवून आता प्रत्यक्ष कृती सुरू करणे.

आपल्या जीवनाला समृद्ध करणाऱ्या अनुभवांना अंतहीनपणे पुढे ढकलणे किती सोपे असते, नाही का? आपण सतत विचार करत राहतो, आपण अजून तयार नाही... आपली तयारी पुरेशी नाही... आणि सर्वांत जास्त विचार करतो तो म्हणजे, कदाचित एखादी छोटीशी माहिती अजून मिळाली नाही. ती मिळाली असती, तर सगळेच वेगळे घडले असते! आपण साठवलेल्या ज्ञानाचा व माहितीचा वापर करण्याच्या टप्प्यावर हीच मानसिक अडथळ्यांची साखळी आपल्याला अडकवून ठेवते आणि खरा जिवंत अनुभव घेण्यापासून आपल्याला रोखून धरते.

इथे मला तुम्हाला सांगावेसे वाटते की, अशा पद्धतीने जगणे योग्य नाही.

---

4 'उत्पादकता' (Productivity) या शब्दाचा उगम लॅटिन भाषेतील producere या क्रियापदातून झाला आहे, ज्याचा अर्थ 'निर्माण करणे' असा होतो. याचा अर्थ असा की दिवसाच्या शेवटी तुम्ही काहीतरी प्रत्यक्ष निर्मिती केली असे दाखवू शकत नसाल, तर खरंच तुम्ही उत्पादक होता की नाही, याबाबत शंका निर्माण होते.

आपल्याकडे साठवलेली माहिती जेव्हा आपण प्रत्यक्षात वापरतो, तेव्हाच ते वैयक्तिक, अनुभवले गेलेले, पडताळलेले ज्ञान बनते. ती माहिती कृती करण्यासाठी उपयुक्त आहे याची तुम्हाला जेव्हा खात्री असते, तेव्हाच त्या ज्ञानावर आत्मविश्वास निर्माण होतो; तोपर्यंत ते फक्त एक तत्त्वज्ञानच ठरते.

म्हणूनच मी सुचवतो की तुम्ही शक्य तितका वेळ आणि प्रयत्न केवळ माहिती ग्रहण करण्यापेक्षा ती निर्माण करण्याकडे वळवावेत.[5] आपल्यामध्ये काहीतरी चांगलं, सत्य किंवा सुंदर निर्माण करण्याची नैसर्गिक ओढ असते. आपल्या मूलभूत स्वभावाचा तो एक भाग असतो. नवीन गोष्टी निर्माण केल्याने आपल्याला सर्वांत जास्त आत्मिक समाधान मिळते असे नाही, तर त्याचा इतरांवरही सकारात्मक परिणाम होऊ शकतो. त्यांनाही आपल्या नव्या गोष्टींतून प्रेरणा आणि आनंद मिळतो किंवा नवे काही शिकायला मिळते.

तुम्ही काय निर्माण करावे?

हे पूर्णतः तुमच्या कौशल्यांवर, आवडीनिवडींवर आणि व्यक्तिमत्त्वावर अवलंबून आहे. जर तुम्ही अत्यंत चिकित्सक असाल, तर तुम्ही कॅम्पिंगसाठी लागणाऱ्या विविध साहित्याचा अभ्यास करून शिफारस केलेल्या उत्पादनांची यादी तयार करू शकता आणि ती तुमच्या मित्रांसोबत शेअर करू शकता. तुम्हाला शिकवायला आवडत असेल, तर तुमचा आवडता गोड पदार्थ बनवतानाचा व्हिडीओ रेकॉर्ड करून तो सोशल मीडियावर किंवा ब्लॉगवर टाकू शकता. जर तुम्हाला सार्वजनिक उद्याने अशांसारख्या स्थानिक उपक्रमांविषयी काळजी वाटत असेल, तर तुम्ही महापालिकेकडे अधिक निधीसाठी परिपूर्ण योजनेसह पाठपुरावा करण्याची योजना तयार करू शकता.

ही सर्व कृती मूल्यमापन करणे, सामायिक करणे, शिकवणे, रेकॉर्ड करणे, पोस्ट करणे आणि पाठपुरावा करणे[6] या सर्व अभिव्यक्ती या क्रियेच्या समानार्थी आहेत. या सगळ्यांमध्ये बाह्य स्रोतांमधून मूळ माहिती घेऊन तिचा वापर केला जातो, त्या

---

[5] माहितीबाबतचा ग्राहक दृष्टिकोन म्हणजे अधिक म्हणजेच चांगले, आपल्याकडे पुरेसे नाहीच आणि जे आहे ते अपुरे आहे हा अनेक लोकांच्या ऑनलाईन वेळेबाबतच्या असमाधानाचा केंद्रबिंदू आहे. 'सर्वोत्तम' माहिती शोधण्याच्या प्रयत्नाऐवजी, काहीतरी स्वतः निर्माण करण्यावर लक्ष केंद्रित करणे अधिक समाधानकारक ठरते, असे मी सुचवतो.

[6] अभिव्यक्तीचे इतर समानार्थी शब्द म्हणजे प्रकाशित करणे, बोलणे, सादर करणे, सादरीकरण करणे, निर्माण करणे, लिहिणे, रेखाटणे, अर्थ लावणे, समीक्षा करणे किंवा भाषांतर करणे.

माहितीची हळूहळू सुस्पष्टपणे पुनर्रचना केली जाते आणि शेवटी त्या कृतींचा असा परिणाम होतो, जो तुमच्यासाठी महत्त्वाचा असतो. ती माहिती कुणावर तरी प्रभाव टाकते किंवा कोणत्यातरी गोष्टीत बदल घडवते.

माहिती ही नेहमीच सतत बदलत असते आणि ती नेहमीच एक अपूर्ण प्रक्रिया असते. कारण कोणतीही गोष्ट अंतिम किंवा परिपूर्ण कधीच नसते. त्यामुळे सुरुवात करण्यासाठी वाट पाहण्याची गरज नसते. तुम्ही सुरुवातीला एक साधे संकेतस्थळ सुरू करू शकता आणि हळूहळू त्यात अधिक पाने जोडत जाऊ शकता. एखाद्या लेखनाचा मसुदा तुम्ही आत्ताच पाठवू शकता आणि नंतर वेळ मिळाल्यावर त्यात सुधारणा करू शकता. जितक्या लवकर तुम्ही सुरू करता, तितक्याच लवकर सुधारण्याचा प्रवास सुरू होतो.

मी आतापर्यंत बऱ्याच नव्या संकल्पना आणि संज्ञा तुमच्यासमोर मांडल्या आहेत, या टप्प्यावर हे सगळे थोडेसे गोंधळात टाकणारे वाटू शकते. सेकंड ब्रेन तयार करण्यासाठी खूप काही नव्याने शिकावे लागेल आणि खूप काही करावे लागेल, असेही तुम्हाला वाटू शकते.

पण तुम्हाला आश्चर्य वाटेल अशी एक गोष्ट तुम्हाला सांगतो आणि ती खरी आहे. ती म्हणजे, या आवश्यक कामांपैकी बरीचशी कामे तुम्ही अगोदरपासूनच करत आहात.

तुम्ही आधीच नव्या गोष्टी शिकत आहात. त्या तुम्ही थांबवायच्या जरी ठरवल्यात, तरीही शक्य नाही. तुम्ही वेगवेगळ्या मनोरंजक कल्पना विविध ठिकाणांहून घेत असता. तुमच्या ब्राऊझरमध्ये एकाच वेळी सुरू असलेल्या टॅब्सची संख्या बघा की! तुम्ही आधीच तुमच्या अभ्यासासाठी, नोकरीसाठी किंवा व्यवसायासाठी लागणाऱ्या माहितीचा मागोवा घेण्यासाठी भरपूर मेहनत घेत आहात.

आता फक्त एवढेच हवेय की ही सगळी माहिती थोड्याशा अधिक जाणीवपूर्वक आणि हेतुपूर्वक पद्धतीने हाताळण्याची तयारी हवी आणि काही सोप्या, व्यवहार्य सवयी अंगी बाणवल्या जाव्यात आणि या सगळ्याची सुनिश्चित आणि सुनियोजित अंमलबजावणी सुरू व्हावी.

या पुस्तकाच्या दुसऱ्या भागामध्ये मी तुम्हाला CODE या पायऱ्या वापरून तुमची स्मरणशक्ती, बुद्धिमत्ता आणि सर्जनशीलता कशी प्रचंड वाढवता येईल, हे

दाखवणार आहे. प्रत्येक टप्प्यासाठी मी काही प्रत्यक्षात करता येण्यासारख्या तंत्रांचा परिचय करून देईन, जे तुम्ही आजच वापरायला सुरुवात करू शकता आणि ज्याचे फायदे तुम्हाला उद्यापासून दिसू लागतील. ही तंत्रे वापरण्यासाठी कोणत्याही प्रगत तंत्रज्ञानाची आवश्यकता नाही. फक्त तुमच्याकडे सध्या असलेले मोबाईल, संगणक किंवा ॲप्स पुरेसे आहेत.

भाग 2

पद्धत

CODEच्या चार पायऱ्या

अध्याय **4**

कॅप्चर - जे मनाला भिडते ते जतन करा

जे काही साठवले जाणार नाही, ते हरवेलच.

- निन्टेन्डोच्या 'क्रिट स्क्रीन'वरील संदेश

माहिती ही मेंदूसाठी अन्नासारखी असते. आपण नवीन कल्पनांना 'विचाराचे अन्न' असे म्हणतो, ते उगाच नाही.

आपल्याला जगण्यासाठी अन्न आणि पाणी लागतेच, हे सर्वांनाच ठाऊक आहे, पण फारशी जाणवत नाही ती गोष्ट म्हणजे, आपल्याला जगण्यासाठी, आपल्या आजूबाजूच्या जगाला समजून घेण्यासाठी आणि त्यात बदल करण्यासाठी, इतरांशी संबंध टिकवण्यासाठी व एकत्र काम करण्यासाठी आणि आपल्या हिताच्या निर्णयांसाठीदेखील माहितीही तितकीच आवश्यक असते.

माहिती ही काही चैन नाही. माहिती म्हणजे आपल्या अस्तित्वाचे मूलभूत अधिष्ठान आहे.

जसे आपण आपल्या शरीराला देत असलेल्या अन्नासाठी जबाबदार असतो, तसेच आपल्यावर माहिती निवडण्याची जबाबदारीही असते आणि तो आपला हक्कसुद्धा आहे. आपल्यालाच ठरवावे लागते की, कोणती माहिती आपल्या फायद्याची आहे, कशाची गरज अधिक आहे, आणि काय टाळायला हवे! शेवटी, आपण त्या माहितीचा वापर कसा करतो, हेच महत्त्वाचे असते. जसे 'तुम्ही जे खाता तेच होता' असे पोषणासाठी म्हणतात, तसेच ते माहितीबाबतीतही लागू होते.

सेकंड ब्रेन म्हणजे माहितीच्या सतत वाहणाऱ्या प्रवाहातून केवळ सर्वोत्तम कल्पना वेचून त्या एका खाजगी, विश्वासार्ह जागेत साठवण्याची एक प्रभावी पद्धत. तुम्ही याला स्वतःचे 'ज्ञानाचे बागेत रोपण करणे' असे म्हणू शकतात. तुम्हाला तुमच्या कल्पना इथे रुजवता येऊ शकतात आणि त्या शांतपणे विकसित करायलादेखील

संधी मिळते. इतरांच्या गोंगाट आणि गोंधळलेल्या मतांपासून दूर राहून तुम्ही हे करू शकता.

बाग किती सुंदर होईल, हे तिच्या बियाण्यांवर ठरते. म्हणून आपण सुरुवात करणार आहोत ती आपल्या ज्ञानाच्या बागेत सर्वांत जास्त विचारप्रवर्तक, उपयुक्त आणि मनाला भिडणाऱ्या अशा कल्पनांची पेरणी करणे सर्वाधिक महत्त्वाचे ठरते. तुम्ही सद्यःस्थितीत वेगवेगळ्या स्रोतांमधून बऱ्याच माहितीचा वापर करत असाल, पण त्यानंतर त्या माहितीचे पुढे काय करायचे, याचा फारसा विचार कधी केला नसेल.

कदाचित तुम्ही आधीपासूनच शिस्तबद्ध पद्धतीने माहिती साठवत असाल, पण केवळ 'डिजिटल साठवणीच्या' सवयीमध्ये कदाचित अडकलेले असाल. म्हणूनच तुमचे आयुष्य प्रत्यक्षात फारसे समृद्ध झालेले नाही किंवा यातील सगळे काही तुमच्यासाठी अगदी नवीन असेल आणि तुम्ही अगदी पहिल्या पायरीपासून सुरुवात करत असाल.

तुमची परिस्थिती कशीही असो, आपण अगदी पहिल्यापासून सुरुवात करूया. CODE या पद्धतीतील पहिले पाऊल वापरून आपला स्वतःचा खासगी ज्ञानसंग्रह कसा तयार करायचा, ते समजून घेऊया.

खासगी ज्ञानसंग्रह उभारणे

आधुनिक पॉप आणि कंट्री म्युझिकमधील टेलर स्विफ्ट हे एक प्रसिद्ध व्यक्तिमत्त्व आहे, संगीत इतिहासातील सर्वाधिक मागणी असणाऱ्या कलाकारांपैकी एक आहे. जगभरात तिच्या नऊ अल्बम्सची दोनशे दशलक्षांहून अधिक प्रतींची विक्री झालेली आहे. तिला मिळालेल्या अनेक पुरस्कारांमध्ये अकरा ग्रॅमी पुरस्कारांचा समावेश आहे. ती केवळ सर्वकालीन महान गायक-संगीतकारांच्या यादीत असलेली कलाकार नाही, तर 'टाईम्स १००' आणि 'फोर्ब्ज सेलिब्रेटी १००' या सारख्या यादींतही तिने स्थान मिळवलेले आहे.

टेलर स्विफ्टने तिच्या संपूर्ण कारकिर्दीत पाच माहितीपट प्रदर्शित केले आहेत, त्यातून तिच्या सर्जनशील गीतलेखन प्रक्रियेची कल्पना येते. या सर्व चित्रपटांमध्ये ती आपल्या मोबाईलमध्ये गुंतलेली दिसते. तिच्याच शब्दांत सांगायचे तर, मी माझ्या फोनमध्ये हरवून जाते, कारण माझ्या सर्व नोट्स तिथेच असतात आणि मी

संपादनाचे कामही तिथेच करते. या नोट्समध्ये ती ज्या काही गीतांच्या ओळी, चाली किंवा एखादी प्रेरणादायी चमकदार कल्पना तिच्या मनात चमकून जाते, ती लगेच लिहून ठेवते. त्या नोंदी ती पुन्हा पुन्हा वाचू शकते, संपादित करू शकते, किंवा त्यावरून नवीन कल्पना विकसित करू शकते. हे सर्व ती कुठेही आणि कधीही करू शकते. त्याच डिव्हाईसवरून ती हे विचार काही सेकंदांत तिचे निर्माते आणि सहकलाकारांपर्यंत पोहोचवू शकते आणि त्यांच्याकडून मिळणारे अभिप्रायही पुन्हा तिच्याच नोट्समध्ये सरळ समाविष्ट करता येतात.

'ब्लँक स्पेस' हे सुपरहिट गाणे कसे तयार झाले, याबद्दल एका मुलाखतीत टेलर स्विफ्ट सांगते, 'मी माझं दैनंदिन आयुष्य जगत असते आणि अचानक माझ्या मनात एखादा विचार येतो, 'व्वा, नात्यांमध्ये आपल्याकडे फक्त दोनच खरे पर्याय असतात. ते म्हणजे एक तर कायमचं टिकणारं किंवा नष्ट होणारं,' मग मी तो विचार माझ्या नोट्समध्ये लिहून ठेवते... कधी एखादी ओळ सुचते, जसं की 'Darling I'm a nightmare dressed like a daydream' मला ती खूप सुंदर वाटली, मग मी ती लिहून ठेवते आणि नंतर जिथे बसते तिथे ती वापरते आणि मागच्या दोन वर्षांत सुचलेल्या अशाच इतर ओळी मी त्याच्याशी जोडत जाते. 'ब्लँक स्पेस' हे माझ्या एकामागोमाग एक आलेल्या सगळ्यात चांगल्या कल्पनांचं एकत्रित रूप होतं.'

स्विफ्टसाठी गाणी लिहिणे ही एखाद्या ठरावीक वेळी किंवा ठरावीक ठिकाणी करायची गोष्ट नाही. तिच्या विचार करण्याच्या पद्धतीतून ती सहजपणे आणि अनपेक्षितपणे निर्माण होतात. नवीन रूपके, शब्दांचे खेळ, वाक्यरचना... हे सगळे कधीही उद्भवू शकते. ती म्हणते, 'गाणी लिहिण्याची प्रेरणा मला दिवसाच्या कोणत्याही वेळी येते. कधी मी एखाद्या प्रसंगातून जात असते, तर कधी तो प्रसंग संपून गेलेला असतो आणि मी त्यातून बाहेर पडलेली असते. काहीही असू शकते. कधी तर मी फक्त भांडी घासत असते किंवा एखाद्या मुलाखतीत असते आणि अचानक एखादा विचार डोक्यात येतो, जणू काही तो म्हणतो, 'हे हे असू शकतं, हे pre-chorus असू शकतं, ही पहिली ओळ असू शकते... ती पुढे सांगते की अशा क्षणिक कल्पना त्याच क्षणी टिपून ठेवणं तिच्यासाठी किती महत्त्वाचं असतं.' ती म्हणते, मला जेव्हा एखादी कल्पना सुचते, तेव्हा त्याबाबत वाटणाऱ्या उत्साहाचा मी पूर्ण उपयोग करून घेतला पाहिजे. ती कल्पना शेवटपर्यंत नेली पाहिजे, अन्यथा मी ती मागे टाकते आणि समजते की ती कदाचित पुरेशी चांगली नव्हती.

टेलर स्विफ्टसारखी यशस्वी कलाकारदेखील आपल्या कल्पना जन्मल्याच्या क्षणापासून पूर्णत्वापर्यंत नेण्यासाठी एका प्रणालीचा वापर करते. तिने आपले टिपणलेखन दैनंदिन आयुष्याचा भाग बनवल्यामुळे, ती आपल्या गाण्यांत अशी भाषाशैली आणि रूपके वापरू शकते, जी रोजच्या भावना आणि अनुभवांवर आधारित असतात. त्यामुळे तिच्या चाहत्यांशी जे स्वतःला 'स्विफ्टीज' म्हणवतात, त्यांच्याशी ती एक सखोल आणि जिव्हाळ्याचे नाते जोडू शकते. स्विफ्टची गाणी ऐकणे म्हणजे तिच्यासोबत आत्मशोधाच्या प्रवासाला जाणे आहे. तिचा प्रत्येक अल्बम म्हणजे जणू तिच्या जीवनातल्या एका टप्प्याचे प्रतिबिंब आहे. त्या काळात ती काय अनुभवत होती आणि हळूहळू कोणत्या व्यक्तीमध्ये रूपांतरित होत होती, याची एक सजीव कहाणी त्यातून आपल्याला दिसते आणि तीच चाहत्यांना भावते.

या गोष्टीतून आपल्या लक्षात येईल की जगातील सर्वांत यशस्वी आणि सतत नवनिर्मिती करणाऱ्या कलाकारांनाही त्यांच्या सर्जनशीलतेसाठी आधार घ्यावा लागतो. प्रत्येक वेळी केवळ नैसर्गिक प्रतिभा असणे पुरेसे नसते, तर त्या प्रतिभेला दिशा देऊन ती घडवावी लागते. म्हणजेच ती प्रतिभा एखाद्या क्षणी चमकण्यापेक्षा त्यात सातत्य ठेवून चांगली कामगिरी करीत राहते. अभिनेते आणि विनोदी कलाकार जेरी साईनफेल्ड जे त्यांच्या पिढीतील सर्वांत प्रभावशाली विनोदी कलाकार मानले जातात, त्यांनी त्यांच्या 'इज थिस एनिथिंग?' या पुस्तकात लिहिले आहे,

> जेव्हा मला एखादा मजेदार विनोद सुचायचा - मग, तो रंगमंचावर असो, गप्पांमध्ये असो किंवा माझ्या आवडत्या माध्यमावर - म्हणजे मोठ्या पिवळ्या लीगल पॅडवर मी काही मांडताना असो - तेव्हा मी तो नेहमी जुन्या पद्धतीच्या अकॉर्डियन फोल्डरमध्ये ठेवून द्यायचो. मी या सगळ्या नोंदी आजपर्यंत जपून ठेवल्या आहेत याचं अनेकांना आश्चर्य वाटतं. मला तर याचं आश्चर्य काय, हेच समजत नाही. मी इतर काही जपून ठेवलं का नाही, कारण याहून अधिक मोलाचं दुसरं काय असू शकतं?

तुमच्या आवडत्या खेळाडूचा, संगीतकाराचा किंवा अभिनेता-अभिनेत्रीचा विचार करा. त्यांची सार्वजनिक प्रतिमा जपताना, नेहमी नव्या कल्पनांना सर्जनशील रूप देताना त्यासाठी ते एका विशिष्ट प्रक्रियेचा अवलंब करतात. हाच नियम शोधक, अभियंते आणि प्रभावी नेत्यांनाही लागू होतो. नावीन्य आणि प्रभाव हे योगायोगाने किंवा नशिबाने घडत नाहीत. सर्जनशीलतेसाठी एक ठरावीक सर्जनशील प्रक्रिया आवश्यक असते.

ज्ञानसाठा तयार करणे : आपल्या विचारांतून 'चक्रवाढ व्याज' कसे निर्माण करावे?

पूर्वीच्या शतकांतील बुद्धिजीवी आणि लेखक त्यांच्या नोंदीसाठी कॉमनप्लेस बुक्स ठेवत असत आणि त्याचा इतिहास आपण दुसऱ्या प्रकरणात पाहिला. त्या काळात माहितीचा हेतू अतिशय स्पष्ट होता, तो म्हणजे ती माहिती आपल्या लेखनात, भाषणात किंवा संभाषणात त्यांना वापरायची असायची. एखाद्या कल्पनेचा वापर नक्की कसा करायचा आहे, हे माहीत असल्यामुळे त्यांना लगेच कळत असे की कोणती कल्पना लिहून ठेवण्याजोगी आहे आणि कोणती नाही. त्यामुळे त्या कल्पनांकडे पाहण्याचा त्यांचा दृष्टिकोन अधिक तीव्र आणि परिणामकारक होता.

सर्जनशील क्षेत्रांतील अनेक जणांच्या अंगी आजही ही सवय बाणवलेली असते, असे दिसते. आपल्या भविष्यातील गाण्यांत वापरता येतील अशा ओळी किंवा संगीताच्या चालींचा संग्रह करणारी 'हूक बुक्स' गीतकार तयार करत असतात. उपयोगी कोड सहज मिळावेत म्हणून सॉफ्टवेअर अभियंते 'कोड लायब्ररी' तयार करतात. मागील खटल्यांचे तपशील भविष्यात उपयोगी पडतील म्हणून वकील 'केस फाइल्स' ठेवतात. तर जाहिरातकार आणि मार्केटिंगच्या क्षेत्रात कार्यरत असणारे प्रभावी जाहिरातींचे नमुने संकलित करत 'स्वाइप फाइल्स' तयार करतात. या सगळ्याचा उपयोग आणि वापर पुढे जाऊन आपल्या संदर्भासाठी करता येतो.

ही दृष्टी आपण आपल्या दैनंदिन कामांमध्ये कशी वापरायची, हे माहीत नसणे हीच आपल्यापैकी बहुतांश लोकांसमोर असणारी खरी अडचण असते. जेव्हा एखाद्या माहितीचा नेमका उपयोग आपल्याला माहीत नसतो, तेव्हा अशा वेळी कोणती माहिती जपून ठेवायची, हे ठरवणे कठीण होतं. आजच्या आपल्या जगात खूप वेगाने बदल होत असतात आणि आपण सगळेच एकाच सर्जनशील माध्यमात काम करत नाही. अशा परिस्थितीत जेव्हा भविष्याबाबत अनिश्चितता आहे, तेव्हा आपण काय जपून ठेवावे हे ठरवायचे तरी कसे?

या प्रश्नाचे उत्तर शोधण्यासाठी आपल्याला 'ज्ञान' या संकल्पनेचा मोठ्या प्रमाणावर विस्तार करावा लागेल.

ज्ञान म्हणजे केवळ शुभ्र झगा घालणाऱ्या ग्रीक तत्त्वज्ञान्यांचे शहाणपण सांगणारे उद्धरण नव्हे. ते फक्त जाडजूड पुस्तकांतून मिळणारे शास्त्रज्ञांनी लिहिलेले धडेही नसतात. तर आपण ज्या डिजिटल जगात राहतो, तिथे ज्ञान प्रामुख्याने 'सामग्री' (content) या

स्वरूपात प्रकट होत असते. म्हणजे मजकुराचे छोटे तुकडे, स्क्रीनशॉट्स, बुकमार्क केलेले लेख, पॉडकास्ट्स किंवा इतर प्रकारची माध्यमे या सगळ्या ऐवजाचा त्यात समावेश होतो. यामध्ये केवळ बाह्य स्रोतांमधून गोळा केलेली सामग्रीच नव्हे, तर आपण स्वतः तयार केलेली सामग्रीही येते. जसे की ईमेल्स लिहिताना तयार झालेला मजकूर, प्रकल्पाच्या योजना, नव्या कल्पनांचे विचारमंथन किंवा आपल्या वैयक्तिक विचारांचे लेखन याचाही समावेश त्यात होतो.

या फक्त काही निव्वळ निरुपयोगी वस्तू नाहीत - त्या म्हणजे ज्ञान-संपत्ती, जी तुमच्या माहितीचे ठोस स्वरूपात साकारण करते.[1]

ज्ञान हे नेहमीच कुठेतरी बाहेर जाऊन शोधायची गोष्ट नसते. ते तुमच्याभोवती सर्वत्र असते - तुमच्या इनबॉक्समधील जुन्या ईमेल्समध्ये दडलेले, डॉक्युमेंट्स फोल्डरमधील फाइल्समध्ये लपलेले, किंवा क्लाउड ड्राइव्हवर थांबलेले. 'ज्ञान-संकलन' म्हणजे तुम्ही आधीच जे वाचन करत आहात, आणि जे जीवन जगत आहात, त्यातील संपत्तीचा शोध घेणे.

कधी कधी ही ज्ञान-संपत्ती अगदी साधी असते. उदाहरणार्थ, गेल्या वर्षीच्या आर्थिक नियोजन बैठकीचा अजेंडा. तो पुढील वर्षासाठी पुन्हा वापरता येण्यासारखा असतो, तर कधी ती माहिती खूप खोल व व्यापक असते. उदाहरणार्थ, एखाद्या इतिहासाच्या पुस्तकावरचे तुमचे सविस्तर टिपण, जे जगाकडे पाहण्याचा तुमचा दृष्टिकोनच बदलू शकते आणि या दोन्हींच्या मध्ये येणाऱ्या अनेक गोष्टी त्यात असतात. 'ज्ञान-संपत्ती' म्हणजे अशी कोणतीही गोष्ट जी भविष्यात समस्या सोडवण्यासाठी, वेळ वाचवण्यासाठी, एखादी संकल्पना समजून घेण्यासाठी किंवा भूतकाळातील अनुभवातून शिकण्यासाठी वापरता येऊ शकते.

---

[1] एमआयटीचे अर्थशास्त्रज्ञ सेझार हिडाल्गो त्यांच्या 'Why Information Grows' या पुस्तकात सांगतात की भौतिक उत्पादनांना ते 'कल्पनांचे स्फटिक' (Crystals of Imagination) असे संबोधतात. आपले ज्ञान ठोस वस्तूंमध्ये रूपांतरित करण्याची क्षमता ते आपल्याला देतात, ज्या इतर लोकांसाठी सुलभपणे वापरता येतात. त्यांच्या मते, आपले विचार ठोस किंवा डिजिटल स्वरूपात साकार करणे हीच ती प्रक्रिया आहे, ज्यामुळे आपण आपले विचार इतरांपर्यंत पोहोचवू शकतो. आणखी एका ठिकाणी ते लिहितात, कल्पनाशक्तीचे स्फटीकरण करण्याची आपली क्षमता हीच आपल्याला इतरांच्या मज्जासंस्थांमध्ये असलेल्या ज्ञानाचा आणि कौशल्याचा प्रत्यक्ष उपयोग करून घेण्याची संधी देते. याचा अर्थ असा की, आपण जेव्हा आपले विचार आणि कल्पना एखाद्या उत्पादन, लेखन, प्रणाली किंवा तंत्रामध्ये साकारतो, तेव्हा ती गोष्ट इतरांसाठी उपयोगी होते आणि समाजात ज्ञानाचा प्रसार घडतो.

ज्ञान-संपत्ती ही बाह्य जगातून किंवा तुमच्या अंतर्मनातून येऊ शकते. बाह्य जगातील ज्ञान यामध्ये खालील गोष्टींचा समावेश होतो -

- **हायलाईट्सः** तुम्ही वाचलेल्या पुस्तकांतील किंवा लेखांतील विचारप्रवर्तक परिच्छेद.
- **उद्धरणे (कोट्स):** तुम्ही ऐकलेल्या पॉडकास्ट किंवा ऑडिओबुकमधील लक्षात राहणाऱ्या ओळी.
- **बुकमार्क्स आणि फेव्हरिट्सः** इंटरनेटवर सापडलेली उपयुक्त माहिती किंवा समाजमाध्यमांवरील जतन केलेल्या महत्त्वाच्या पोस्ट्स.
- **व्हॉइस मेमोः** स्वतःसाठी घेतलेली मोबाइलवरची ऑडिओ टिपणे, 'नोट्स टू सेल्फ' म्हणून साठवलेले विचार.
- **मीटिंग नोट्सः** बैठका किंवा फोनवरच्या चर्चांदरम्यान नोंदवलेली महत्त्वाची माहिती.
- **प्रतिमा (इमेजेस):** प्रेरणादायी किंवा लक्षवेधी वाटणाऱ्या छायाचित्रांचा संग्रह.
- **टेकअवे** (Takeaways): तुम्ही उपस्थित राहिलेल्या परिसंवादात, परिषदांत किंवा सादरीकरणांमधून मिळालेल्या विचारांचे सार.

या सर्व गोष्टी पुढील काळात संकल्पना स्पष्ट करण्यासाठी, समस्या सोडवण्यासाठी, वेळ वाचवण्यासाठी किंवा अनुभवातून शिकण्यासाठी उपयोगी पडतात. म्हणूनच त्यांना ज्ञान-संपत्ती असे म्हटले जाते. आजूबाजूला नजर टाकली तर तुमच्या लक्षात येईल की यांपैकी अनेक गोष्टी तुमच्याकडे अगोदरपासूनच आहेत. कदाचित त्या विस्कळित स्वरूपात असतील, वेगवेगळ्या ठिकाणी विखुरलेल्या असतील, वेगवेगळ्या स्वरूपात जतन केलेल्या असतील, पण त्या आहेत हे नक्की. त्यासाठी आवश्यक असणारा वेळ आणि श्रम तुम्ही आधीच खर्च केलेले आहेत, हे लक्षात घ्या. आता फक्त त्या सर्व गोष्टी एकत्र करून, तुमच्या ज्ञानाच्या बागेतील पहिले बीज रुजवण्याची फक्त गरज आहे. ते कसे करायचे, हे मी तुम्हाला लवकरच दाखवणार आहे.

जेव्हा तुम्ही बाह्य जगातून हा साठा एकत्र करत असता, तेव्हा तुमच्या अंतर्मनातसुद्धा अनेक नव्या कल्पना आणि जाणिवा उमटत असतात. त्या विचारांचीही

नोंद घेता येते! हे विचार खालील स्वरूपात असू शकतात.

- **कथा :** तुमच्या आवडत्या आठवणी किंवा प्रसंग, ते तुमच्यासोबत घडले असू शकतात किंवा इतर कुणासोबतसुद्धा.
- **जाणिवा :** तुम्हाला उमजलेल्या लहान किंवा मोठ्या गोष्टी.
- **आठवणी :** तुम्हाला विसरायचे नसतात असे तुमच्या आयुष्यातील अनुभव.
- **चिंतन :** डायरी किंवा जर्नलमध्ये लिहून ठेवलेले असतात असे वैयक्तिक विचार आणि शिकवण.
- **विचारमंथन :** एखाद्या क्षणी अचानक डोक्यात आलेले विचार. जसे की आपण आंघोळ करताना काही 'शॉवर आयडिया' आपल्याला सुचत असतात.

एखादा विचार, जाणीव किंवा आठवण यांचा अर्थ अनेकदा लगेच स्पष्ट होत नाही. ते त्या क्षणी आपल्याला लिहून ठेवावे लागतात, वेळोवेळी पुन्हा पुन्हा वाचावे लागतात आणि वेगळ्या दृष्टिकोनातून त्याकडे पाहावे लागते. तेव्हाच त्याचा नेमका अर्थ आपल्याला उलगडत असतो. हे सगळे फक्त डोक्यातच घडवून आणणे फार कठीण असते. त्यासाठी आपल्याला उपयुक्त असे एक बाह्य माध्यम हवे असते. आपण आपल्या कल्पना यात वेगळ्या कोनातून पाहू शकतो. म्हणून त्या गोष्टी त्या त्या वेळी लिहून ठेवणे हे आतापर्यंतचे सर्वांत प्रभावी आणि सोयीचे साधन आहे.

अनेकदा आपले इतके वैयक्तिक विचार खासगी डायरीऐवजी एखाद्या सॉफ्टवेअरमध्ये लिहिण्याबाबत आपल्या मनात संकोच असू शकतो. तुम्ही त्यात काय लिहायचे, हे पूर्णतः तुमच्यावरच अवलंबून आहे, पण हे लक्षात ठेवा की तुमचा सेकंड ब्रेनदेखील खासगीच असतो. तुम्हाला वाटले तर काही नोट्स इतरांशी शेअर करता येतात, पण मूळतः त्यातले सारे काही फक्त नि फक्त तुमच्यासाठीच असते.

सध्या वरील दोन्ही याद्यांपैकी तुमच्याकडे आधीपासूनच मोठ्या प्रमाणात असलेले आणि तुम्हाला मोलाचे वाटणारे दोन ते तीन प्रकार निवडा. काही लोकांना अंतर्गत स्रोतांमधून मिळणारे ज्ञान अधिक प्रिय वाटते, तर काहींचा कल बाह्य जगाकडे अधिक असतो. पण, बहुतांश लोक या दोन टोकांच्या अधेमधे कुठेतरी असतात. अनेक वेगवेगळ्या स्रोतांमधून ज्ञान साठवायला तुम्ही नंतर शिकू शकता, पण सुरुवातीला छोट्या गोष्टींपासून सुरुवात करणे आणि हळूहळू त्याचा सराव करणे हे अधिक महत्त्वाचे आहे.

आपल्याजवळ काय साठवू नये?

मी दिलेली उदाहरणे इतकी व्यापक वाटू शकतात की तुम्हाला असे वाटेल की सेकंड ब्रेनमध्ये साठवायचे नाही असे काही आहे की नाही? माझ्या अनुभवातून मी तुम्हाला सांगतो की, पुढे दिलेला चार प्रकारचा मजकूर नोट्स ॲपसाठी फारसा उपयुक्त ठरत नाही.

- **ही माहिती खासगी आणि अगदी सुरक्षित ठेवायची आहे का?** तुमच्या नोट्समध्ये साठवलेली माहिती कुठल्याही उपकरणावर सहज उपलब्ध होत असल्याने ते सोय म्हणून उत्तम आहे, पण सुरक्षिततेच्या दृष्टीने नाही. त्यामुळे कर नोंदी, सरकारी कागदपत्रे, पासवर्ड्स आणि वैद्यकीय अहवाल यांसारखी महत्त्वाची माहिती नोट्समध्ये साठवू नये.
- **विशिष्ट ॲपमध्येच हाताळणे योग्य ठरेल अशी एखादी खास फाइल आहे का?** तुम्ही फोटोशॉप फाईल्स किंवा व्हिडीओ फुटेजसारख्या फाईल्स नोट्समध्ये साठवू शकलात तरी ती उघडण्यासाठी विशेष सॉफ्टवेअरची गरज भासते. त्यामुळे अशा फाईल्स नोट्समध्ये ठेवण्यात फारसा उपयोग नसतो.
- **खूप मोठी फाईल आहे का?** नोट्स ॲप्स हे मर्यादित, संक्षिप्त मजकुरासाठी आणि हलक्याफुलक्या प्रतिमांसाठी बनवलेले असतात. मोठ्या फाईल्स त्यामध्ये साठवल्यास ॲपची कार्यक्षमता घटते. त्यामुळे खूप मोठ्या फाईल्स साठवू नयेत.
- **या फाईलवर एकत्रितपणे काम करायचे आहे का?** नोट्स ॲप्स वैयक्तिक आणि खासगी वापरासाठी उत्तम असतात, पण जेव्हा सहकार्याने आणि परस्परांच्या सहभागातून काम करायचे असते, तेव्हा ते फारसे उपयुक्त ठरत नाही. तुम्ही वैयक्तिक किंवा ग्रुपच्या नोट्स इतरांसोबत शेअर करू शकता, पण एकच दस्तऐवज अनेक जणांनी एकाच वेळी संपादित करायचा असेल, तर त्यासाठी वेगळा प्लॅटफॉर्म वापरावा लागेल, तिथे नोट्स उपयुक्त ठरणार नाहीत.

बारा आवडते प्रश्न : नोबेल पारितोषिक विजेत्याची ज्ञान साठवण्याची पद्धत

आजूबाजूला इतक्या प्रचंड प्रमाणात माहिती आणि मजकूर उपलब्ध असताना, त्यातले काय खरोखरच जपून ठेवण्यासारखे आहे, हे ठरवणे अनेकदा कठीण जाते. ही निवड सोपी व्हावी यासाठी मी एक अत्यंत उपयुक्त असा सराव सांगतो. मी त्याला

'बारा आवडते प्रश्न' असे म्हणतो. नोबेल पारितोषिक विजेते भौतिकशास्त्रज्ञ रिचर्ड फायनमन यांची पद्धत या संकल्पनेमागची प्रेरणा आहे.

फायनमन हे त्यांच्या विविधरंगी आणि बहुआयामी आवडीनिवडींसाठी प्रसिद्ध होते. लहानपणापासूनच त्यांच्यात अभियांत्रिकीचे कौशल्य दिसून येत होते. एकदा तर त्यांचे आई-वडील बाजारात गेलेले असताना त्यांनी सुट्या भागांपासून घरात वापरता येईल अशी अलार्म सिस्टमच तयार केली होती. त्यांच्या रंगीबेरंगी आयुष्यात फेनमन यांनी ब्राझीलमध्ये जाऊन भौतिकशास्त्र शिकवले. बोंगो आणि कॉंगा ही वाद्ये इतकी चांगली वाजवायला शिकले की त्यांनी ऑर्केस्ट्रामध्येही सादरीकरण केले. जगभर फिरून त्यांनी वेगवेगळ्या संस्कृतींचा अत्यंत उत्साहाने अभ्यास केला.

अर्थातच, हे सारे काही असले तरी फायनमन हे त्यांच्या सैद्धांतिक भौतिकशास्त्र आणि क्वांटम यांत्रिकीमधील त्यांच्या क्रांतिकारी संशोधनासाठी जगविख्यात आहेत. त्यांना या बहुमोल संशोधनासाठी १९६५मध्ये नोबेल पारितोषिक देऊन गौरवण्यात आले. आपल्या आयुष्यातील मोकळ्या वेळेतही त्यांनी 'चॅलेंजर' स्पेस शटल दुर्घटनेच्या चौकशीसाठी नेमलेल्या आयोगात महत्त्वाची भूमिका बजावली होती आणि त्यांची सहा पुस्तकेही प्रकाशित झालेली आहेत.

इतक्या विविध क्षेत्रांमध्ये एका माणसाने इतके महत्त्वपूर्ण योगदान कसे दिले असेल? इतके भरभरून आणि रसपूर्ण जीवन ते कसे जगू शकले आणि त्याच वेळी आपल्या पिढीतील सर्वांत प्रसिद्ध वैज्ञानिकांपैकी एक ते कसे बनू शकले? फायनमन यांनी यशाची ही गुरुकिल्ली एका मुलाखतीत उघड केली होती.

> तुमच्या मनात तुमच्या दहा-बारा आवडत्या समस्या सतत जागृत ठेवायला हव्यात, त्या बहुतांश वेळेला सुप्त अवस्थेत असल्या तरी चालतील. जेव्हा जेव्हा तुम्ही एखादी नवी कल्पना, नवा उपाय किंवा नवे संशोधन ऐकता किंवा वाचता, तेव्हा त्या प्रत्येक समस्येशी तो विचार जुळतो का, हे तपासा. कधीतरी एक योगायोग असा जुळून येईल की त्यातून एखादे उत्तर सापडेल आणि लोक म्हणतील, अरे हे कसे जमले त्याला? तो तर अफाट बुद्धिमान असावा!

फायनमन यांची पद्धत अशी होती की एक डझनभर प्रश्न त्यांच्या मनात कायम असत. जेव्हा एखादे नवीन वैज्ञानिक संशोधन प्रसिद्ध होई, तेव्हा ते त्याचा उपयोग आपल्या प्रत्येक प्रश्नावर करून बघत असत. त्या नव्या माहितीमुळे कोणत्यातरी

समस्येवर नवीन प्रकाश पडतो का, हे पाहत असत. ही आंतरशाखीय दृष्टिकोनाची पद्धत त्यांना परस्परविरोधी किंवा संबंधित नसलेल्या विषयांमध्ये दुवे जोडण्याची संधी देत असे आणि त्याचबरोबर त्यांची जिज्ञासाही जपली जात असे.

ते जेवण करत असताना टेबलावरील कुठल्या तरी एका वस्तूने किंवा घटनेने त्यांचे लक्ष वेधले गेले आणि त्यातून त्यांना एका महत्त्वाच्या शास्त्रीय संकल्पनेचा शोध घेण्याची दिशा मिळाली. फायनमन यांच्या अभ्यासपद्धतीचे वैशिष्ट्य यातून लक्षात येते. रोजच्या आयुष्यातल्या एखाद्या क्षुल्लक प्रसंगांमधूनही सखोल वैज्ञानिक निरीक्षणांची बीजे ते शोधायचे. 'Genius: The Life and Science of Richard Feynman' या जेम्स ग्लीक यांनी लिहिलेल्या पुस्तकात सांगितले की, एकदा फायनमन यांना त्यांच्या भौतिकशास्त्रासाठीची प्रेरणा जेवताना घडलेल्या एका अचानक घडलेल्या घटनेतून मिळाली होती...

> विद्यार्थ्यांच्या कॅफेटेरियामध्ये फायनमन जेवत होते, तेव्हा अचानक कुणीतरी हवेत एक डिनर प्लेट भिरकावली. कॉर्नेल विद्यापीठाची ती प्लेट, ज्याच्या कडेला विद्यापीठाची प्रतिमा छापलेली होती. आणि ती प्लेट हवेत गिरक्या घेत असताना, त्या क्षणातच फायनमनना एक साक्षात्कार झाल्यासारखे वाटले. प्लेट फिरत होती, पण त्याच वेळी ती डोलत (वाकत) होती. प्लेटचे फिरणे आणि डोलणे या दोन्ही हालचाली एकत्रित नसून थोड्या भिन्न होत्या, हे त्या छापलेल्या प्रतिमेमुळे त्यांच्या लक्षात आले. त्या दोन्ही हालचालींमध्ये काहीतरी संबंध आहे, असे त्या क्षणी त्यांच्या भौतिकशास्त्रीय अंतर्ज्ञानाला वाटून गेले.

फायनमन यांनी कागदावर त्याचे गणित करून पाहिले. तेव्हा त्यांना प्लेटच्या डोलण्याचा आणि फिरण्याचा दर २:१ असा आढळून आला. हा एक आकर्षक संयोग होता. त्यामागे अधिक खोल वैज्ञानिक सिद्धांत कार्यरत असावा असे सूचित होत होते.

जेव्हा एका सहकर्मी भौतिकशास्त्रज्ञ आणि मार्गदर्शकाने फायनमन यांना विचारले की अशा शोधाचा उपयोग काय आहे, तेव्हा त्यांनी उत्तर दिले की त्याला काही महत्त्व नाही. मला एखाद्या गोष्टीचे महत्त्व आहे की नाही, याची पर्वा नसते, पण असा शोध घेण्यात मजा येत नाही का? आपली जिज्ञासा आणि अंतःप्रेरणा यांचे अनुसरण ते करीत होते. पण शेवटी या गोष्टी खरोखरच महत्त्वाच्या ठरल्या. कारण

फिरण्यामागील समीकरणांवर त्यांनी जे संशोधन केले, त्यासाठी त्यांना शेवटी नोबेल पारितोषिक देऊन गौरवण्यात आले.

फायनमनच्या दृष्टिकोनामुळे त्यांनी आपली आवड जिथे जाईल तिथपर्यंत स्वतःला नेले. ते सतत प्रश्न विचारायचे आणि वाचन, संभाषण तसेच दैनंदिन आयुष्यातील जुने प्रश्न सोडवण्यासाठी उत्तरे शोधायचे. जेव्हा त्यांना एखादे उत्तर सापडायचे, तेव्हा ते असा एखादा संबंध जोडायचे की इतरांना ते एक अप्रतिम आणि चमकदार बुद्धिमत्तेचे लक्षण वाटायचे.

स्वतःला असा प्रश्न विचारा, मला नेहमी उत्सुकतेने कोणते प्रश्न पडतात? हे प्रश्न मोठ्या सामाजिक स्वरूपाचे असू शकतात, जसे की समाज अधिक न्याय्य आणि समतोल कसा बनवता येईल? किंवा अगदी व्यावहारिक स्वरूपाचे असू शकतात, जसे की मी दररोज व्यायाम करण्याची सवय कशी लावू शकतो? हे नातेसंबंधांबाबतचे प्रश्न असू शकतात जसे की, जे लोक मला प्रिय आहेत, त्यांच्याशी मी अधिक जवळचे नाते कसे निर्माण करू शकतो? किंवा उत्पादकतेसंबंधी प्रश्न असू शकतात, जसे की, मी माझा अधिकाधिक वेळ मूल्यवर्धक कामांमध्ये कसा घालवू शकतो? हे प्रश्नच तुमच्या जिज्ञासेचे आणि वैयक्तिक विकासाचे खरे दरवाजे उघडतात.

माझ्या विद्यार्थ्यांनी विचारलेले त्यांच्या आवडीचे काही प्रश्न खाली दिले आहेत :

- मी भूतकाळात कमी आणि वर्तमानात अधिक कसा जगू शकतो?
- माझ्या मध्यकालीन आणि दीर्घकालीन उद्दिष्टांशी सुसंगत अशी गुंतवणुकीची रणनीती मी कशी तयार करू शकतो?
- निष्काळजी वापरातून सजग सर्जनशीलतेकडे वाटचाल करणे याचा अर्थ नेमका काय?
- मुले झोपल्यानंतर मी मालिका बघत न बसता वेळेवर झोपायला कसा जाईन?
- माझा उद्योगातील नफा राखून अधिक पर्यावरणपूरक कसा होऊ शकतो?
- अधिक जबाबदारी स्वीकारण्याच्या भीतीवर मी मात कशी करू शकतो?
- माझ्या शाळेतील विशेष गरजा असलेल्या विद्यार्थ्यांसाठी अधिक साधनसंपत्ती कशी पुरवू शकतो?

- नवीन आणण्याऐवजी, मी आधीच विकत घेतलेली पुस्तके वाचायला सुरुवात कशी करू?
- मला वेगही वाढवायचा असेल आणि त्याच वेळी निवांतही राहायचे असेल तर मी कसा राहू शकतो?
- आरोग्यसेवा व्यवस्थेतील लोकांच्या गरजांसाठी अधिक संवेदनशील कसा बनू शकेन?
- आरोग्यदायी आहार घेणे अधिक सोपे कसे बनवता येईल?
- अधिक आत्मविश्वासाने निर्णय कसे घ्यायचे?

लक्षात घ्या की यातील काही प्रश्न सैद्धांतिक स्वरूपाचे आहेत, तर काही अगदी ठोस आणि व्यावहारिक आहेत. काही प्रश्नांत खोल, आतून आलेली आकांक्षा आहे, तर काही केवळ क्षणिक उत्सुकतेतून आलेले वाटतात. बरेच प्रश्न आपण अधिक चांगले आयुष्य कसे जगू, याबद्दल आहेत, तर काही फक्त व्यावसायिक यशाच्या दिशेने केंद्रित आहेत. या प्रक्रियेचे मुख्य उद्दिष्ट म्हणजे असे प्रश्न तयार करणे जे खुले असतील. या प्रश्नांचे उत्तर एकच असेल असे नाही. आपल्या आजूबाजूच्या अद्भुत जगाविषयी आपल्यामध्ये आश्चर्य आणि जिज्ञासा जागवतील, असे हे प्रश्न आहेत.

तुमचे आवडते प्रश्न काळाच्या ओघातही कायम राहतात. हीच त्याची खरी ताकद असते. प्रत्येक प्रश्न मांडण्याची पद्धत बदलू शकते, पण आपण प्रकल्प, नोकऱ्या, नाती किंवा करिअर बदलत असलो तरी, हे प्रश्न वर्षानुवर्षे आपल्या सोबत राहतात. म्हणून माझा सल्ला असा आहे की, तुम्ही तुमच्या कुटुंबातील सदस्यांना किंवा बालपणीच्या मित्रांना विचारावे की लहानपणी मी कुठल्या गोष्टींनी झपाटून गेलो होतो? कारण अशाच काही जुन्या आवडी आजही तुमच्या कल्पनाशक्तीला जोरदार चालना देऊ शकतात. याचा अर्थ असा की, त्या विषयांशी संबंधित जे काही तुम्ही आज संकलित करता, ते भविष्यातही उपयुक्त ठरण्याची शक्यता खूप जास्त असते.

लहानपणी मला लेगो खेळण्याची खूप आवड होती. ही जुळवाजुळवीची खेळणी अनेक पिढ्यांपासून लहान मुले खेळत आलेली आहेत. पण माझ्या आई-वडिलांच्या लक्षात आले की मी इतर मुलांसारखे लेगो खेळत नव्हतो. मी बहुतेक वेळा त्याचे तुकडे लावणे आणि पुन्हा पुन्हा लावून नव्याने मांडणी करणे यांत रमून जात असे.

मला आजही आठवते, मी पूर्णपणे त्या खेळाच्या मोहात पडलो होतो. हजारो वेगवेगळ्या आकारांच्या आणि प्रकारांच्या तुकड्यांच्या गोंधळातून नीटसा क्रम आणि मांडणी कशी निर्माण करावी, यात मी हरवून जात असे. मी नवनवीन प्रकारांनी मांडणीचे प्रयोग करायचो. कधी रंगानुसार, कधी आकारानुसार, तर कधी थीमनुसार. माझ्या मनात ही कल्पना घट्ट बसली होती की जर मी एक परिपूर्ण प्रणाली शोधली, तर मी अखेर माझे स्वप्न साकार करू शकेन. एक असामान्य लेगो अंतराळयान... अगदी मी ज्या साय-फाय चित्रपटांमध्ये पाहायचो तसे!

गोंधळातून सर्जनशीलता कशी उगम पावते? हीच ती मूलभूत कल्पना होती. आजही मला पुढे जाण्यास ती प्रवृत्त करते. फक्त आता ती लेगो खेळण्यांच्या रूपात नाही, तर डिजिटल माहितीची मांडणी आणि व्यवस्थापन या स्वरूपात आहे. या प्रश्नांचा शोध घेत राहिल्याने मला आयुष्यात अनेक टप्प्यांवर, अनेकदा खूप काही शिकायला मिळाले. या प्रश्नाचे अंतिम आणि एकमेव उत्तर शोधणे हे माझे उद्दिष्ट नाही. उलट, हा प्रश्न माझ्या शिक्षणाच्या प्रवासासाठी दिशा दाखवणारा उत्तर ध्रुव ठरला आहे.

आता थोडा वेळ काढा आणि स्वतःचे काही आवडते प्रश्न लिहून काढा. हे प्रश्न शोधताना खालील काही सूचना मार्गदर्शक ठरू शकतात :

- लहानपणी तुला कुठल्या गोष्टींमध्ये विशेष रस होता हे तुमच्या जवळच्या लोकांना विचारा. (खूपदा असे आढळते की त्या लहानपणीच्या गोष्टींचे आकर्षण मोठेपणीही टिकून राहते).
- नेमके बारा प्रश्नच लिहायला हवे असे काही नाही. (संख्येला फारसे महत्त्व नाही, पण काही मोजके प्रश्न लिहिण्याचा प्रयत्न जरूर करा).
- सूची एकदम परिपूर्ण असायला हवी, याची चिंता करू नका (ही फक्त सुरुवात आहे, आणि ही यादी कालांतराने बदलत, विकसित होत जाईल).
- हे प्रश्न लिहिताना त्याची उत्तरे होय/नाही स्वरूपात नसावीत, तर प्रश्न खुले आणि अनेक उत्तरे शक्य होऊ शकतील असे असावेत.

एकदा ही यादी तयार झाली की, तुम्ही काय संकलित करावे यासाठी ती यादीच मार्गदर्शक ठरेल. या प्रश्नांची उत्तरे शोधायला मदत करू शकते, ते सगळे यात येईल. या पुस्तकाच्या पुढील प्रकरणांमध्ये मी सुचवलेली कोणतीही 'कॅप्चर टूल्स'

वापरा किंवा Buildingasecondbrain.com/resources. वर दिलेल्या संसाधन मार्गदर्शिकेचा वापर करून ही माहिती जतन करा.

संकलनाचे निकष : खूप जास्त (किंवा खूप कमी) माहिती साठवणे कसे टाळावे?

एकदा का तुम्ही तुमच्या सेकंड ब्रेनमध्ये कोणते प्रश्न सोडवायचे आहेत, हे ठरवले, की मग पुढचा टप्पा असतो तो म्हणजे, तुमच्यासाठी नेमकी कोणती माहिती सर्वाधिक उपयुक्त ठरेल, हे निवडणे.

कल्पना करा की तुम्ही वेब ब्राउझ करत असताना तुम्हाला एक ब्लॉग पोस्ट सापडते. त्या पोस्टमध्ये मार्केटिंग तज्ज्ञाने आपल्या संपूर्ण मोहिमा कशा चालवतात याचा तपशील दिलेला असतो. तुम्ही ते पाहण्यात एकदम रंगून जाता, कारण इतक्या दिवसांपासून तुम्ही शोधत होता ती हीच माहिती असते. अखेरीस गुरू जणू तिचे गुपित उघड करीत असतो.

तुमची पहिली सहज स्वाभाविक प्रतिक्रिया असे सुचवेल की तो संपूर्ण लेखच जतन करून ठेवावा. कारण ती माहिती उच्च दर्जाची आहे, मग ती पूर्णच जतन का करू नये? असे वाटणे अगदी स्वाभाविक आहे. पण इथेच खरा प्रश्न आहे. कारण तुम्ही वाचत असलेला लेख कृती कशी करावी, याविषयी मार्गदर्शन करणारा विस्तृत असा हजारो शब्दांचा लेख आहे. तुम्ही २०-३० मिनिटे वेळ काढून वाचलात, तरी पुढे कधीतरी तुम्हाला तो पुन्हा वाचावा लागणार आहे. कारण तोवर तुम्ही त्यातली बहुतेक माहिती विसरलेले असाल. फक्त त्या लेखाची लिंक बुकमार्क करून 'नंतर वाचू' असे म्हणणेही उपयोगाचे ठरत नाही, कारण नंतर त्या लिंकमध्ये नेमके काय आहे हे नंतर तुम्हाला आठवणारही नसते. त्यामुळे उपयोगी भाग ओळखून, संक्षेपाने तेच काढून ठेवणे हेच अधिक शहाणपणाचे ठरते.

बहुतांश लोक याच ठिकाणी अडकतात. काहीजण पहिली सामग्री पाहताच ती वाचायला घेतात. पुन्हा अधाशाप्रमाणे वाचतात, पण लवकरच त्यातील सर्व तपशील विसरून जातात, तर दुसऱ्या प्रकारचे लोक वेब ब्राउझरमध्ये एकावेळी डझनभर टॅब्स उघडून ठेवतात आणि त्या माहितीच्या सर्व 'रोचक' स्रोतांना वेळ देता आलेला नाही, याची अपराधी भावना त्यांच्या मनात घर करते. या दोन्ही मार्गांनी माहिती टिकत नाही आणि सेकंड ब्रेन बनवण्याच्या उद्दिष्टालाही धक्का पोहोचतो.

या परिस्थितीतून बाहेर पडण्याचा एक सोपा मार्ग आहे. कोणत्याही माहितीच्या स्रोतामध्ये मूल्य हे सगळीकडे समान प्रमाणात पसरलेले नसते. नेहमीच काही असे

विशिष्ट भाग असतात जे तुमच्यासाठी अधिक रंजक, उपयोगी किंवा मूल्यवान असतात या जाणिवेने तो सुरू होतो. एकदा का तुम्हाला ही गोष्ट उमगली, की मग उत्तर अगदी स्पष्ट आहे. ते म्हणजे त्या माहितीतील सर्वांत महत्त्वाचा, उपयुक्त आणि समृद्ध भाग तुम्ही वेचून घ्या आणि त्याचे एक संक्षिप्त, नेमके असे टिपण तयार करून ते साठवून ठेवा. यामुळे अनावश्यक माहितीचा साठा करत बसणार नाही आणि तुमच्या सेकंड ब्रेनमध्ये खरोखरच उपयोगी सामग्री टिकवू शकाल.

जेव्हा लोक डिजिटल नोट्स जतन करण्यास सुरुवात करतात, तेव्हा खूप जास्त माहिती साठवणे ही सवय म्हणजे सर्वांत मोठा धोका असतो. जर तुम्ही प्रत्येक सापडणारी सामग्री जशीच्या तशी जतन करू लागलात, तर पुढच्या काळात तुम्ही स्वतःलाच अनावश्यक आणि असंबद्ध माहितीच्या ढिगाऱ्याखाली गुदमरवून टाकाल. अशा वेळी तुमचे सेकंड ब्रेन हे खरे तर सोशल मीडियावर नुसते स्क्रोल करत राहण्यासारखेच होऊन बसते. सतत व्यस्त, पण निरुपयोगी. म्हणूनच, फक्त नेमकी आणि उपयोगी माहितीच संकलित करणे हे महत्त्वाचे आहे.

म्हणूनच क्युरेटरच्या दृष्टिकोनातून विचार करणे अतिशय महत्त्वाचे ठरते - कारण आपणच आपल्या आयुष्यात येणाऱ्या माहितीचे न्यायाधीश, संपादक आणि अर्थ लावणारे आहोत. क्युरेटरसारखा विचार करण्याचा अर्थ असा की, माहितीचा प्रवाह आपल्यावर नुसता वाहत जाऊ देण्याऐवजी आपणास त्यावर नियंत्रण ठेवता यायला हवे. काय ठेवायचे आणि काय सोडून द्यायचे हे आपणच ठरवायला हवे. तुम्ही जितक्या काटकसरीने आणि नेमके माहितीचे संकलन कराल, तितकाच तुमचा पुढचा वेळ आणि मेहनत वाचेल, कारण नंतर ती माहिती नीट लावणे, तिचा गाभा काढणे आणि तिचे प्रभावी सादरीकरण करणे सोपे जाईल.[2]

तुम्ही कोणती माहिती जतन करावी हे ठरवताना मदत करणारे चार महत्त्वाचे निकष मी सुचवतो. त्यापैकी पहिला निकष असा आहे:

संकलन निकष १: ही माहिती मला प्रेरणा देते का?

प्रेरणा ही आयुष्यातील एक अत्यंत दुर्मीळ आणि मौल्यवान अनुभूती आहे.

---

[2] नेमकी किती माहिती टिपणांमध्ये साठवावी याचे अधिक अचूक उत्तर जर तुम्ही शोधत असाल, तर मी सुचवतो की मूळ स्रोतापेक्षा जास्तीत जास्त १० टक्क्यांपेक्षा अधिक माहिती साठवू नका. यापेक्षा जास्त माहिती ठेवल्यास, भविष्यात ती सगळी माहिती चाळून त्यातून उपयोगाचे काही शोधणे फार कठीण होईल. योगायोगाने, १० टक्के ही मर्यादा हीच आहे बहुतांश ई-बुक्स तुम्हाला हायलाईट म्हणून एक्सपोर्ट करण्यासाठी परवानगी देतात. त्यामुळे ती एक व्यवहार्य आणि सोपी मर्यादा मानता येते.

सर्वोत्तम काम करण्यासाठीचे मुख्य इंधन तीच प्रेरणा असते, पण प्रेरणा हवी तेव्हा सहजपणे मिळेलच असे नाही. एखाद्या प्रश्नाचे उत्तर तुम्ही गुगलवर शोधू शकता, पण भावना गुगल करता येत नाहीत. मात्र प्रेरणा जागवण्यासाठी एक सोपा मार्ग आहे तो म्हणजे, प्रेरणादायी विचार, फोटो, कल्पना आणि गोष्टींचा संग्रह तयार ठेवा. जेव्हा तुम्हाला ब्रेक घ्यायचा असतो, नव्याने विचार करायचा असतो किंवा ऊर्जा हवी असते, तेव्हा तो संग्रह चाळा. काही ना काही असे सापडेलच, जे तुमच्या कल्पनाशक्तीला गती देईल.

उदाहरणार्थ, मी स्वतःकडे एक फोल्डर ठेवतो, ज्यात मी गेल्या काही वर्षांत मिळवलेले ग्राहकांचे अभिप्राय संग्रहित केले आहेत. मी जे काम करतोय त्यात फारसा अर्थ नाही किंवा ते पुरेसे चांगले नाही असे जेव्हा मला वाटते, तेव्हा मी तो फोल्डर उघडतो आणि क्षणात माझा दृष्टिकोन बदलून जातो.

निकष २: हे उपयुक्त आहे का?

सुतारकाम करणारे कारागीर त्यांच्या वर्कशॉपच्या एका कोपऱ्यात नेहमी काही ना काही वस्तू साठवून ठेवतात. वेगवेगळ्या प्रकारचे खिळे, वॉशर्स, लाकडाचे तुकडे, मोठ्या फळकुटांपासून कापलेले स्क्रॅप्स, आणि लाकूड-लोखंडाचे वेडेवाकडे तुकडे. ही 'उरलेली' साधने ठेवायला काहीच खर्च येत नाही आणि अनेकदा यांपैकी एखादा भाग भविष्यात एखाद्या प्रकल्पासाठी अत्यावश्यक ठरतो.

कधीकधी तुम्हाला अशी माहिती सापडते जी फारशी प्रेरणादायी नसते, पण तुम्हाला वाटते की ती भविष्यात उपयोगी पडू शकते. उदाहरणार्थ, एखादी आकडेवारी, संदर्भ, संशोधन निष्कर्ष किंवा उपयुक्त आकृती. या सगळ्या गोष्टी म्हणजे जणू सुताराच्या वर्कशॉपमधील 'स्पेअर पार्ट्स'.

उदाहरणार्थ, मी स्वतःकडे एक फोल्डर ठेवतो, ज्यामध्ये मी ऑनलाईन किंवा ऑफलाईन सापडलेले स्टॉक फोटो, ग्राफिक्स आणि चित्रांचा संग्रह केलेला आहे. मला जेव्हा एखाद्या स्लाइड डेकसाठी, वेबसाईटसाठी किंवा नव्या कल्पना सुचवण्यासाठी एखादी प्रतिमा लागते, तेव्हा माझ्याकडे आधीच गोळा केलेल्या प्रभावी प्रतिमांचा भरपूर साठा असतो. त्या प्रतिमा वापरण्यास तयार असतात.

निकष ३: हे वैयक्तिक आहे का?

जतन करण्यासारख्या सर्वांत मौल्यवान माहितींपैकी एक म्हणजे वैयक्तिक

माहिती. यामध्ये स्वतःचे विचार, मनन-चिंतन, आठवणी आणि आठवणीतल्या वस्तू येतात. पूर्वी डायरी लिहिण्याची किंवा जर्नल ठेवण्याची सवय होती, तसेच आपण नोट्स घेण्याचा उपयोग आपल्या आयुष्याचा दस्तऐवज जतन करण्यासाठी करू शकतो आणि आपण आज जे आहोत ते कसे झालो, हे अधिक चांगल्या प्रकारे समजून घेऊ शकतो.

तुम्ही तुमच्या आयुष्यातील संवादांमधून, चुकांमधून, विजयातून आणि शिकवणुकीतून जे अनुभव कमावलेले असतात, त्यातून जे शहाणपण आणि समज आलेली असते, ती फक्त तुमच्याकडे असते; अन्य कोणाकडेही नाही. तुम्ही तुमच्या दैनंदिन आयुष्यातल्या छोट्या क्षणांना तुम्ही जितके महत्त्व देता, तितके कोणीही देणार नाही.

मी स्वतः अनेकदा माझ्या कुटुंबीयांशी किंवा मित्रमैत्रिणींशी झालेल्या मजेदार, भावनिक किंवा हळव्या टेक्स्ट मेसेजेसचे स्क्रीनशॉट्स जतन करून ठेवतो. हे छोटेसे हास्य आणि उबदार क्षण माझ्यासाठी खूप खास असतात, कारण मी नेहमी प्रत्यक्षात त्यांच्या सोबत असू शकत नाही. हे साठवून ठेवायला मला काही सेकंदच लागतात, पण या संवादांच्या आठवणी माझ्याकडे कायम असणार आहेत, याचे मला समाधान असते.

निकष क्र. ४: हे आश्चर्यचकित करणारे आहे का?

मी अनेकदा पाहिले आहे की लोक जेव्हा नोट्स घेतात, तेव्हा त्या बहुतेकदा माहीत असलेल्या कल्पनांच्याच असतात. अशा कल्पनांशी ते अगोदरपासूनच सहमत असतात किंवा ज्याचा अंदाज ते सहज लावू शकले असते अशा त्या कल्पना असतात. आपल्यामध्ये नैसर्गिकपणे एक confirmation bias असतो, अर्थात आधीपासून असलेल्या विश्वासांनाच पुष्टी देणाऱ्या गोष्टी शोधण्याची प्रवृत्ती असते. पण Second Brain असे नसावे असे मला वाटते. प्रसिद्ध माहिती सैद्धांतिक तज्ज्ञ क्लॉड शॅनन यांनी 'माहिती'ची एक सोपी व्याख्या केली होती. त्यांच्या मते, माहिती म्हणजे ती गोष्ट जी तुम्हाला आश्चर्यचकित करते. जर एखादी गोष्ट ऐकून तुम्हाला बिलकूल आश्चर्य वाटले नाही, तर ती तुम्हाला आधीच थोडीफार माहीत होती, असा त्याचा अर्थ होतो. मग ती लिहून ठेवायचे प्रयोजनच काय? आश्चर्य वाटणे ही एक उत्कृष्ट कसोटी आहे. आपल्या प्रस्थापित समजुतींपेक्षा वेगळी असते अशी नवी माहितीच आपल्या विचारसरणीत काही बदल घडवू शकते. म्हणूनच, जेव्हा एखादी

गोष्ट तुम्हाला थांबायला, विचार करायला भाग पाडते, तीच लक्षात ठेवण्यासारखी असते.

कधी कधी तुम्हाला अशी एखादी कल्पना सापडते जी ना प्रेरणादायी असते, ना वैयक्तिक, ना स्पष्टपणे उपयुक्त असते. तरीही तिच्यात आश्चर्यकारक असे काहीतरी असते. तुम्हाला त्याचे नक्की कारण समजत नसले तरी, ती कल्पना तुमच्या सध्याच्या दृष्टिकोनाशी विसंगत असते आणि त्यामुळे तुमचा मेंदू सजग होतो आणि त्या गोष्टीकडे लक्ष देतो. अशा कल्पना तुम्ही नक्कीच नोंदवून ठेवायला हव्यात.

तुमचा सेकंड ब्रेन हा तुम्हाला अगोदरपासून माहीत असलेल्या गोष्टींची पुष्टी करणारा आणखी एक मार्ग असू नये. आपल्या भोवती अशाच अल्गोरिदमचा वेढा आहे जे आपल्याला केवळ आपल्या विद्यमान धारणा आणि विचारांनुरूपच माहिती देण्याचे काम करीत असतात आणि सोशल नेटवर्क्सच्या माध्यमातून सतत आपलेच विचार बळकट होत असतात. म्हणून तुमच्या सेकंड ब्रेनमध्ये नवीन, विरोधाभासी किंवा आश्चर्यकारक विचारही समाविष्ट होणे आवश्यक आहे.

कोणतीही कल्पना टिपून ठेवण्याची आपली क्षमता आपल्याला एका वेगळ्याच दिशेने घेऊन जाते : एकमेकांशी विसंगत असलेल्या किंवा आपल्या सध्याच्या धारणांना पाठिंबा न देणाऱ्या कल्पना जाणीवपूर्वक संग्रहित करून, लगेच निष्कर्ष काढण्याऐवजी आपण स्वतःला विविध स्रोतांतून माहिती स्वीकारायला प्रशिक्षित करू शकतो. विविध कल्पनांशी खेळत म्हणजेच त्या वाकवून, विस्तारून किंवा पुन्हा एकत्र करून पाहिल्यास आपण त्या मूळ रूपाशी जोडलेले राहत नाही. उलटपक्षी, त्यातील विशिष्ट पैलू किंवा घटक आपण आपल्या कामात वापरण्यासाठी सहज उचलू शकतो.

जर तुम्ही टिपून ठेवत असलेली माहिती तुमचा विचार बदलत नसेल, तर मग त्या नोंदी ठेवण्याचा उपयोगच काय?

अंतिमतः जे सुसंगत असेल तेच टिपा

कोणती माहिती टिपावी, यासाठी मी तुम्हाला काही विशिष्ट निकष दिले आहेत. पण या प्रकरणातून तुम्ही एकच गोष्ट लक्षात ठेवायला हवी, ती म्हणजे, तुमच्याशी सुसंगत वाटते, तुमचे मन गुंतते तीच माहिती साठवून ठेवा.

हे महत्त्वाचे आहे. कारण निर्णय घेण्यासाठी चेकलिस्ट वापरणे, तर्कशुद्ध विचार

करणे यांत तुमची खूप ऊर्जा जात असते आणि त्यात खूप ताणही येत असतो. त्यामुळे ज्या गोष्टी सुसंगत नसतील आणि ज्यात तुमचे स्वतःचेच मन गुंतत नसेल, अशा गोष्टींच्या नोंदी करण्यात जर तुम्ही खूप ऊर्जा खर्च केली, तर पुढे जाऊन कल्पनांची सांगड घालणे, नव्या शक्यतांचा विचार करणे, स्वतःचे सिद्धांत मांडणे आणि नव्या कल्पना तयार करणे या पुढच्या आणि अधिक महत्त्वाच्या टप्प्यांसाठी पुरेशी ऊर्जाच शिल्लक राहत नाही. त्यात आणखी भर म्हणजे, जर वाचन आणि शिकणे तुम्हाला त्रासदायक वाटायला लागले, तर काळाच्या ओघात तुम्ही हे सवयीने कमीच कराल. वाचनाची सवय लावायचे गुपित हेच आहे की ती प्रक्रिया सहज आणि आनंददायी असणे गरजेचे आहे.

जेव्हा तुम्ही एखादा मजकूर लिहीत असता, एखादी नवी माहिती मिळवत असता किंवा एखादी कल्पना आत्मसात करत असता, तेव्हा त्यात काहीतरी आतून हलवून टाकणारे किंवा आश्चर्यचकित करणारे असे काही तुम्हाला जाणवू शकते. तेव्हा तुमच्या मनात एक खास भावना निर्माण होते. तुमच्या अंतरंगात एक प्रतिध्वनी उमटतो. अर्थात, तुमची अंतःप्रेरणा तुम्हाला सांगते की, ही गोष्ट नक्कीच लक्षात ठेवण्यासारखी आहे. हेच का भावले, हे अचूक समजून घेण्याची गरज नाही. फक्त त्या सूचनांकडे लक्ष देणे गरजेचे आहे. तुमच्या डोळ्यांत चमक येऊ शकते, हृदयाची गती थोडी वाढते, घसा कोरडा पडतो किंवा वेळ जणू थोडा मंदावतो आणि सभोवतालचे जग क्षणभर लुप्त होते. हीच ती वेळ असते 'सेव्ह' हे बटण दाबण्याची.

भावना या तार्किक विचारांमध्ये अडथळा ठरत नाहीत, तर त्या त्याला संघटित करतात, हा विचार आपल्याला न्यूरोसायन्समधील संशोधनामुळे ठाऊकच असेल. जेव्हा एखादी गोष्ट आपल्या मनाला भिडते, तेव्हा आपला भावनिक, अंतःप्रेरणेवर अवलंबून असलेला मेंदू आपल्याला सांगत असतो की ही गोष्ट महत्त्वाची आहे आणि हे सगळे आपल्या तर्कशक्तीला समजण्याआधीच घडत असते. त्यामुळे अनेकदा मला असे वाटते की एखादा मजकूर किंवा कल्पना मला माझ्याशी सुसंगत वाटते, भिडते, पण असे का घडते; हे मी त्या क्षणी नीट सांगू शकत नाही. मात्र, तिचा खरा उपयोग किंवा सामर्थ्य काही काळानंतरच उलगडते.

आपली अंतःप्रेरणा नेमके काय करते आहे, याबाबत अनेक वैज्ञानिक पुरावे उपलब्ध आहेत. 'Designing for Behavior Change' या पुस्तकात यासंदर्भात एक अभ्यास दिला आहे. तो खूप प्रसिद्ध आहे.

या अभ्यासात सहभागी व्यक्तींना चार पूर्वग्रहपूर्ण पत्त्यांचे संच दिले गेले. काही संचांमधून पैसे मिळत होते, तर काहींमुळे तोटा होत होता. खेळाची सुरुवात करताना त्यांना या संचांबाबत काहीही माहिती नव्हती. मात्र, जसजसे ते खेळ खेळत गेले, तसतशी त्यांच्या शरीराने तणावाची शारीरिक लक्षणे दाखवायला सुरुवात केली, जेव्हा त्यांचा चेतन मेंदू अजूनही नुकसानीचा संच वापरण्याच्या मार्गावर असायचा. हा तणाव पूर्णपणे आपोआप निर्माण होणारा प्रतिसाद होता. कारण त्यांची अंतःप्रेरणा आधीच जाणून चुकली होती की काहीतरी चुकतेय आणि हे त्यांना त्यांच्या चेतन मेंदूला कळण्याच्या खूप आधी समजले होते.

लेखकांचा निष्कर्ष असा होता, आपल्या अंतःप्रेरणेवर आधारलेला मेंदू शिकतो आणि अगदी आपल्याला जाणीव नसतानाही प्रतिक्रिया देतो.

जर तुम्ही तुमच्या अंतःप्रेरणेतील त्या आतल्या आवाजाकडे दुर्लक्ष केले, तर हळूहळू तो आवाज मंदावत जातो आणि शेवटी हरवून जातो. पण जर तुम्ही आपली अंतःप्रेरणा आपल्याला काय सांगतेय, याकडे लक्ष देण्याची सवय लावली, तर तो आवाज अधिक तीव्र, ठाम आणि स्पष्ट होतो. हा आवाज मग तुम्हाला वेगवेगळ्या प्रसंगी ऐकू येऊ लागतो. तो तुम्हाला योग्य निर्णय घ्यायला मदत करतो, योग्य संधी ओळखायला शिकवतो, अयोग्य माणसे आणि प्रसंग यांच्यापासून सावध करतो, आणि अगदी भीती वाटत असतानाही तुमच्या मूल्यांसाठी ठाम उभे राहण्याची ताकद देतो.

तुमच्या सर्जनशील जीवनासाठी आणि एकंदरच तुमच्या आयुष्यासाठी अंतर्मनातून येणाऱ्या 'सहज ज्ञानाच्या' त्या आवाजाकडे लक्ष देण्याइतके महत्त्वाचे दुसरे काही असू शकत नाही. तुमच्यातील कल्पकतेचा, आत्मविश्वासाचा आणि सहजतेचा मूळ स्रोत हाच असतो. दररोज या अंतःप्रेरणेचा आवाज ऐकण्याची सवय तुम्ही जाणीवपूर्वक लावू शकता, त्यासाठी फक्त तो आवाज काय सांगतो आहे हे मनात नोंदवण्याची सवय करा.

तुमच्या नोंदींमध्ये काही इतर उपयुक्त तपशील जतन करणेदेखील नेहमीच फायदेशीर ठरते. एखाद्या नोंदीचा मूळ स्रोत जसे की एखाद्या वेबपेजची लिंक, एखाद्या लेखाचं शीर्षक, लेखक किंवा प्रकाशकाचे नाव आणि प्रकाशनाची तारीख

आदी बाबी लक्षात ठेवणे नेहमीच चांगले.[3] नोंदी टिपण्यासाठी उपलब्ध असणारी साधने हे सर्व तपशील आपोआप ओळखून जतन करण्याचेही काम करतात. तसेच, एखाद्या पुस्तकातील प्रकरणांची शीर्षके, उपशीर्षके किंवा मुद्देसूद यादी यांची जशीच्या तशी केलेली नोंदसुद्धा उपयुक्त ठरते, कारण ती तुमच्या नोंदींना एक रचना देते आणि लेखकाने आधीच केलेल्या मांडणीचा सारांश तुमच्यासमोर ठेवते.

तुमच्या नोटटेकिंग ॲपच्या पुढे जाणे : माहिती संग्रहित करण्याची नवी साधने निवडणे

आपल्या 'सेकंड ब्रेन'मध्ये कोणत्या प्रकारचा मजकूर जतन करायचा, हे आता तुम्हाला समजले आहे, त्यामुळे आता प्रत्यक्ष कृती कशी करायची, हे समजून घ्यायचे आहे. Capturing अर्थात एखादी माहिती संग्रहित करण्याचे काम प्रत्यक्षात कसे होते, हे समजून घेणे यात महत्त्वाचे आहे.

समजा, तुम्ही एखादा मार्केटिंग विषयावर प्रसिद्ध झालेला सविस्तर लेख वाचत आहात आणि त्यातील एखादा विशिष्ट सल्ला तुम्हाला तुमच्या स्वतःच्या योजना पूर्ण करण्यासाठी खूप उपयोगी आणि महत्त्वाचा वाटला तर अशी उपयुक्त माहिती नोंदवण्यासाठी, बहुतेक नोटटेकिंग ॲप्स (ज्यांचा उल्लेख दुसऱ्या प्रकरणात केला आहे, आणि ज्याची अधिक माहिती सेकंड ब्रेन रिसोर्स गाईडमध्ये buildingasecondbrain.com/resources वर दिली आहे) हे बाह्य स्रोतांमधून मजकुराचे उतारे सारांशरूपाने टिपण्यासाठी खास अंगभूत सुविधा देतात. तुम्ही मजकूर थेट कट-पेस्ट करून नव्या नोंदीमध्ये टाकूही शकता. याशिवाय, डिजिटल स्वरूपात माहिती सहज आणि मजेशीर पद्धतीने टिपता यावी यासाठी तयार करण्यात आलेली विशेष 'कॅप्चर टूल्स'ची एक संपूर्ण श्रेणी उपलब्ध आहे.

सर्वसामान्यतः वापरली जाणारी माहिती संग्रहित करण्याची काही प्रमुख साधने :

- ई-बुक ॲप्स - जे तुम्ही वाचताना केलेले हायलाइट्स किंवा टिपणे एकत्रितपणे एक्सपोर्ट (अन्यत्र पाठवण्याची) करण्याची सुविधा देतात.
- 'नंतर वाचा' ॲप्स (Read Later Apps) - ज्यांच्या मदतीने तुम्ही एखादे ऑनलाइन सापडलेले लेखन बुकमार्क करून नंतर वाचण्यासाठी/ऐकण्यासाठी/

---

[3] जरी मूळ वेबपेज काही कारणाने नंतर उपलब्ध नसले, तरीदेखील वरील माहितीच्या आधारे तुम्ही त्याचे संग्रहित रूप अनेकदा शोधू शकता. यासाठी वेबॅक मशीन (Wayback Machine) या इंटरनेट अर्काइव्हच्या प्रकल्पाचा उपयोग करता येतो, जो विविध संकेतस्थळांचे रेकॉर्ड जतन करून ठेवतो: https://archive.org/web/

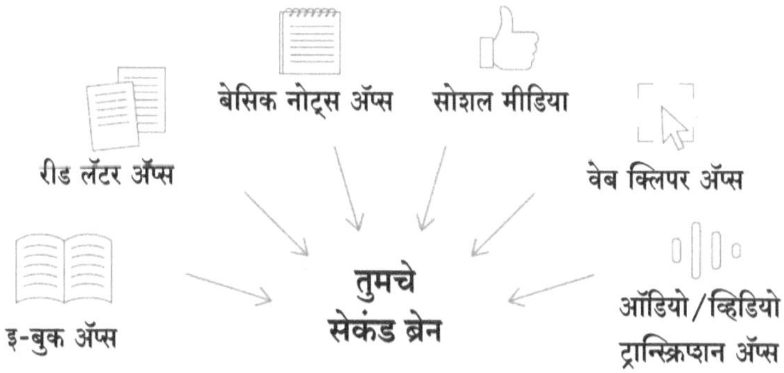

पाहण्यासाठी जतन करून ठेवू शकता (पॉडकास्ट किंवा व्हिडिओच्या बाबतीतही हे लागू आहे)

- मूलभूत नोट्स ॲप्स –मोबाईलमध्ये ही बेसिक ॲप्स आधीच समाविष्ट केलेली असतात आणि लहान मजकुरांचे उतारे सहज टिपण्यासाठी उपयुक्त असतात.
- सोशल मीडिया ॲप्स – जे तुम्हाला एखादे पोस्ट किंवा मजकूर 'फेव्हरेट' म्हणून जतन करण्याची आणि नंतर ते नोट्स ॲपमध्ये एक्सपोर्ट करण्याची सुविधा देतात.
- वेब क्लिपर्स – जे तुम्हाला एखाद्या वेबपेजवरील विशिष्ट भाग जतन करून ठेवण्याची मुभा देतात. ही सुविधा बऱ्याच नोट्स ॲप्समध्ये अंगभूत असते.
- ऑडिओ/व्हॉइस ट्रान्सक्रिप्शन ॲप्स – जे बोललेला आवाज मजकुरात रूपांतरित करतात.
- इतर थर्ड पार्टी सर्व्हिस, इंटिग्रेशन्स आणि प्लगइन्स – जे एका ॲपमधून दुसऱ्या ॲपमध्ये माहिती स्वयंचलितपणे ट्रान्सफर करण्याची प्रक्रिया सुलभ करतात.

या साधनांपैकी काही विनामूल्य असतात तर काहींच्या वापरासाठी थोडेफार शुल्क आकारले जाते. काही टूल्स पूर्णपणे स्वयंचलित असतात. जसे की, ई-बुकमध्ये केलेल्या हायलाइट्स नोट्स ॲपशी आपोआप जुळवून घेणे. ही प्रक्रिया पार्श्वभूमीला अगदी शांतपणे चालू असते. तर काही टूल्ससाठी थोडे स्वतःला श्रम घ्यावे लागतात.

उदा. कागदी वहीतील पानांचे फोटो काढून त्यांचे डिजिटल रूपात जतन करणे.[4] पण कोणतेही साधन वापरले, तरी कैद करण्याची क्रिया केवळ काही क्षणांचीच असते. फक्त 'शेअर', 'एक्सपोर्ट' किंवा 'सेव्ह' बटण दाबायचे की झाले! तुम्ही जो माहितीचा स्रोत वापरत आहात, त्यातील सर्वांत मौल्यवान भाग तुमच्या सेकंड ब्रेनमध्ये कायमचा जतन होतो.

चुकूनही कसलाही गैरसमज करून घेऊ नका, कारण माहिती हाताळण्यासाठी तुम्ही भविष्यातही अनेक प्रकारची सॉफ्टवेअर वापरतच राहणार आहात. संगणकावरील फोल्डर्स, क्लाउड स्टोरेज ड्राईव्ह्ज, तसेच दस्तऐवज शेअर करण्यासाठी किंवा त्यावर एकत्र काम करण्यासाठी वापरले जाणारे विविध प्लॅटफॉर्म्स यांचा वापर होतच राहणार आहे. पण माहिती संग्रहित करण्याची ही साधने म्हणजेच तुमच्या अतिरिक्त ज्ञानेंद्रियांसारखीच असतात. ही साधने बाहेरील जगाशी संपर्क साधतात आणि तुम्हाला तुमच्या आजूबाजूचे ज्ञान, माहिती आणि संदर्भ जाणवून देण्यासाठी सक्षम करतात.

तुम्ही कितीही प्रकारची सॉफ्टवेअर वापरत असलात, तरीही लक्षात ठेवा की जिथे तुम्ही कधीही शोधायला जाणार नाही, अशा वेगवेगळ्या ठिकाणी माहितीचे तुकडे पसरून ठेवू नका. तुमच्या हाती लागलेली सर्वोत्तम माहिती नेहमीच तुमच्या नोट्स ॲपमध्ये परत जावी, जेणेकरून ती एकत्रित करता येईल आणि तिच्यावर कृती करता येईल. खाली दिलेल्या काही सर्वाधिक लोकप्रिय पद्धती आहेत, ज्या वापरून तुम्ही माहिती संग्रहित करण्याच्या साधनांच्या मदतीने तुम्हाला सापडलेली माहिती सहज जतन करू शकता.

तुम्ही ज्या-ज्या माध्यमांतून माहिती घेत असता, तिथून ती माहिती सहजपणे संग्रहित (capture) करण्यासाठी वापरल्या जाणाऱ्या काही लोकप्रिय पद्धती खाली दिल्या आहेत:

- **ई-बुकमधून उताऱ्यांच्या नोंदी करणे:** बहुतेक ई-बुक ॲप्समधून वाचन करताना हायलाइट करणे खूप सोपे असते. अमेझॉन किंडलवर तुम्हाला आवडलेला परिच्छेद फक्त बोटाने ओढला की तो हायलाइट होतो. नंतर 'शेअर' मेनू

[4] सॉफ्टवेअरचे जग सतत बदलत असते, म्हणून मी एक संसाधन मार्गदर्शक (Resource Guide) तयार केले आहे, ज्यामध्ये मी वेळोवेळी अद्ययावत करत असलेली, मोफत आणि सशुल्क अशा दोन्ही प्रकारांतील सर्वोत्तम अशी माहिती संग्रहित करणाऱ्या साधनांची शिफारस त्यात दिली आहे. ही टूल्स विविध उपकरणांवर (devices) आणि ऑपरेटिंग सिस्टीम्सवर वापरता येतात. तुम्ही हे मार्गदर्शक येथे पाहू शकता: buildingasecondbrain.com/resources.

वापरून संपूर्ण पुस्तकातील सगळे हायलाइट्स एकत्र करून थेट तुम्ही तुमच्या नोट्स ॲपमध्ये एक्सपोर्ट करू शकता. वाचन करतानाच तुम्ही त्यावर तुमचे मतही लिहू शकता. हा उतारा का महत्त्वाचा वाटला हे तुम्हाला नंतरही लक्षात राहावे यासाठी ते उपयुक्त ठरते.

- **ऑनलाइन लेख वा वेबपेजवरील मजकूर जतन करणे :** तुम्हाला एखादा ऑनलाईन लेख वा ब्लॉग पोस्ट आवडला असेल, तर तो Read Later ॲपमध्ये सेव्ह करा. हे ॲप्स म्हणजे तुमचे डिजिटल मासिकांचे कपाटच, जिथे वाचण्यासाठी, पाहण्यासाठी किंवा ऐकण्यासाठी हव्या असलेल्या गोष्टी तुम्ही जतन करू शकता. मोकळ्या वेळात, ब्रेकमध्ये किंवा रात्री घरी, हे लेख वाचताना ई-बुकप्रमाणे हायलाइट्स करा, आणि तृतीय-पक्ष प्लॅटफॉर्म वापरून ते आपोआप तुमच्या नोट्स ॲपमध्ये जाऊ शकतात.

- **पॉडकास्टमधून कोट्स टिपणे :** अनेक पॉडकास्ट ॲप्स तुम्हाला एपिसोडमधील काही सेकंद 'बुकमार्क' किंवा 'क्लिप' करून ठेवण्याची सुविधा देतात. काही ॲप्स तर त्या क्लिपचे ऑडिओमधून मजकुरात रूपांतर करतात. तो रूपांतरित मजकूर तुम्ही नोट्समध्ये साठवू शकता आणि हवा तेव्हा शोधू शकता.

- **व्हॉइस मेमो टिपणे :** एका क्लिकमध्ये तुमचा आवाज टिपून तो थेट मजकुरात रूपांतरित करू शकेल असे ॲप वापरा. तो मजकूर तुमच्या नोट्स ॲपमध्ये सेव्ह केला जाऊ शकतो. सहज आणि पटकन सुचलेली कल्पना अशा प्रकारे जपून ठेवता येते.

- **यूट्यूब व्हिडिओंमधून महत्त्वाचा मजकूर टिपणे :** जवळपास प्रत्येक यूट्यूब व्हिडिओसोबत आपोआप तयार झालेली ट्रान्स्क्रिप्ट उपलब्ध असते, ही बाब अनेकांना माहीत नसते. फक्त Open Transcript हे बटण क्लिक केल्यावर एक विंडो उघडते. तिथून तुम्ही हवा तसा मजकूर कॉपी करून तुमच्या नोट्समध्ये पेस्ट करू शकता.

- **ईमेलमधून उतारे जतन करणे :** तुम्ही एखादा ईमेल एका विशेष पत्त्यावर फॉरवर्ड केला, की त्या ईमेलचा संपूर्ण मजकूर आणि अटॅचमेंट्ससकट तो थेट तुमच्या नोट्समध्ये जोडला जातो. अशी अनेक नोट्स ॲप्समध्ये सुविधा असते.

- **इतर ॲप्समधून माहिती जतन करणे :** फोटो ॲपमध्ये तुम्ही फोटो संपादित करता, ड्रॉइंग ॲपमध्ये स्केच करता, किंवा सोशल मीडियावर एखादी पोस्ट

लाईक करता, कोणत्याही ॲपमध्ये 'शेअर' बटण किंवा कॉपी-पेस्टची सुविधा असेल, तर ती माहिती थेट नोट्समध्ये जतन करता येते.

आपले विचार व्यक्त करण्याचे आश्चर्यकारक फायदे

आपण प्रवास करत असताना, टीव्ही पाहताना, मुलांबरोबर खेळताना किंवा अंघोळ करताना अशा कोणत्याही वेळी आपल्याला अचानक नव्या कल्पना सुचू शकतात.

तुमच्या डोक्यात सतत फिरणारे विचार थांबवण्याची आणि त्यांना एका सुरक्षित जागी ठेवण्याची जागा म्हणजे तुमचे सेकंड ब्रेन. सेकंड ब्रेनमुळे विचार दीर्घकाळ जपून ठेवता येतातच, पण काहीतरी लिहून ठेवण्याच्या या साध्या कृतीतूनसुद्धा अनेक महत्त्वपूर्ण लाभ मिळतात.

जेव्हा एखादी माहिती आपण स्वतःच्या शब्दांत लिहून काढतो तेव्हा ती लक्षात राहण्याची शक्यता खूप जास्त वाढते. याला 'जनरेशन इफेक्ट' म्हणतात. संशोधनात असेही आढळून आले आहे की, जेव्हा एखादी व्यक्ती शब्दांची मालिका स्वतः तयार करते, मग ते बोलून असो किंवा लिहून, तेव्हा फक्त वाचण्याच्या तुलनेत त्यांच्या मेंदूचे अधिक भाग सक्रिय होतात. लिहून ठेवणे म्हणजे त्या कल्पनांचा एक प्रकारचा सराव असतो. एखाद्या नृत्याचा सराव करताना किंवा बास्केटबॉलचे खेळताना सराव करणे असते तसेच हे. असे केल्यामुळे त्या कल्पना मनात अधिक घट्ट बसतात.

आपली स्मरणशक्ती वाढवणे ही तर केवळ सुरुवात आहे. एखादी कल्पना लिहून व्यक्त करतो, तेव्हा फक्त डोक्यातील विचार जसेच्या तसे कागदावर किंवा डिजिटल स्वरूपात उतरवण्यापुरते ते मर्यादित नसते. लेखनाच्या प्रक्रियेमुळे पूर्वी कधी अस्तित्वात नव्हती अशी ज्ञाननिर्मिती होऊ शकते. तुम्ही लिहिलेला प्रत्येक शब्द तुमच्या मनात मानसिक प्रतिक्रिया आणि अंतर्गत संदर्भांची मालिकाच सुरू करत असतो. पुढच्या नव्या कल्पनांची ती नांदी ठरू शकते आणि मग त्या सर्व विचारांचा ओघ सहजपणे कागदावर किंवा स्क्रीनवर उतरू लागतो.[5]

---

5 याला 'डिटॅचमेंट गेन' असे म्हणतात, ज्याची संकल्पना 'The Detachment Gain: The Advantage of Thinking Out Loud' या डॅनिएल राईसबर्ग यांच्या पुस्तकात स्पष्ट केली आहे. याचा अर्थ असा की विचार बाह्य रूपात मांडल्यामुळे (जसे की बोलणे किंवा लेखन) एक 'कार्यात्मक फायदा' मिळतो. अशा प्रकारे विचार व्यक्त केल्याने अशी नवी निरीक्षणे किंवा शोध समोर येतात, जे अन्य कोणत्याही पद्धतीने कदाचित शक्य झाले नसते. जर तुम्ही कधी एखाद्या शब्दाचे योग्य स्पेलिंग आठवण्यासाठी तो लिहून पाहिला असेल, तर तुम्ही डिटॅचमेंट गेनचा प्रत्यक्ष अनुभव नक्कीच घेतलेला असणार.

विचारातून केवळ लेखन होत नाही, तर लेखन हे आपल्या विचारप्रक्रियेला अधिक समृद्ध करण्याचे काम करत असते.

इतकेच नाही, तर आपले विचार लिहून व्यक्त केल्यामुळे आपल्या आरोग्यावर आणि एकूणच मानसिकतेवरही त्याचा सकारात्मक परिणाम होतो, असेही ठोस पुराव्यांवरून दिसून आले आहे. १९९०च्या दशकातील एका अत्यंत महत्त्वाच्या अशा मानसशास्त्रीय शोधनिबंधात म्हटले आहे की, भावनात्मक घटनांना शब्दांत रूपांतरित केल्याने सामाजिक, मानसिक आणि मेंदूच्या पातळीवर खोलवर बदल घडवून आणले जातात.

अनेक अभ्यासांतून असे समोर आले आहे की, आपल्या मनातील अनुभवांबद्दल, विचारांबद्दल लिहिल्यामुळे डॉक्टरकडे जाण्याचे प्रमाण कमी झाले, रोगप्रतिकारक शक्तीत वाढ झाली आणि तणावही कमी झाला. ज्यांनी भावनिक विषयांवर लेखन केले, अशा विद्यार्थ्यांमध्ये गुणात्मक सुधारणा दिसून आली; तर नोकरीवरून कमी झालेल्या व्यावसायिकांना नवीन नोकऱ्या लवकर मिळाल्या. तसेच कर्मचाऱ्यांची कामावरील गैरहजेरीही कमी झाली. या निष्कर्षांतील सर्वांत आश्चर्यकारक गोष्ट म्हणजे हे सगळे फायदे कोणाच्याही अभिप्रायावर किंवा प्रतिक्रियेवर अवलंबून नव्हते. या व्यक्तींनी काय लिहिले, ते कोणी वाचले किंवा नाही, याचा त्यांना काहीही फरक पडला नाही. कारण त्यांना जो लाभ झाला तो केवळ 'लेखनाच्या कृतीतून'च त्यांना झाला होता.

विचार, माहिती किंवा सामग्री लिहून ठेवण्याचा सर्वांत लगेच होणारा फायदा म्हणजे विचारांच्या 'प्रतिक्रियेची साखळी' तयार झालेली असते– ती साखळी तुटायला मदत होते. म्हणजेच इंटरनेटवर सतत दिसणारी घाई, संताप आणि खळबळजनकतेच्या चक्रव्यूहापासून आपण मुक्त होतो. एखादी कल्पना किंवा माहिती पहिल्यांदा समोर येते, तोच क्षण तिचा अर्थ ठरवण्याचा सगळ्यात वाईट क्षण असतो. त्या वेळी निर्णय घेण्याऐवजी ती बाजूला ठेवणे आणि तिच्याकडे थोडे वस्तुनिष्ठपणे व तटस्थपणे पाहणे गरजेचे असते.

सेकंड ब्रेन म्हणजे माध्यमांच्या सतत चालू असलेल्या गोंधळापासून आपला बचाव करणारे एक संरक्षक कवच असते. हे संरक्षक कवच असल्याने प्रत्येक नव्या कल्पनेवर लगेचच प्रतिक्रिया द्यावी लागेल किंवा ती कायमची हरवून जाईल हा धोका पत्करणे या गोष्टी आपल्याला टाळता येतात. आपण त्या कल्पना किंवा

माहिती थोड्या काळासाठी बाजूला ठेवू शकतो आणि नंतर, जेव्हा आपण अधिक शांत आणि स्थिर मनःस्थितीत असतो, तेव्हा त्याकडे परत पाहू शकतो. त्या क्षणाची घाई आणि त्यामुळे आलेले दडपण बाजूला ठेवून आपण नव्या माहितीला निवांतपणे आत्मसात करू शकतो, तिला आपल्या विचारप्रवाहात सामावून घेऊ शकतो. मला नेहमीच आश्चर्य वाटते की, मी जे लेख, कल्पना किंवा दुवे 'नंतर वाचण्यासाठी' सेव्ह करून ठेवतो, त्यांच्याकडे जेव्हा पुन्हा काही काळाने पाहतो, तेव्हा त्यापैकी अनेक गोष्टी ज्या त्या क्षणी फार महत्त्वाच्या वाटल्या होत्या, त्या नंतर फारच किरकोळ आणि निरर्थक वाटतात.

नोट्स घेणे हा आपल्या विचारांना बाह्य रूप देण्याचा सगळ्यात सोपा आणि सोयीचा मार्ग आहे. यासाठी कोणत्याही विशेष कौशल्याची गरज नसते. आपली ही कृती अगदी खासगी असते आणि हे लेखन आपण कुठेही, कधीही करू शकतो. आपले विचार आपल्या डोक्याबाहेर आले, की आपण त्यांचे बारकाईने निरीक्षण करू शकतो, त्यांच्याशी खेळू शकतो, आणि त्यांना अधिक चांगले बनवू शकतो. आपल्या मनातून सतत वाहणाऱ्या विचारांच्या पूर्ण क्षमतेचा वापर करण्यासाठी आपण निवडलेली ही एक सुयोग्य अशी वाटच असते.

आता वेळ तुमची आहे : जर हे सोपे असते, तर ते कसे दिसले असते?

या प्रकरणात मी अनेक संकल्पना मांडल्या आहेत. हे सगळे एकदम पचवणे थोडे कठीण वाटू शकते, याची मला कल्पना आहे. ही माहिती टिपून ठेवण्यासाठी खूप सारे मार्ग आहेत, पण जेव्हा तुम्ही या प्रवासाची सुरुवात करत असता, तेव्हा या सर्व पर्यायांची जाणीव थोडी गोंधळात टाकणारी वाटू शकते. म्हणून तुम्हाला या प्रवासात योग्य दिशा दाखवू शकेल असा एक प्रश्न मी तुम्हाला विचारतो. कल्पना टिपून ठेवण्याची प्रक्रिया जर अगदी सोपी असती, तर ती कशी असती? या प्रश्नाचा विचार करा. तुम्हाला जे उत्तर सापडेल त्यात तुम्हाला स्वतःसाठी योग्य अशी, सहज आणि आनंददायक पद्धत सापडू शकते.

विचार करा, तुम्हाला कोणत्या प्रकारची माहिती, विचार किंवा अनुभव अधिक प्रमाणात टिपून ठेवायचे आहेत (किंवा काही गोष्टी कमी प्रमाणात), ते करताना तुम्हाला कसे वाटेल? अगदी आजपासूनच टिपून ठेवता येईल अशी आधीपासूनच माहीत असणारी कोणती माहिती आहे? आज किंवा याच आठवड्यात 'कल्पना टिपणे' तुमच्यासाठी योग्य असेल का? मी स्वतः सरासरी दररोज फक्त दोनच नोट्स

घेतो. तर विचार करा आज तुम्ही कोणत्या दोन कल्पना, निरीक्षणे, दृष्टिकोन किंवा शिकवण अनुभवली आहेत, ज्या तुम्ही आत्ताच लिहून ठेवू शकता?

कल्पना टिपण्याची प्रक्रिया शक्य तितकी सहज आणि विनासायास ठेवणे फार महत्त्वाचे आहे. कारण हे फक्त पहिले पाऊल आहे. तुम्ही ही सवय इतकी सहज आत्मसात केली पाहिजे की ती तुमच्या स्वभावाचाच भाग बनायला हवी. त्याच वेळी पुढच्या टप्प्यांसाठी वेळ आणि ऊर्जा जपून ठेवणेही गरजेचे आहे. कारण त्या टप्प्यांवरच तुम्ही साठवलेल्या कल्पनांचा खरा उपयोग आणि मूल्य पूर्णतः समोर येत असते.

'कॅप्चर' करणे म्हणजे अधिक काही करायचे नाही, तर तुम्ही आधीच अनुभवत असलेल्या गोष्टींची नोंद घेणे हे त्यात अभिप्रेत आहे. ही प्रक्रिया म्हणजे जीवनाच्या फळातून अधिक रस काढून घेण्यासारखी असते. प्रत्येक क्षणाचे अधिक मनःपूर्वक निरीक्षण करणे, त्यातले बारकावे लक्षपूर्वक टिपणे आणि त्या क्षणाचा संपूर्ण आनंद घेणे हे अधिक व्हायला हवे.

मी बरोबरच टिपतोय का? याची काळजी करू नका.

कारण हे करण्याचा काही ठरावीक योग्य मार्गच नाही - त्यामुळे चुकीचा मार्गही नाही.

तुम्ही टिपत असलेल्या गोष्टी खरोखर उपयुक्त आहेत की नाही, हे कळायचे एकमेव साधन म्हणजे त्या गोष्टी प्रत्यक्ष आयुष्यात वापरून पाहणे. आपण लवकरच त्या मुद्द्यावर येऊ, पण तोपर्यंत, काही डिजिटल नोट्स ॲप्स आणि टिपणे घेण्यासाठीच्या साधनांचा वापर करून पाहा आणि तुमच्या शैलीला कोणते जास्त साजेसे वाटते हे शोधा. तुमच्या निवडीला मदत करणारा रिसोर्स गाईड मी तयार करून ठेवला आहे, तो वापरायला विसरू नका.

जर कधी तुम्हाला काही अडचण वाटली किंवा गोंधळून गेल्यासारखे वाटले, तर थोडे थांबा आणि एक गोष्ट लक्षात ठेवा, ते म्हणजे, डिजिटल जगात काहीही कायमस्वरूपी नसते. डिजिटल सामग्री ही सतत बदलता येण्यासारखी असते. त्यामुळे तुम्हाला कोणत्याही निर्णयाशी कायमचे बांधील राहण्याची गरज नसते. CODE या पद्धतीतले (Capture, Organize, Distill, Express) प्रत्येक टप्पे एकमेकांना पूरक आहेत, पण तुम्ही ते स्वतंत्रपणेही वापरू शकता. ज्या भागांशी तुम्ही सर्वांत जास्त

जोडलेले आहात, तिथून सुरुवात करा आणि जसजसा आत्मविश्वास वाढत जाईल, तसतसा पुढे विस्तार करत जा.

पुढच्या प्रकरणात, तुम्ही सेकंड ब्रेनमध्ये साठवलेली ज्ञानसंपत्ती नेमकी कशी वापरायची, याबद्दल मी सांगणार आहे.

प्रकरण **5**

नियोजन करा - कृतिशीलतेसाठी संग्रह करा

तुमच्या आयुष्यात नियमित आणि शिस्तबद्ध राहा, म्हणजे तुम्ही तुमच्या कामात मौलिक आणि उत्कट होऊ शकता.

- गुस्ताव फ्लोबेर, फ्रेंच कादंबरीकार

ट्वायला थार्प या आधुनिक काळातील सर्वांत प्रसिद्ध आणि सर्जनशील नृत्यदिग्दर्शकांपैकी एक आहेत. त्यांनी १६०पेक्षा अधिक कलाकृती साकारलेल्या आहेत. यांत १२९ नृत्यरचना, बारा दूरदर्शन विशेष कार्यक्रम, सहा प्रमुख हॉलीवूड चित्रपट, चार पूर्ण लांबीची बॅले नाटके, चार ब्रॉडवे शो आणि दोन फिगर-स्केटिंग सादरीकरणे यांचा समावेश आहे.

नृत्यासारख्या सर्जनशील प्रकारामध्ये 'नियोजना'चा फारसा फायदा होणार नाही, असे आपल्याला वाटू शकते, कारण ते प्रत्येक वेळी प्रत्यक्ष सादर केले जाते, प्रामुख्याने नर्तक स्वतःच्या शरीराचा वापर करून नृत्य सादर करीत असल्याने अनेकदा ते उत्स्फूर्त व अचानक घडल्यासारखे भासते. तरीसुद्धा, आपल्या The Creative Habit या पुस्तकात थार्प यांनी स्पष्ट केले आहे की, त्यांच्या सर्जनशील प्रक्रियेच्या केंद्रस्थानी एक साधी 'नियोजन करण्याची' पद्धत आहे आणि याच प्रक्रियेमुळे गेल्या सहा दशकांपासून त्यांची कारकीर्द प्रचंड यशस्वी ठरलेली आहे.

थार्प आपल्या या पद्धतीला 'द बॉक्स' असे म्हणतात. जेव्हा त्या एखाद्या नवीन प्रकल्पाला सुरुवात करतात, तेव्हा त्या एक फोल्ड होणारी बॉक्स फाईल घेतात आणि त्यावर त्या प्रकल्पाचे नाव लिहितात. त्या कोरिओग्राफ करत असलेल्या नृत्याचे नाव सर्वसाधारणपणे त्यावर असते. त्यांच्या या सुरुवातीच्या कृतीमुळे त्यांना आपले उद्दिष्ट स्पष्ट होते. त्या सांगतात, बॉक्सफाईल मला मी व्यवस्थित नियोजन करत असल्याची जाणीव करून देतात. मला पुढे कुठे जायचे आहे, हे जरी माहीत नसले तरी मला सुस्पष्टता येते. एक वचनबद्धताही येते. त्या बॉक्सवर फक्त नियोजित प्रकल्पाचे नाव

लिहिण्याच्या साध्या कृतीने मला वाटते की मी माझ्या त्या कामाची प्रत्यक्ष सुरुवात केली आहे.

त्या बॉक्स फाईलमध्ये त्या प्रकल्पाशी संबंधित असलेल्या कोणत्याही गोष्टी आणि संबंधित असलेले सर्व काही टाकले जाते. जणू काही ती बॉक्सफाईल म्हणजे सर्जनशील ऊर्जेने भरलेली एखादी कढईच असावी. एखादी वही, वर्तमानपत्रांची कात्रणे, सीडीज, स्टुडिओत काम करतानाच्या व्हिडिओ टेप्स, नर्तकांच्या सरावाचे व्हिडिओ, पुस्तके, छायाचित्रे आणि त्यांना प्रेरणा देणारी कलाकृती अशी जेव्हा जेव्हा काही नवीन सामग्री सापडते, तेव्हा त्याची जागा ठरलेली असते, ती म्हणजे बॉक्स फाईल. याचा अर्थ असा की त्या प्रकल्पावर काम करताना त्यांना नेमके कुठे पाहायचे, हे माहीत असते. कारण त्याची जागा निश्चित असते.

आपल्या पुस्तकात थार्पने एका खास प्रकल्पाची गोष्ट सांगितली आहे, ज्यात 'बॉक्स' खूप उपयोगी ठरला हे सांगितले आहे. हा प्रकल्प पॉप-रॉक गायक बिली जोएल याच्यासोबतचा होता. त्याची अनेक गाणी एकत्र करून पूर्ण नृत्यप्रयोग तयार करण्याचा विचार होता. ही कल्पना धाडसी होती, कारण ती ना अगदी कॉन्सर्टसारखी होती, ना म्युझिकलसारखी, तर दोन्हींपेक्षा वेगळीच होती; पण यात अडचण अशी होती की, वेगवेगळ्या गाण्यांतील पात्रे मूळतः एका कथेतली नव्हती. मग ती सगळी पात्रे एकाच कथेत कशी जोडायची, हा मोठा प्रश्न होता.

इतके मोकळे-ढाकळे असलेले हे कामसुद्धा थार्प नेहमीप्रमाणेच आपल्या उद्दिष्टांपासून न ढळता एका ठरावीक पद्धतीने सुरू करत असे.. ती म्हणते, 'मी प्रत्येक प्रकल्पाची सुरुवात एखाद्या स्पष्ट उद्दिष्टाने करते. कधी कधी हे उद्दिष्ट काही फार मोठे नसते, फक्त माझ्यासाठी एक साधे मंत्रासारखे वाक्य असते. जसे की 'सोप्या पद्धतीने कर', 'काहीतरी परिपूर्ण' किंवा 'थोडक्यात'. हे मला आठवण करून देते की सुरुवातीला माझ्या डोक्यात नेमके काय होतं, विशेषत: जेव्हा मध्येच गोंधळ होतो. मी ते उद्दिष्ट कागदाच्या छोट्या तुकड्यावर लिहून घेते आणि तीच त्या बॉक्समध्ये टाकलेली पहिली गोष्ट असते.

जोएलसोबतच्या या प्रकल्पासाठी थार्पकडे दोन उद्दिष्टे होती. पहिले म्हणजे नृत्यामध्ये कथानकाची भूमिका समजून घेणे आणि त्यावर प्रभुत्व मिळवणे. हे तिच्यासाठी कायमच एक सर्जनशील आव्हान होते, त्यामुळे तिची उत्सुकता वाढवली होती. दुसरे उद्दिष्ट थोडे अधिक व्यवहार्य होते, पण तेवढेच महत्त्वाचेही होते. ते म्हणजे आपल्या नर्तकांना चांगले पैसे मिळावेत. ती म्हणते, मी या प्रकल्पासाठी

माझी उद्दिष्टे लिहून ठेवली, 'एक कथा सांगणे' आणि 'नृत्यातून उत्पन्न मिळवणे'. ही दोन वाक्ये मी निळ्या इंडेक्स कार्ड्‌सवर लिहिली आणि ती जोएलच्या बॉक्समध्ये टाकली. आज मी लिहिते आहे तेव्हासुद्धा ती कार्ड्स तिथेच आहेत. अनेक महिने केलेल्या संशोधनाच्या कागदांखाली ती दडलेली आहेत, पण एखाद्या अँकरसारखी ती मला माझ्या सुरुवातीच्या प्रेरणेशी जोडून ठेवायचे काम करतात.

त्यानंतर त्या प्रकल्पाशी संबंधित असलेले प्रत्येक संशोधन आणि प्रत्येक कल्पना थार्पच्या बॉक्समध्ये जमा होत गेली. बिली जोएलच्या म्युझिक व्हिडिओंच्या रेकॉर्डिंग्ज, त्याचे लाईव्ह परफॉर्मन्सेस, व्याख्याने, छायाचित्रे, वृत्तपत्रातील कात्रणे, गाण्यांची यादी आणि त्याबद्दलची टिपणे हे सगळे तिने गोळा केले. त्याचबरोबर तिने व्हिएतनाम युद्धावर आधारित बातम्यांचे फुटेज, त्या काळातील महत्त्वाची पुस्तके आणि इतर बॉक्समधील काही साहित्यदेखील घेतले. यात एका अपूर्ण राहिलेल्या आणि कधीही रंगमंचावर न आलेल्या प्रकल्पाचे संशोधनसुद्धा त्यात समाविष्ट होते.

थार्पने गोळा केलेली ही सामग्री फक्त स्वतःच्या वापरासाठी नव्हती. ती तिच्या टीमसाठीही प्रेरणेची ठिणगी ठरली. उदा. कानातले दागिने आणि मॅक्रेमेचा बनवलेला बनियन तिने कॉस्च्युम डिझायनरसोबत शेअर केला, प्रकाशयोजनेसाठी कल्पना मिळाव्यात म्हणून 'सायकेडेलिक लाईट इव्हेंट्स'वरची पुस्तके लायटिंग डिझायनरला दिली तर इतर नृत्यप्रयोगांची छायाचित्रे आणि जोएलचे लाँग आयलंडमधील बालपणाचे घर यांचे फोटो प्रॉडक्शन डिझायनरसोबत चर्चेसाठी वापरले.

या सगळ्या सर्जनशील साहित्यासाठी शेवटी तब्बल बारा बॉक्स लागले. मात्र बाहेरून इतके गोळा करूनही थार्पने स्वतःची कल्पकता त्यात कमी पडू दिली नाही. उदाहरणार्थ, तिला जोएलचे एक सुरुवातीचे गाणे सापडले - 'शी हॅज गॉट अ वे'. ते निरागसता आणि गोडव्याने भरलेले होते, पण थार्पने त्याचा अर्थ बदलायचे ठरवले. ती म्हणते, माझ्या नोट्‌समध्ये तुम्हाला दिसेल की हे गाणे हळूहळू एका वेगळ्याच रूपात बदलत गेले. शेवटी ते व्हिएतनाममधील आणि दुसरे अमेरिकेतील बारच्या गलिच्छ दृश्यात बदलले. मला वाटले की हे मी बिलीला नक्की सांगायला हवे, म्हणून मी त्याला सावध केले. 'यामुळे गाणे पूर्णपणे नष्ट होईल.' पण त्याला त्याची काहीच पर्वा नव्हती. तो म्हणाला, 'करून टाक.'

थार्पच्या त्या बॉक्सने तिच्या सर्जनशील प्रवासात तिला अनेक मोठे लाभ मिळवून दिले. तो बॉक्स हा तिच्यासाठी सुरक्षिततेचा आधार बनला होता. त्याच्या बळावर ती धाडसाने नवनवीन प्रयोग करू शकली. ती म्हणते, माझ्यासाठी बॉक्स

म्हणजे जणू मातीसारखा आहे. साधा, मूलभूत, जमिनीवरचा. तो माझ्यासाठी एखाद्या घरासारखा आहे. जेव्हा मला स्वतःला पुन्हा सावरायचे असते किंवा दिशाभूल झाल्यास परत योग्य मार्गावर यायचे असते, तेव्हा मी नेहमी त्या बॉक्सकडे जाऊ शकते. तो बॉक्स तिथे कायम आहे हे माहीत असल्यामुळे मला स्वच्छंदपणे बाहेर पडता येते, धाडसी होण्याची ताकद मिळते, अगदी अपयशी होण्याचाही धोका स्वीकारण्याची हिंमतसुद्धा मिळते.

तो बॉक्स थार्पसाठी एखादा प्रकल्प तात्पुरता थांबवून ठेवून नंतर परत सुरू करण्याचा एक सोयीचा मार्ग होता. ती म्हणते, 'बॉक्समुळे मला त्या प्रकल्पाशी मी जोडलेली आहे असे वाटते. जरी मी तो प्रकल्प काही काळ बाजूला ठेवला, तरीही तो तिथेच आहे याची जाणीव मला असते. कदाचित मी तो बॉक्स शेल्फवर ठेवून विसरलेली असेन, पण त्यावर मोठ्या काळ्या अक्षरांत लिहिलेले प्रकल्पाचे नाव मला सतत आठवण करून देत राहते की कधीतरी माझ्याकडे ही कल्पना होती आणि मी केव्हाही तिच्याकडे परत जाऊ शकते.'

शेवटी त्या बॉक्सने थार्पला तिच्या पूर्वीच्या यशाकडे परत पाहण्याची संधी दिली. ती म्हणते, बॉक्सचा एक शेवटचा मोठा फायदा आहे तो म्हणजे तुम्हाला मागे वळून पाहायला लावतो. बरेच लोक याकडे लक्ष देत नाहीत. एखादा प्रकल्प पूर्ण झाला की त्यांना दिलासा वाटतो, मग ते थोडा श्वास घेऊन लगेच पुढच्या कल्पनेकडे वळतात. पण बॉक्स मात्र तुम्हाला स्वतःच्या कामगिरीकडे परत पाहण्याची संधी देतो. बॉक्स उघडून आत शिरलात तर जणू एखाद्या उत्खननासारखे वाटते. त्या प्रकल्पाची सुरुवात तुम्हाला दिसते. हे खूप काही शिकवणारे ठरू शकते. तुम्ही ते कसे केलेत? तुमचे उद्दिष्ट गाठले का? त्यात अजून सुधारणा करता आली का? प्रकल्प वाटेत बदलला का? आणि हे सगळे अजून कार्यक्षम पद्धतीने करता आले असते का?

ट्वायला थार्पच्या बॉक्समुळे एका साध्या पेटीचे खरे मूल्य आपल्यासमोर येते. ती वापरण्यास सोपी आहे, समजायला सोपी आहे, तयार करायला आणि टिकवायलासुद्धा सोपी आहे. ती कुठून कुठे हलवली तरी तिच्यातील साहित्य हरवत नाही. अशी पेटी ओळखण्यासाठी, इतरांबरोबर शेअर करण्यासाठी किंवा नंतर गरज नसेल तेव्हा साठवून ठेवण्यासाठी अजिबात त्रास होत नाही. खरे तर गुंतागुंतीची, फारच सुटसुटीत दिसणारी प्रणाली लागतेच असे नाही; साधी साधने वापरूनही आपण खूप गुंतागुंतीची आणि दर्जेदार कामे करू शकतो.

कॅथेड्रल इफेक्ट : तुमच्या कल्पनांसाठी जागा तयार करणे

आपण आपल्या आसपासचे भौतिक वातावरण तयार करण्यात आणि सजवण्यात किती वेळ घालवतो, याचा विचार करा. आपण सुंदर फर्निचर खरेदी करतो, भिंतींच्या रंगाबद्दल आठवडाभर विचार करतो, झाडे आणि पुस्तके कुठे ठेवायची यावर प्रयोग करतो. आपल्याला ठाऊक आहे की प्रकाशयोजना, तापमान आणि जागेची रचना यांसारख्या छोट्या गोष्टीदेखील आपल्या भावना आणि विचार करण्याच्या पद्धतीवर मोठा प्रभाव टाकतात.

या परिणामाला एक नाव दिले गेले आहे - कॅथेड्रल इफेक्ट. अनेक अभ्यासांनी दाखवून दिले आहे की आपण ज्या वातावरणात असतो, त्याचा आपल्या विचारसरणीवर मोठा प्रभाव पडत असतो. उदाहरणार्थ, जर आपण उंच छत असलेल्या जागेत असलो उदा. पारंपरिक चर्चचे भव्य आकाशाला भिडणारे वास्तुशिल्प तर आपले विचार अधिक अमूर्त आणि व्यापक होतात; पण जर आपण कमी उंचीच्या छताच्या खोलीत असलो - उदा. एखाद्या छोट्या कार्यशाळेत तर आपले विचार अधिक ठोस आणि व्यवहार्य स्वरूपाचे असतात.

आपल्याला अशा भौतिक जागा हव्या असतात ज्या आपल्याला शांत आणि एकाग्रता अनुभवायला देतात. याचे महत्त्व कोणीही नाकारू शकत नाही, पण आपल्या डिजिटल कार्यक्षेत्राची (workspace) गोष्ट वेगळी आहे. आपली उत्पादकता किंवा सर्जनशीलता वाढू शकते. यासाठी बहुतेकदा आपण ती सजवायला वेळ घालवतोच असे नाही. ज्ञानावर आधारित काम करणाऱ्यांप्रमाणे आपण रोज खूप वेळ संगणक, स्मार्टफोन आणि इंटरनेटमध्ये घालवतो. जर तुम्ही त्या आभासी जागेवर ताबा घेतला नाही आणि तुमच्या विचार करण्याच्या पद्धतीला अनुकूल बनवली नाही, तर तिथे घालवलेला प्रत्येक क्षण थकवणारा आणि विचलित करणारा वाटेल.

तुमचा दुसरा मेंदू फक्त एक साधन नाही, तर ते संपूर्ण वातावरण आहे. तुमचा दुसरा मेंदू म्हणजे ज्ञानाची बाग आहे. त्यात ओळखीच्या वेड्यावाकड्या मार्गांवर चालता येते, पण इथे काही गुप्त आणि शांत कोपरेही आहेत. प्रत्येक मार्ग नव्या कल्पना आणि नव्या दृष्टिकोनाकडे पाहण्याची संधी देतो. ही बाग नैसर्गिक असते, पण ती स्वतःहून तयार होत नाही. तिची काळजी घेणारा कुणीतरी लागतो. जो बियाणे पेरतो, तण कापतो आणि मार्गांची रचना करतो. जिथे आपण आपला बराच वेळ घालवतो त्या आपल्या डिजिटल जागेकडे अधिक विचारपूर्वक पाहण्याची वेळ आता आली आहे.

एकदा तुम्ही हे वातावरण तयार केले की, जेव्हा काहीतरी तयार करायचे असेल किंवा अमलात आणायचे असेल, तेव्हा नेमके कुठे जायचे हे तुम्हाला ठाऊक असेल. त्यासाठी तुम्हाला अर्धा तास बसून सर्व साहित्य गोळा करण्याची गरज भासणार नाही. तुमचा दुसरा मेंदू जणू एक मानसिक कॅथेड्रल आहे, जिथे तुम्ही कधीही जाऊन, बाह्य जग विसरून स्वतःच्या कल्पनांच्या दुनियेत हरवू शकता. दुसरा टप्पा म्हणजे, तुम्ही जे छोटे-छोटे विचार आणि कल्पना गोळा करण्यास सुरुवात केली आहे, त्यांना अशा जागेत व्यवस्थित मांडणे, जिथे तुम्ही तुमचे सर्वोत्तम विचार करू शकाल.

प्रत्यक्ष कृतीसाठीचे नियोजन : ९९ टक्के नोट्स घेणारे इथेच अडकतात (आणि त्यावर उपाय काय?)

तुम्ही तुमच्या कल्पना जसजशा सातत्याने टिपू लागता, तसतसे तुमच्याभोवती वाहणाऱ्या माहितीच्या प्रवाहाविषयी तुम्हाला एक नवीन उत्साह जाणवू लागतो. तुम्ही वाचत असलेल्या पुस्तकांकडे, निवडलेल्या संवादांकडे, ऐकलेल्या मुलाखतींकडे तुम्ही अधिक एकाग्रतेने लक्ष देऊ लागता, कारण वरकरणी एखादी मनोरंजक वाटणारी कल्पनासुद्धा आता विश्वासार्हरीत्या जतन करून भविष्यात वापरता येऊ शकते हे तुम्हाला ठाऊक झालेले असते.

तुम्हाला सुचलेल्या सर्वोत्तम कल्पना लक्षात राहतील का, याची आता चिंता करण्याची आता गरज नाही, कारण त्या नक्कीच जतन करून ठेवता येतील याची खात्री तुम्हाला आता पटलेली असते. मात्र लवकरच तुमच्यासमोर एक नवीन समस्या उभी ठाकलेली असेल. ती म्हणजे गोळा केलेल्या या मौल्यवान माहितीचे करायचे काय? जितक्या जास्त प्रामाणिकपणे तुम्ही ती जमा कराल, तितकी ही समस्या आणखी मोठी होत जाईल! नोट्स टिपून ठेवणे पण त्यांना प्रभावीपणे संघटित आणि पुन्हा शोधून काढण्याची पद्धत नसल्यास, त्याचा शेवटी परिणाम फक्त गोंधळ आणि ताण वाढवण्यातच होतो.

मी माझे डिजिटल जीवन कसे व्यवस्थित करावे, या समस्येचे उत्तर शोधण्यासाठी अनेक वर्षे घालवली. भौतिक जागा, आवरण्याच्या पद्धती, वेगवेगळ्या खास फॉरमॅटमध्ये असलेली वही, अगदी वाचनालयांमध्ये वापरली जाणारी ड्यूई डेसिमल पद्धतसुद्धा मी वापरून पाहिली. मी माझ्या फाईल्स कधी तारखेप्रमाणे, कधी विषयाप्रमाणे, कधी प्रकारानुसार, तर कधी इतर अनेक गुंतागुंतीच्या योजनांनुसार लावल्या, पण प्रत्येक पद्धत काही दिवसांनी अपयशी ठरली.

त्याचे मूळ कारण असे होते की, या पैकी एकही पद्धती माझ्या दैनंदिन जीवनाशी एकरूप झालेली नव्हती. त्या पद्धती नेहमी मला गुंतागुंतीच्या नियमांचे पालन करण्यास भाग पाडायच्या, आणि त्यामुळे इतर महत्त्वाच्या गोष्टींमधला वेळ वाया जायचा. परिणामी त्या पद्धती पटकन कालबाह्य आणि निरुपयोगी ठरायच्या. प्रत्येक वेळी जेव्हा मी हे आयोजन करण्याचे सातत्य सोडून द्यायचो, तेव्हा मी परत एकदा माझ्या सगळ्या नोट्स आणि फाईल्स मी सध्या करत असलेल्या प्रकल्पाच्या फोल्डरमध्ये टाकू लागायचो. त्यामुळे निदान एवढे तरी नक्की व्हायचे की माझ्या चालू कामासाठी मला लागणारी प्रत्येक गोष्ट लगेच हाताशी असेल-टॅगिंग, फाईलिंग किंवा कीवर्ड्र्सची अजिबात गरज नव्हती.

हेच मी केले आणि मला आश्चर्याचा धक्काच बसला. कारण ते खरोखरीच यशस्वी ठरले. कालांतराने मी ही कृती-आधारित पद्धत अधिक परिष्कृत केली, सोपी केली आणि हजारो विद्यार्थी व अनुयायांबरोबर तपासून पाहिली. शेवटी मी या आयोजन प्रणालीला PARA[1] असे नाव दिले, ज्याचा अर्थ आपल्या जीवनातील माहितीच्या चार प्रमुख गटांशी संबंधित आहे - प्रोजेक्ट्स, एरियाज, रिसोर्सेस आणि अर्काइव्ज. हे चार गट सार्वत्रिक आहेत, कारण ते कोणत्याही प्रकारची माहिती, कोणत्याही स्रोतामधून, कोणत्याही स्वरूपात आणि कोणत्याही उद्देशासाठी[2] सामावून घेतात.

कोणत्याही व्यवसायात किंवा क्षेत्रात PARA उपयुक्त ठरते, कारण त्यामागे एक सोपे कारण आहे, यात माहितीचे वर्गीकरण माहितीच्या प्रकारावर होत नाही, तर ती कृतीयोग्य किती आहे, यावर करते. तुमच्या डिजिटल फाइल्ससाठी प्रोजेक्ट हे मुख्य आयोजन एकक बनते. गुंतागुंतीचे विषय आणि उपविषयांच्या श्रेणीप्रमाणे नोंदी मांडण्याऐवजी तुम्हाला फक्त एक साधा प्रश्न विचारायचा असतो, हा मजकूर कोणत्या प्रोजेक्टमध्ये सर्वाधिक उपयुक्त ठरेल? यात फक्त एवढेच गृहीत धरले जाते की तुम्ही सध्या काही प्रोजेक्ट्सवर काम करत आहात आणि तुमची माहिती त्या प्रोजेक्ट्सना पाठबळ देईल अशा पद्धतीने आयोजित केली पाहिजे.

उदाहरणार्थ, समजा तुम्हाला अधिक लवचीक कसे बनावे, यावरील एक

[1] पॅरा हा ग्रीक शब्द आहे त्याचा अर्थ 'शेजारी-शेजारी' असा होतो, ही व्याख्या आपल्याला आठवण करून देते की आपला 'सेकंड ब्रेन' हा आपल्या जैविक मेंदूसोबत शेजारी-शेजारी काम करतो.

[2] तुम्हाला कदाचित लक्षात आले असेल, मला चार-अक्षरी ढाच्यांची (frameworks) खूप आवड आहे. संशोधकांनी त्याला 'जादुई संख्या ४' असे नाव दिले आहे, कारण हीच ती सर्वांत मोठी संख्या आहे; जी आपण एका दृष्टिक्षेपात मोजू शकतो आणि कोणताही अतिरिक्त प्रयत्न न करता मनात ठेवू शकतो.

उपयुक्त लेख सापडला आणि तुम्ही तो तुमच्या नोंदींमध्ये लिहून ठेवला. तुम्हाला खात्री आहे की ही माहिती कधीतरी उपयोगी पडणार आहे, पण तोपर्यंत त्या नोंदी कुठे ठेवायच्या हे कसे ठरवणार? पुढच्या वेळी त्यांची गरज भासली, तेव्हा कुठे शोधायचे हे तुम्हाला कसे आठवणार? हा निर्णय चुकीचा ठरण्याचा धोका असतो. त्यामुळे असा निर्णय पटकन ताण निर्माण करणारा ठरू शकतो.

बहुतेक लोक ही नोंद 'सायकोलॉजी' नावाच्या फोल्डरमध्ये विषयानुसार ठेवतील. ते अगदी तर्कसंगत वाटते; पण अडचण अशी आहे की 'सायकोलॉजी' हा विषय इतका व्यापक आहे, की त्याचा प्रत्यक्ष उपयोग होणे कठीण आहे. काही आठवडे किंवा महिने उलटून गेल्यानंतर विचार करा. आपल्या कामाच्या व्यापात, इतक्या मोठ्या विषयातील सर्व नोंदींमधून ती हवी असणारी नोंद शोधायला तुम्हाला कितीसा वेळ मिळू शकेल? तिथे डझनभर लेख, पुस्तके आणि इतर स्रोतांमधील नोंदीसुद्धा असतील, त्यातील बराचसा भाग प्रत्यक्ष उपयोगाचा नसेल. तुम्ही नेमके काय साठवून ठेवलेय हे समजून घ्यायलाच तासन्‌तास जातील.

म्हणूनच मी तुम्हाला दाखवीन की आणखी एक मार्ग आहे ज्याद्वारे तुम्ही ज्या नोंदी साठवल्या आहेत, त्या प्रत्यक्ष उपयोगाच्या दृष्टीने कशा जतन करायच्या, हे तुमच्या लक्षात येईल. एखाद्या विशिष्ट प्रकल्पासाठी उदा. तुम्ही लिहीत असलेला मानसशास्त्रावरील लेख किंवा तयार करत असलेली सादरीकरणे. त्या फोल्डरमध्ये ठेवणे (किंवा त्याला टॅग करणे[3]) हा छोटासा अतिरिक्त टप्पा घेतल्यास, त्या आधी किंवा नंतर न सापडता जेव्हा सर्वाधिक महत्त्वाची असेल तेव्हा ती कल्पना हव्या त्या क्षणी तुम्हाला सापडलेली असेल आणि त्याचा योग्य वापर करता येईल.

जर तुमच्या नोंदी एखाद्या प्रकल्पासाठी लगेचच लागणार नसतील किंवा लगेच उपयुक्त ठरणार नसतील, तर त्या कुठे ठेवायच्या, यासाठी आपल्याकडे इतर काही पर्याय आहेत. यामध्ये तुमच्या जीवनातील प्रत्येक मुख्य 'क्षेत्रासाठी' स्वतंत्र जागा, आणि 'स्रोत' यांचा समावेश होतो. 'स्रोत' म्हणजेच संदर्भ, तथ्ये आणि प्रेरणांचे एक वैयक्तिक ग्रंथालय. कालांतराने, जेव्हा तुम्ही प्रकल्प पूर्ण कराल, नवीन कौशल्ये आत्मसात कराल आणि तुमच्या ध्येयांच्या दिशेने वाटचाल कराल, तेव्हा तुम्हाला लक्षात येईल की काही नोंदी आणि स्रोत यापुढे प्रत्यक्ष उपयोगी ठरणारे नाहीत. तेव्हा

---

[3] मी 'फोल्डर' हा शब्द वापरीन, कारण बहुतांश नोंदी ठेवण्याच्या ॲप्समध्ये हा मुख्य गटबांधणीचा घटक असतो; काही सॉफ्टवेअर मात्र 'टॅग्स' वापरतात, जे तितकेच उपयुक्त ठरतात.

मी तुम्हाला दाखवेन की त्यांना 'संग्रहित' विभागात कसे हलवायचे, ज्यामुळे ते नजरेआड राहतील, पण हवे तेव्हा सहज उपलब्ध होऊ शकतील.

ही वर्गवारी प्रोजेक्ट्स, एरियाज, रिसोर्सेस आणि अर्काइव्ज या चार प्रकारांत होते. ते मिळून PARAच्या चार विभागांची रचना होते. आपण लवकरच त्यांपैकी प्रत्येकाचा अभ्यास करू. तुमच्या डिजिटल जगाचे बारकाईने नियोजन करण्यासाठी प्रचंड वेळ खर्च करण्याऐवजी PARA तुम्हाला ज्या खरोखरीच महत्त्वाच्या वाटतात अशा तुमच्या कल्पना, तुमची उद्दिष्टे त्या गोष्टींनुसार पटकन वर्गीकृत करण्यास मदत करते. प्रत्येक ठिकाणी माहिती साठवण्यासाठी पूर्णपणे वेगळा संघटनात्मक (organizational) आराखडा तयार करण्याऐवजी, ज्यामुळे वेगवेगळ्या ठिकाणच्या विसंगतींमध्ये नेव्हिगेट करताना खूप अडचणी येतात, कोणत्याही सॉफ्टवेअर प्रोग्राम, प्लॅटफॉर्म किंवा नोट्स घेण्याच्या साधनावर PARA प्रणालीचा उपयोग केला जाऊ शकतो. तुम्ही तुमच्या डिजिटल जीवनात एकच प्रणाली, एकाच श्रेणींनी आणि एकाच तत्त्वांनुसार वापरू शकता.

तुम्हाला तुमच्या प्रकल्पांना पुढे नेण्यासाठी नेहमीच एकापेक्षा अधिक प्लॅटफॉर्म वापरावे लागतील. कोणताही एकच प्लॅटफॉर्म सर्व काही करू शकत नाही. फक्त एक सॉफ्टवेअर प्रोग्राम वापरायचा, किंवा एकच संघटनात्मक प्रणाली वापरायची असा याचा उद्देश नाही. तुम्ही दिवसभर अनेकदा ॲप्स बदलतानाही सुसंगतता राखते अशी प्रणाली महत्त्वाची ठरते. एखादा प्रकल्प तुमच्या नोट्स ॲपमध्ये असो, संगणकाच्या फाईल सिस्टममध्ये असो किंवा क्लाउड स्टोरेज ड्राइव्हमध्ये असो, तुमचा विचारप्रवाह हरवला न जाता तुम्ही सहजपणे त्यांच्यामध्ये जाऊ- येऊ शकता अशी प्रणाली महत्त्वाची ठरते.

तुमचे नॉलेज आणि फाईल्स तुमच्या सध्या सुरू असलेल्या प्रकल्पांच्या पूर्ततेभोवती संरचित केल्यास, तुमचे ज्ञान केवळ विचारांचा कचरा बनून धूळ खात पडण्याऐवजी, तुमच्यासाठी सक्रियपणे काम करू शकते. 'PARA' (प्रोजेक्ट्स, एरियाज, रिसोर्सेस, आर्काईव्ह) या पद्धतीचे वैशिष्ट्य हेच आहे की, ती 'संघटित होण्याची' प्रक्रिया एका कठीण, कधीही न संपणाऱ्या प्रयत्नातून बाहेर काढते. त्याऐवजी, ही पद्धत 'संघटित होण्याला' एक सरळ, त्वरित पूर्ण करून टाकण्यासारखा सोपा टास्क बनवते. या सगळ्यामुळे तुम्ही अधिक महत्त्वाच्या कामाकडे वळू शकता.

'PARA' पद्धत कशी काम करते? – कृतीसाठी तुमच्या मनाला (आणि नोट्सना) तयार करणे

'PARA' (प्रोजेक्ट्स, एरियाज, रिसोर्सेस, आर्काईव्ह) या पद्धतीमुळे, तुम्ही जतन करू इच्छित असलेली प्रत्येक माहिती फक्त चार सोप्या श्रेणींपैकी एका श्रेणीत ठेवली जाते.

1. **प्रोजेक्ट्स (Project) :** तुम्ही सध्या काम करत आहात, त्या तुमच्या कामातील किंवा आयुष्यातील अल्प-मुदतीचे प्रयत्न असतात.
2. **एरियाज (Area) :** तुम्हाला वेळोवेळी सांभाळाव्या लागतात अशा तुमच्या दीर्घकाळ चालणाऱ्या जबाबदाऱ्या.

३. **संसाधन (Resources) :** तुम्हाला भविष्यात उपयुक्त ठरू शकतात असे विशिष्ट विषय किंवा आवडीचे मुद्दे.

4. **अर्काईव्ह (Archives) :** वरील तीनही श्रेणींमधील, पण आता निष्क्रिय (Inactive) झालेल्या गोष्टी.

1. **प्रोजेक्ट्स** (Projects)**: सध्या ज्यावर काम सुरू आहे**

तुम्ही सध्या सक्रियपणे काम करत आहात अशा अल्प-मुदतीच्या परिणामांचा समावेश प्रोजेक्ट्स या श्रेणीमध्ये होतो.

प्रोजेक्ट्समध्ये काही खास वैशिष्ट्ये असतात, ज्यामुळे आधुनिक कामाचे आयोजन नीट करता येते. पहिले वैशिष्ट्य म्हणजे, प्रत्येक प्रकल्पाला एक सुरुवात

PROJECT	तुमच्या कामात किंवा आयुष्यात सध्या चालू असलेले अल्पकालीन प्रयत्न/उद्दिष्टे
AREA	दीर्घकाळासाठी सांभाळायच्या जबाबदाऱ्या
RESOURCE	भविष्यात उपयोगी पडू शकतील असे माहितीचे विषय/साधने
ARCHIVE	वरील तिन्ही गटातील सध्या निष्क्रिय किंवा वापरात नसलेल्या गोष्टींचे संग्रहण

आणि शेवट असतो. ते एका विशिष्ट वेळेत सुरू होतात आणि नंतर पूर्ण होतात. दुसरे वैशिष्ट्य म्हणजे, ते पूर्ण झाले आहेत हे सिद्ध करण्यासाठी प्रोजेक्टचा एक विशिष्ट आणि स्पष्ट परिणाम (Outcome) असणे आवश्यक आहे. 'अंतिम रूप देणे' (finalize), 'मंजुरी मिळणे', 'प्रक्षेपण करणे' (launch) किंवा 'प्रकाशित करणे' (publish) अशा कृतींनी प्रोजेक्ट पूर्णत्वास जातो.

सर्जनशील आणि कला क्षेत्रातील लोकांनी प्रकल्प-केंद्रित काम करण्याची ही पद्धत स्वाभाविकपणे अंगीकारलेली आहे. चित्रकारांचे 'चित्र', नर्तकांचे 'नृत्य', संगीतकारांचे 'गाणे' आणि कवींची 'कविता' हे कामाचे स्पष्ट ओळखता येणारे आणि स्वतंत्र भाग असतात. 'हॉलीवूड मॉडेल' (ज्या पद्धतीने चित्रपट बनवले जातात) म्हणून ओळखला जाणारा हा प्रकल्प-केंद्रित दृष्टिकोन आता ज्ञानाधारित कामाच्या सर्व क्षेत्रांमध्ये झपाट्याने स्वीकारला जात आहे.

'न्यूयॉर्क टाइम्स'मधील एका लेखानुसार, कामाच्या या पद्धतीला 'हॉलीवूड मॉडेल' असे म्हटले जाते. या मॉडेलमध्ये, 'प्रकल्प' निश्चित केला जातो; त्यासाठी एक टीम एकत्र येते; काम पूर्ण होईपर्यंत ती टीम एकत्रितपणे काम करते आणि मग ती टीम विसर्जित होते. पूर्वी फक्त चित्रपट निर्मितीसाठी वापरले जाणारे हे 'हॉलीवूड मॉडेल' आता पूल बांधणे, ॲप्स डिझाइन करणे किंवा रेस्टॉरंट सुरू करणे अशा अनेक क्षेत्रांमध्ये वापरले जात आहे. आजकाल आपण सर्वांनी विविध टीम्स, विभाग किंवा अगदी वेगवेगळ्या कंपन्यांसोबत मिळून एकत्रित प्रकल्प पूर्ण करणे आणि प्रकल्प संपल्यावर आपापल्या वाटेने पुढे जाणे, हे अधिकाधिक सहज होत चालले आहे.

प्रकल्पांची काही ठळक उदाहरणे खालीलप्रमाणे असू शकतात:

* **कामाचे प्रकल्प :** वेब-पेज डिझाइन पूर्ण करणे; परिषदेसाठी सादरीकरण तयार करणे; प्रकल्पाचे वेळापत्रक तयार करणे; भरती मोहीम आखणे.
* **वैयक्तिक प्रकल्पः** स्पॅनिश भाषेचा कोर्स पूर्ण करणे; सुट्टीचे नियोजन करणे; दिवाणखान्यासाठी नवीन फर्निचर खरेदी करणे; स्थानिक स्वयंसेवा संधी शोधणे.
* **साइड प्रकल्पः** ब्लॉग पोस्ट प्रकाशित करणे; निधी उभारणी मोहीम सुरू करणे; उत्कृष्ट पॉडकास्ट मायक्रोफोनवर संशोधन करणे; ऑनलाइन कोर्स पूर्ण करणे.

प्रकल्प–आधारित कामाकडे वाटचाल

जर तुम्ही तुमचे काम अद्याप विशिष्ट, ठोस प्रकल्पांच्या दृष्टीने आयोजित करत नसाल, तर हा बदल केल्यास तुमच्या उत्पादकतेला एक जोरदार चालना मिळेल. तुम्ही स्वयंरोजगार करत असाल, मोठ्या कॉर्पोरेशनमध्ये असाल किंवा या दोन्हीमध्ये कुठेही असाल, तरी आपण सर्वजण प्रकल्प–आधारित कामाच्या जगाकडे वाटचाल करत आहोत. तुम्ही सध्या कोणत्या प्रकल्पांसाठी प्रतिबद्ध आहात, हे जाणून घेणे अत्यंत महत्त्वाचे आहे. यामुळे तुम्हाला तुमचा आठवडा प्राधान्यक्रमाने आखता येतो, तुमच्या प्रगतीचे नियोजन करता येते आणि अनावश्यक गोष्टींना 'नाही' म्हणणे शक्य होते.

2. **एरियाज (क्षेत्र): ज्यासाठी मी दीर्घकाळ बांधील आहे**

प्रकल्प कितीही महत्त्वाचे असले तरी, प्रत्येक गोष्ट ही काही प्रकल्प नसते. उदाहरणार्थ, आपल्या जीवनातील 'आर्थिक व्यवस्थापन' या क्षेत्राला कोणतीही निश्चित अंतिम तारीख नसते. जोपर्यंत आपण जिवंत आहोत, तोपर्यंत कोणत्या ना कोणत्या स्वरूपात आपल्याला याचा विचार करावा लागतो आणि ते सांभाळावे लागते. याचे कोणतेही अंतिम उद्दिष्ट नसते. तुम्ही लॉटरी जिंकली तरीही, तुम्हाला तुमचे अर्थकारण सांभाळावेच लागते (आणि कदाचित त्यावर अधिक लक्ष द्यावे लागेल!). तसेच, आपल्या व्यावसायिक जीवनातही अनेक दीर्घकाळ चालणारी जबाबदारीची क्षेत्रे असतात, जसे की 'उत्पादन विकास', 'गुणवत्ता नियंत्रण', किंवा 'मानव संसाधन'. ही कामे करण्यासाठी आपल्याला नोकरीवर ठेवले जाते. याव्यतिरिक्त, कालांतराने आपण अधिकृतपणे किंवा अनधिकृतपणे ज्या गोष्टी जबाबदारीने स्वीकारलेल्या असतात त्यांचाही यात समावेश होतो. यापैकी प्रत्येक गोष्ट जबाबदारीच्या 'क्षेत्राचे' उदाहरण आहे आणि ही सर्व मिळून 'PARA'ची दुसरी मुख्य श्रेणी बनते. वैयक्तिक आणि व्यावसायिक अशी ही सर्व क्षेत्रे प्रभावीपणे हाताळण्यासाठी विशिष्ट माहितीची आवश्यकता असते, पण ती प्रकल्पांसारखी नसतात हे लक्षात घ्यायला हवे.

प्रकल्प	क्षेत्र
१० पौंड वजन कमी करणे	शारीरिक स्वास्थ्य
पुस्तक प्रकाशित करणे	लेखन
तीन महिन्यांच्या खर्चाइतकी बचत करणे	आर्थिक व्यवहार
ॲपचे मॉकअप तयार करणे	उत्पादन डिझाइन
अनुबंधाचे नमुने तयार करणे	कायदेशीर कामकाज

आर्थिक व्यवस्थापन या क्षेत्राचे उदाहरण घेतल्यास, तुम्हाला अनेक प्रकारच्या माहितीचे जतन करावे लागते. यामध्ये तुमच्या आर्थिक सल्लागारासोबतच्या झालेल्या चर्चेच्या नोंदी, व्यावसायिक खरेदीच्या पावत्या किंवा बिले आणि तुमचा मासिक घरगुती अर्थसंकल्प यांसारख्या गोष्टींचा समावेश होतो. या व्यतिरिक्त, तुम्हाला काही अंदाज किंवा संभाव्य माहितीदेखील संग्रहित करून त्याचा उपयोग करावा लागू शकतो. उदा. आर्थिक अंदाज, व्यक्तिगत वित्त सॉफ्टवेअरवर केलेले संशोधन आणि तुम्ही लक्ष ठेवून असलेल्या गुंतवणुकीच्या ट्रेंड्सचा डेटा.

'उत्पादन विकास' या कामाशी संबंधित क्षेत्रासाठी, तुम्हाला उत्पादनाचे तपशील, संशोधन आणि विकास निष्कर्षांचे अहवाल, ग्राहकांच्या मुलाखतीतून मिळालेल्या नोट्स आणि ग्राहक समाधानाचे रेटिंग्ज गोळा करावे लागतील. याचबरोबर, डिझाइनसाठी प्रेरणा म्हणून वापरण्यासाठी तुम्हाला आवडलेल्या उत्पादनांचे फोटो, उत्पादनाचे नकाशे किंवा रंगांचे संयोजनदेखील तुम्ही ठेवू शकता. तुम्ही निवडलेल्या क्षेत्रासोबत तुमचे असलेले संबंध आणि ते क्षेत्र तुम्हाला कसे व्यवस्थापित करायचे आहे किंवा पुढे न्यायचे आहे, यावर ही सर्व माहिती अवलंबून असते.

ज्या क्षेत्रांचा तुमच्या वैयक्तिक आयुष्यात समावेश करता येऊ शकतो अशी क्षेत्रे. वैयक्तिक आणि व्यावसायिक अशा दोन भागांत त्याची विभागणी केली आहे.

१. तुमच्या वैयक्तिक जीवनातील क्षेत्रे

- **जबाबदार असलेल्या गोष्टी किंवा ठिकाणे:** घर/अपार्टमेंट, स्वयंपाक, प्रवास, कार (वाहन).
- **ज्यांच्यासाठी तुम्ही जबाबदार किंवा उत्तरदायी आहात:** मित्र, मुले, जोडीदार, पाळीव प्राणी.
- **तुम्ही ज्या कामगिरीसाठी जबाबदार आहात:** आरोग्य, वैयक्तिक वाढ, मैत्रीचे संबंध, आर्थिक व्यवस्थापन.

२. तुमच्या नोकरीतील किंवा व्यवसायातील क्षेत्रे

- **ज्या विभागांसाठी किंवा कार्यांसाठी तुम्ही जबाबदार आहात:** खाते व्यवस्थापन, विपणन, कामकाज, उत्पादन विकास
- **ज्या व्यक्ती किंवा टीम्ससाठी तुम्ही जबाबदार किंवा उत्तरदायी आहात :** थेट रिपोर्ट करणारे कर्मचारी, व्यवस्थापक, संचालक मंडळ, पुरवठादार.

- **तुम्ही ज्या कार्यमानकासाठी जबाबदार आहात :** व्यावसायिक विकास विक्री आणि विपणन; संबंध आणि नेटवर्किंग, भरती आणि नेमणूक

'क्षेत्रांना' कोणतेही अंतिम उद्दिष्ट नसले तरी, त्यांचे व्यवस्थापन करणे अत्यंत महत्त्वाचे आहे. खरे तर, तुम्ही वरील यादीकडे पाहिल्यास, ही क्षेत्रे आपल्या आयुष्यातील आरोग्य, आनंद, सुरक्षितता आणि जीवनातील समाधानासाठी किती महत्त्वपूर्ण आहेत, हे लक्षात येईल.

या क्षेत्रांमध्ये गाठण्यासाठी कोणतेही 'ध्येय' नसले तरी, तुम्हाला प्रत्येक क्षेत्रामध्ये एक विशिष्ट 'मानक' कायम ठेवायचा असतो. उदाहरणार्थ, आर्थिक व्यवस्थापनाच्या बाबतीत, तुम्ही नेहमी तुमची बिले वेळेवर भरावी आणि तुमच्या कुटुंबाच्या मूलभूत गरजा पूर्ण कराव्यात, हे तुमचे मानक असू शकते. आरोग्याच्या बाबतीत, तुम्ही आठवड्यातून ठरावीक वेळा व्यायाम करावा आणि कोलेस्टेरॉल एका विशिष्ट मर्यादेखाली ठेवावे, हे तुमचे मानक असू शकते. कुटुंबासाठी, तुम्ही त्यांच्यासोबत दररोज संध्याकाळी आणि आठवड्याच्या शेवटी कुटुंबासमवेत चांगला वेळ घालवावा, हे मानक असू शकते.

ही मानके काय असावी, हे फक्त तुम्हीच ठरवू शकता. आपल्या व्यवस्थेसाठी (PARA सिस्टीमसाठी) या प्रत्येक क्षेत्राला समर्पित एक वेगळी जागा असणे खूप उपयुक्त ठरते. यामुळे तुमच्या जीवनातील प्रत्येक महत्त्वाच्या पैलूशी संबंधित कोणताही विचार, चिंतन, कल्पना किंवा उपयुक्त माहितीचा तुकडा ठेवण्यासाठी तुमच्याकडे नेहमी एक जागा उपलब्ध असते.

3. **रिसोर्सेस (संसाधने): भविष्यात संदर्भासाठी आवश्यक गोष्टी**

आपल्याला जतन करायच्या असलेल्या माहितीची तिसरी श्रेणी म्हणजे संसाधने. ही श्रेणी म्हणजे मुळात अशी 'सर्वसमावेशक जागा' आहे, जिथे प्रकल्प किंवा क्षेत्र यांपैकी कोणत्याही श्रेणीत न बसणारी कोणतीही माहिती ठेवली जाते. तुम्ही ज्या कोणत्याही विषयाबद्दल माहिती गोळा करण्यास उत्सुक असाल, त्यांचा यात समावेश होतो.

उदाहरणार्थ:

- **तुमच्या आवडीचे विषय कोणते आहेत?**

  वास्तुकला, अंतर्गत सजावट, इंग्रजी साहित्य, बिअर तयार करणे.

- **तुम्ही कोणत्या विषयांवर संशोधन करत आहात?**

  सवयी तयार करणे, नोट्स काढणे, प्रकल्प व्यवस्थापन, पोषण.

- **तुम्ही कोणती उपयुक्त माहिती संदर्भासाठी ठेवू इच्छिता?**

  सुट्टीचे वेळापत्रक, जीवनातील ध्येये, स्टॉक फोटो; उत्पादनाची प्रशंसापत्रे.

- **तुमच्या कोणत्या आवडी किंवा पॅशन्स आहेत?**

  कॉफी, क्लासिक चित्रपट, हिप-हॉप संगीत, जपानी कार्टून.

यांपैकी प्रत्येक विषय स्वतःचा एक स्वतंत्र संसाधन फोल्डर बनू शकतो. तुम्ही या फोल्डर्सकडे संशोधन किंवा संदर्भ साहित्य म्हणूनदेखील पाहू शकता. या फोल्डर्समध्ये तुम्ही ट्रॅक करत असलेले ट्रेन्ड्स, तुमच्या नोकरी किंवा उद्योगाशी संबंधित कल्पना, तुमचे छंद, इतर आवडीनिवडी आणि ज्या गोष्टींबद्दल तुम्हाला केवळ कुतूहल आहे, अशा माहितीचा समावेश होतो. तुम्ही शाळेत असताना जसे एक जीवशास्त्रासाठी, दुसरी इतिहासासाठी, तिसरी गणितासाठी असे विषयवार वह्या ठेवायचात, त्यासारखे हे फोल्डर्स आहेत. सध्याच्या कोणत्याही प्रकल्पासाठी किंवा क्षेत्रासाठी संबंधित नसलेली किंवा त्वरित कृती करण्यायोग्य नसलेली कोणतीही नोंद किंवा फाईल, भविष्यातील संदर्भासाठी तुम्ही या संसाधन श्रेणीत ठेवू शकता.

4. **अर्काईव्ह्ज : पूर्ण झालेले किंवा थांबवलेले काम**

शेवटची श्रेणी म्हणजे अर्काईव्ह्ज किंवा संग्रह. यात मागील तीनही श्रेणींमधील (प्रकल्प, क्षेत्र आणि संसाधने) जे घटक आता सक्रिय राहिलेले नाहीत, त्यांचा समावेश होतो. उदाहरणार्थ:

- प्रकल्प जे पूर्ण झाले आहेत किंवा रद्द केले आहेत.
- जबाबदारीची क्षेत्रे ज्यांना सांभाळण्याची तुमची बांधिलकी आता राहिलेली नाही (जसे की, काही नातेसंबंध संपल्यावर किंवा तुम्ही तुमचे अपार्टमेंट बदलल्यावर).
- जी संसाधने आता संबंधित नाहीत (ज्या छंदांमधील तुमचा रस संपला आहे किंवा ज्या विषयांची तुम्हाला आता काळजी नाही).

अर्काईव्ह्ज (संग्रह) हा 'PARA' पद्धतीचा एक महत्त्वाचा भाग आहे. कारण यामुळे तुम्ही कोणताही फोल्डर 'कोल्ड स्टोरेजमध्ये' ठेवू शकता. याचा फायदा

असा होतो की, तो तुमच्या कामाच्या जागेत गोंधळ करत नाही, पण तुम्हाला भविष्यात कधीही गरज लागल्यास तो कायमस्वरूपी सुरक्षित राहतो. तुमच्या घरातील किंवा गॅरेजमधील वस्तूंप्रमाणे नाही, तर डिजिटल माहिती कायमस्वरूपी ठेवण्यासाठी कोणताही दंड किंवा अडचण नसते, जोपर्यंत ती माहिती तुमच्या रोजच्या कामावर परिणाम करत नाही किंवा लक्ष विचलित करत नाही. जर तुम्हाला भविष्यात त्या माहितीची आवश्यकता वाटली - उदाहरणार्थ, तुम्ही पूर्वी पूर्ण केलेल्या प्रकल्पासारखाच एखादा नवीन प्रकल्प हाती घेतला - तर तुम्ही ती माहिती काही सेकंदांत मिळवू शकता.

‘PARA’ **प्रणालीचे स्वरूप : पडद्यामागील एक झलक**

‘PARA’ ही डिजिटल दुनियेत सर्वत्र काम करण्यासाठी तयार केलेली एक सार्वत्रिक व्यवस्थापन प्रणाली आहे. वस्तू ठेवण्यासाठी तुम्ही वापरत असलेल्या डझनावारी पूर्णपणे भिन्न आयोजन योजना वापरण्याची गरज या प्रणालीत नसते. ‘PARA’ सर्वत्र वापरली जाऊ शकते आणि वापरली पाहिजे. उदाहरणार्थ, तुमच्या कॉम्प्युटरवरील डॉक्युमेंट्स फोल्डरमध्ये, तुमच्या क्लाउड स्टोरेज ड्राईव्हजमध्ये आणि अर्थातच, तुमच्या डिजिटल नोट्स ॲपमध्ये. ती प्रत्यक्षात कशी दिसते, हे मी तुम्हाला दाखवतो. ‘PARA’चा वापर केल्यानंतर माझ्या नोट्स ॲपमधील फोल्डर्स कसे दिसतात, याचे एक उदाहरण खालीलप्रमाणे आहे:

शीर्षक
* १ प्रकल्प (११)
* २ क्षेत्रे (३६)
* ३ संसाधने (४५)
* ४ संग्रहित (२१६)
* ० इनबॉक्स (०)

या प्रत्येक शीर्ष-पातळीच्या फोल्डरमध्ये, माझ्या जीवनातील विशिष्ट प्रकल्प, क्षेत्र, संसाधने आणि संग्रह दर्शवणारे वैयक्तिक फोल्डर्स आहेत. उदाहरणार्थ, माझ्या सध्याच्या चालू असणाऱ्या प्रकल्पांसाठी असलेले फोल्डर्स येथे खालीलप्रमाणे आहेत:

शीर्षक
- १ प्रकल्प (११)
- २०२१ कर (२)
- बीएएसबी १३ (१४)
- बीएएसबी पुस्तक प्रकाशन (४३)
- बीएएसबी हस्तलिखित (२०२)
- रोश शिल्लक योजना (२)
- एक्स्ट्रा कॉग्निशन आर्टिकल (५)
- अभ्यासक्रम संचालक (४)
- होम स्टुडिओ (२७)

माझ्या कल्पना ज्यात जतन केलेल्या आहेत त्या प्रत्यक्ष नोंदी या फोल्डर्समध्ये असतात. साधारणपणे एका सामान्य व्यक्तीसाठी सक्रिय प्रकल्पांची संख्या पाच ते पंधरा या दरम्यान असते. विशेष म्हणजे, प्रत्येक फोल्डरमधील नोंदींची संख्या (शीर्षकानंतर कंसात दिलेल्या संख्येनुसार) बदलते. ती फक्त दोनपासून ते तुम्ही सध्या वाचत असलेल्या पुस्तकासाठी दोनशेहून अधिकही असू शकते. मध्यम आकाराच्या एका विशिष्ट प्रकल्प फोल्डरमध्ये असलेल्या नोंदींचे उदाहरण येथे दिले आहे. हा प्रकल्प म्हणजे आमच्या गॅरेजचे 'होम स्टुडिओ'मध्ये रूपांतरण करणे. (याबद्दल आपण पुढील प्रकरणांमध्ये सविस्तर पाहू):

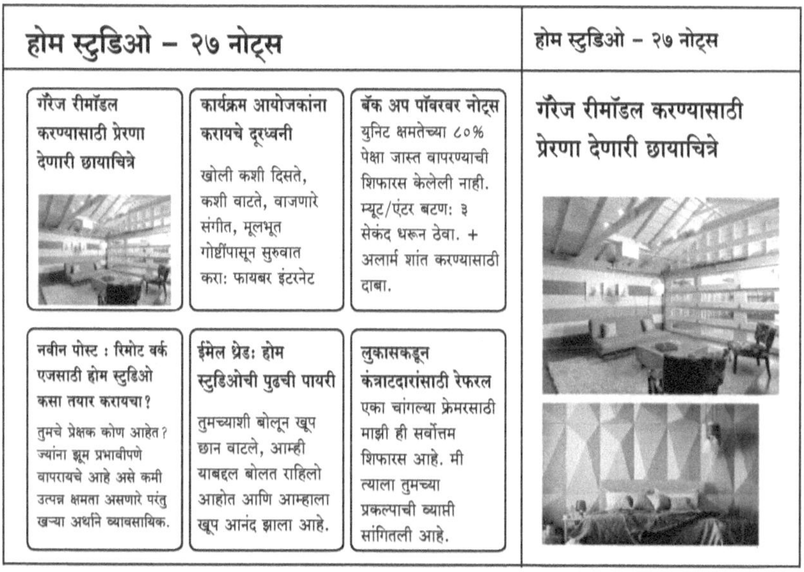

खिडकीच्या डाव्या बाजूला या फोल्डरमधील सत्तावीस नोंदींची यादी दिसते. त्यातील कोणत्याही नोंदीवर क्लिक केल्यास (उदा. वर दाखवलेली, जी आम्ही आमच्या नूतनीकरणासाठी प्रेरणा म्हणून वापरलेल्या फोटोंचा संग्रह आहे), तिची सामग्री खिडकीच्या उजव्या बाजूला उघड होते.

बस! इतकेच. मी गेल्या अनेक वर्षांमध्ये जमा केलेल्या हजारो नोंदी सामावून घेण्यासाठी केवळ तीन स्तरांची रचना पुरेशी आहे: शीर्ष-पातळीच्या PARA श्रेणी (प्रकल्प, क्षेत्र, संसाधने, संग्रह), विशिष्ट प्रकल्प फोल्डर आणि त्या फोल्डरमधील प्रत्यक्ष नोंदी.

माझी काही 'क्षेत्रे' कशी दिसतात, ते खालीलप्रमाणे:

शीर्षक
- २ क्षेत्रे (३६)
- काइओ (८)
- कार (५)
- कपड़े (२)
- स्वयंपाक (६९)
- आर्थिक (१९)
- एफएल : प्रशासन (१२)
- एफएल : बीएएसबी सामग्री (१९०)
- एफएल : बीएएसबी मार्केटिंग (४५)
- एफएल : बेथेनी (२०)
- एफएल : चेकलिस्ट/टेम्प्लेट (१२)
- एफएल : क्लायंट (३२)

या प्रत्येक फोल्डरमध्ये माझ्या जीवनातील त्या-त्या दीर्घकाळ चालणाऱ्या क्षेत्रांशी संबंधित नोंदी आहेत. माझ्या व्यवसायाशी संबंधित असलेली क्षेत्रे FL या आद्याक्षरांनी सुरू होतात, ज्यामुळे वर्णानुक्रमे ती सर्व फोल्डर्स एकाच ठिकाणी दिसतात. उदाहरणार्थ, माझ्या 'आरोग्य' या क्षेत्रातील काही नोंदी खालीलप्रमाणे आहेत.

आरोग्य – ३४ नोट्स

मायोटॅटिक क्रंच (४ तासांचा बॉडी)
पसरलेले हात शक्य तितके वर घेऊन सुरुवात करा (डायव्हिंग स्थितीत असल्यासारखे वाढलेले हात ओव्हरलॅप करा)

आरोग्य विमा सेटअप-वरील अद्यतने
विमा योजनेची माहिती कशी मिळवायची...

हेअरकेअर नोट्स
१. केस जवळजवळ कोरडे करण्याऐवजी ज्या दिशेने वाढतात त्याच दिशेने कोरडे करा..
२. पाणी इतके गरम न करण्याचा प्रयत्न करा.
३. कंगवा वापरून पहा.

खोल श्वास आपल्याला शांत का ठेवू शकतो?
नुकत्याच सायन्समध्ये प्रकाशित झालेल्या नवीनतम अभ्यासासाठी, संशोधकांनी काळजीपूर्वक अक्षम केले.

अन्न तयारी नियोजन
फळांसह अन्नधान्य
दूध
खारवून वाळवलेले डुकराचे मांस
टोमॅटो
एवोकॅडो

अधूनमधून उपवास
१६ तास उपवास, ८ तास जेवणाची वेळ
पेशींसाठी वसंत ऋतू स्वच्छता.
इन्सुलिन, रक्तदाब कमी होतो.

आरोग्य – ३४ नोट्स

मायोटॅटिक क्रंच (४ तासांचा बॉडी)

पसरलेले हात शक्य तितके वर घेऊन सुरुवात करा. (डायव्हिंग पोझिशनमध्ये असल्याप्रमाणे वाढवलेले हात ओव्हरलॅप करा). संपूर्ण व्यायामासाठी तुमचे हात तुमच्या कानाच्या मागे किंवा जवळ ठेवा.
४ सेकंदांपर्यंत नियंत्रणाखाली ठेवा, जोपर्यंत तुमची बोटे जमिनीला स्पर्श करत नाहीत, संपूर्ण वेळ तुमचे हात चेंडूपासून दूर नेण्याचा प्रयत्न करा.
जास्तीत जास्त वाढवण्यासाठी २ सेकंद थांबा.
नियंत्रणात उभे राहा आणि वरच्या, पूर्णपणे आकुंचन पावलेल्या स्थितीत २ सेकंद थांबा.

संसाधने या श्रेणीखाली मला आवडणाऱ्या प्रत्येक विषयासाठी माझे स्वतंत्र फोल्डर्स आहेत. ही माहिती सध्या कृती करण्यायोग्य नसते, त्यामुळे मला ती माझ्या प्रकल्पांमध्ये गोंधळ निर्माण करणारी नको असते. पण भविष्यात मला कधीही या माहितीची गरज लागली, तर ती माझ्यासाठी तयार आणि प्रतीक्षेत असावी असे मला वाटते.

शीर्षक
- ३ संसाधने (४२)
– वार्षिक आढावा (२१)
– कला आणि तत्त्वज्ञान (३९)
– पुस्तके आणि लेखन (१४)
– ब्रँड ओळख/लोगो (३१)
– व्यवसाय आणि नीती (१४६)
– बिजनेस कार्ड (७०)
– नाताळाच्या भेटवस्तू (३)
– हवामान बदल (१)
– मार्केटिंग अभ्यासक्रम (२२)
– संस्कृती आणि सर्जनशीलता (८०)
– डिझाइन (२४५)

संग्रह या श्रेणीत, मागील तीनही श्रेणींमधील (प्रकल्प, क्षेत्र आणि संसाधने) जे कोणतेही फोल्डर आता सक्रिय राहिलेले नाहीत, त्यांचा समावेश होतो. माझी इच्छा आहे की, हे फोल्डर्स माझ्या नजरेपासून आणि विचारांपासून पूर्णपणे दूर असावेत, पण त्याच वेळी, भविष्यात मला कधीही भूतकाळातील संशोधन, शिकलेले धडे किंवा सामग्री पाहण्याची गरज लागल्यास, ती नेहमी जतन केलेले असावेत.

शीर्षक
- ४ संग्रह (१९८)
- प्रवेश एसएफ (२१)
- एई पदोन्नती (१)
- एजे वेबिनार (१०)
- अमेझॉन असोसिएट्स (२)
- अँटी-बुक क्लब वी३ (३)
- अपार्टमेंट शोध (१)
- अवाया (३)
- बेरिंग्ज (३)
- बीएसबी१२ (६)
- दुचाकी चोरीचा दावा (५)
- ब्लॅक फ्रायडे (५)

माहिती साठवण्याच्या सर्व वेगवेगळ्या ठिकाणी तुम्ही 'PARA' प्रणालीचा वापर करू शकता. याचा अर्थ असा की, तुम्ही सामग्री कोठेही ठेवलेली असली तरी, तुम्हाला तेच निकष आणि तेच मूलभूत नियम वापरता येतात. उदाहरणार्थ, माझ्या कॉम्प्युटरवरील डॉक्युमेंट्स फोल्डर येथे खालीलप्रमाणे आहे :

कागदपत्रे
नाव
- १ प्रकल्प (प्रोजेक्ट)
- २ क्षेत्रे
- ३ संसाधने
- ४ अभिलेखागार

आणि माझ्या सध्याच्या प्रत्येक सक्रिय प्रकल्पासाठी (active projects) असलेले फोल्डर्स खालीलप्रमाणे:

१ प्रकल्प (प्रोजेक्ट)
नाव
– २०२१ कर
– बीएएसबी १३
– बीएएसबी पुस्तक लाँच
– बीएएसबी हस्तलिखित
– रोश शिल्लक योजना
– अभ्यासक्रम संचालक
– एक्टेंशन कॉगनीशिन लेख
– होम स्टुडिओ
– कीस्टोन २
– नवीन वेबसाइट
– २०२२ चा हिवाळी उत्सव

या फोल्डर्समध्ये, मी प्रत्येक प्रकल्पाची पूर्तता करण्यासाठी वापरत असलेल्या फाईल्स जतन केलेल्या आहेत. तुम्ही सध्या वाचत असलेल्या पुस्तकासाठी तयार केलेला प्रकल्प फोल्डर येथे खालीलप्रमाणे आहे –

बीएएसबी हस्तलिखित
नाम
– बोनस धडा
– पुस्तक प्रस्ताव
– करार
– स्लाइड आणि प्रतिमा
– मालमत्ता
– माइंडमॅप्स
– हस्तलिखित आवृत्त्या
– संशोधन
– पुस्तक पुनरावलोकन गट

हे कुठे ठेवावे?– व्यक्तिगत नोंदी कुठे ठेवायच्या याचा निर्णय कसा घ्यायचा?

फोल्डर्स तयार करणे तुलनेने सोपे असते, पण प्रत्येक व्यक्तीच्या मनात भीती निर्माण करणारा सर्वांत कठीण प्रश्न हा असतो तो म्हणजे, मी हे ठेवू कुठे?

सामग्री जतन करणे ॲप्समुळे अत्यंत सोपे झाले आहे. त्यासाठी आता केवळ एक क्लिक किंवा टॅप पुरेसा आहे. मात्र, यानंतर पुढे काय करायचे, यासाठी कोणतेही मार्गदर्शन दिले जात नाही. एखादी नोंद तयार झाल्यावर ती कोठे जायला हवी? येणाऱ्या फाईलसाठी योग्य जागा कोणती आहे? जसजसा सामग्रीचा ढीग वाढत जाईल, तसतशी ही समस्या अधिकच गुंतागुंतीची आणि तणावपूर्ण बनत जाते. जतन करताना लगेच निर्णय घेण्याचा मोह टाळा.

सुरुवातीला नोंदी जतन करताना लगेच त्या कोठे ठेवाव्यात आणि त्यांचा अर्थ काय आहे, हे ठरवण्याचा मोह होतो. परंतु, समस्या ही असते की, तुम्हाला एखादी कल्पना पहिल्यांदा सुचते, तोच क्षण तिचा अंतिम उद्देश ठरवण्याच्या दृष्टीने सर्वांत वाईट असतो. त्याचे पहिले कारण म्हणजे, ती कल्पना तुम्हाला नुकतीच सुचलेली असते आणि तिच्या अंतिम उद्देशावर विचार करण्यासाठी तुमच्याकडे वेळ नसतो. पण याहूनही महत्त्वाचे म्हणजे, तुम्ही काहीही जतन करताना प्रत्येक वेळी निर्णय घेण्याची सक्ती स्वतःवर लादल्यास, प्रक्रियेत खूप अडथळे निर्माण होतात. यामुळे हा अनुभव मानसिकदृष्ट्या खूप थकवणारा बनतो आणि त्यामुळे पहिल्यांदा ती कृती करण्याची शक्यताच कमी होते.

याच कारणामुळे माहिती 'गोळा करणे' आणि ती 'संघटित करणे' या दोन गोष्टींना दोन स्वतंत्र टप्पे मानणे खूप महत्त्वाचे आहे: क्षणार्धात 'काय महत्त्वाचे वाटले ते ठेवणे' आणि 'दीर्घकाळासाठी ते जतन करायचे की नाही' हा निर्णय घेणे या दोन पूर्णपणे वेगळ्या कृती आहेत. बहुतेक नोट्स ॲप्समध्ये एक 'इनबॉक्स' किंवा 'दैनंदिन नोंदी' विभाग असतो. तुम्ही गोळा केलेल्या नवीन नोंदी तात्पुरत्या येथे जतन केल्या जातात, जोपर्यंत तुम्ही पुन्हा त्यांचे पुनरावलोकन करत नाही आणि त्या कोणत्या श्रेणीत ठेवाव्यात, हे ठरवत नाही. या विभागाला तुम्ही एक 'प्रतीक्षा क्षेत्र' समजू शकता, जिथे तुमच्या नवीन कल्पनांना तुम्ही तुमच्या 'दुसऱ्या मेंदूत' तयार होईपर्यंत ठेवता येते. कल्पना गोळा करण्याची आणि त्यांना संघटित करण्याची प्रक्रिया वेगळी ठेवल्यामुळे तुम्हाला वर्तमानात राहण्यास मदत होते, काय महत्त्वाचे आहे ते लक्षात येते आणि त्यांच्यासोबत पुढे काय करायचे, हा निर्णय तुम्ही एका दुसऱ्या वेळेसाठी

(उदा. 'साप्ताहिक पुनरावलोकन' ज्याबद्दल आपण नवव्या प्रकरणात पाहू) सोडून देऊ शकता.

'PARA' **प्रणालीनुसार माहिती संघटित करणे**

एकदा तुम्ही नोंदी गोळा केल्या आणि त्या संग्रहित करण्याची वेळ आली की, 'PARA' प्रणाली कामाला येते. नोंदी कोठे ठेवायच्या, हा निर्णय शक्य तितका सोपा करण्यासाठी, या चार मुख्य श्रेणींची मांडणी त्यांच्या 'कृतिक्षमतेनुसार' केली जाते :

- प्रकल्प : या नोंदी सर्वाधिक कृतिक्षम असतात, कारण तुम्ही त्यांच्यावर आत्ता काम करत आहात आणि त्यांची अंतिम मुदत निश्चित असते.
- क्षेत्रे : यांचा कालावधी दीर्घ असतो आणि त्या तत्काळ कृती करण्यायोग्य नसतात.
- संसाधने : गरजेनुसार किंवा परिस्थितीनुसार या कृतिक्षम बनू शकतात.
- संग्रह : त्यांची आवश्यकता निर्माण होईपर्यंत त्या निष्क्रिय राहतात.

या क्रमामुळे, कोणतीही नोंद कोठे ठेवायची, हे ठरवण्यासाठी आपल्याला एक सोपी आणि उपयुक्त चेकलिस्ट मिळते. यादीच्या शीर्षस्थानापासून सुरुवात करून तुम्ही खालीलप्रमाणे निर्णय घेऊ शकता.

1. हा विचार किंवा नोंद कोणत्या प्रकल्पात सर्वाधिक उपयुक्त ठरेल?
2. जर कोणत्याही प्रकल्पात नसेल, तर कोणत्या क्षेत्रात ती सर्वाधिक उपयुक्त ठरेल?
3. जर कोणत्याही क्षेत्रात नसेल, तर कोणत्या संसाधनाशी ती संबंधित आहे?
4. जर कशातच नसेल, तर ती संग्रहात ठेवावी.

तुम्ही जे काही ठेवता, ते केवळ जिथे उपयुक्त ठरेल तिथेच नाही, तर जिथे ते लवकरात लवकर उपयुक्त ठरेल तिथे ठेवण्याचा सतत प्रयत्न करत असता. दुसऱ्या शब्दांत, तुम्ही एखादी नोंद किंवा फाईल नेहमी याच तत्त्वानुसार ठेवत असता. एखादी नोंद प्रकल्प फोल्डरमध्ये ठेवून, तुम्ही हे सुनिश्चित करता की जेव्हा तुम्ही पुढील वेळी त्या प्रकल्पावर काम कराल, तेव्हा ती तुम्हाला आपोआप दिसेल. जर तुम्ही ती क्षेत्र फोल्डरमध्ये ठेवली, तर पुढील वेळी जेव्हा तुम्ही तुमच्या कामाच्या किंवा जीवनाच्या त्या विशिष्ट क्षेत्राबद्दल विचार करत असाल, तेव्हा ती तुमच्यासमोर येईल. याउलट,

तुम्ही ती संसाधन फोल्डरमध्ये ठेवली तर, जेव्हा तुम्ही त्या विषयावर सखोल वाचन किंवा संशोधन करण्याचा निर्णय घ्याल, फक्त आणि फक्त तेव्हाच ती तुमच्या लक्षात येईल आणि अखेरीस, ती अर्काइव्हमध्ये ठेवून, जोपर्यंत तुम्हाला परत पाहण्याची इच्छा होत नाही तोवर ती पुन्हा कधीही पाहण्याची गरज पडणार नाही.

जेव्हा जीवन खूप व्यस्त होते, तेव्हा आपले प्रकल्प आणि ध्येये बाजूला पडू शकतात. वैयक्तिक प्रकल्प आणि दीर्घकालीन ध्येये तर विशेषतः लवचीक वाटतात, जणू आपण त्यांच्याकडे नंतर कधीतरी लक्ष देऊ शकतो. यामुळे, जोपर्यंत आपण त्या अस्तित्वात आहेत हेच विसरून जात नाही, तोपर्यंत आपण कष्ट करून शोधलेल्या नोंदी, बुकमार्क्स, हायलाइट्स आणि संशोधन आपल्या फाईल सिस्टीममध्ये तळाशी जाऊन बसतात.

कार्यक्षमतेनुसार गोष्टींची मांडणी केल्याने सतत टाळाटाळ करण्याची आणि आपल्या महत्त्वाकांक्षा पुढे ढकलण्याची आपली प्रवृत्ती कमी होते. PARA पद्धत या दूरच्या स्वप्नांना वर्तमानात आणते, कारण आपल्याकडे सुरुवात करण्यासाठी आवश्यक असलेली बरीच माहिती आत्ताच उपलब्ध आहे हे आपल्याला या पद्धतीमुळे समजते. आपले ज्ञान व्यवस्थित मांडण्याचे ध्येय म्हणजे आपल्या उद्दिष्टांना पुढे नेणे हे आहे, नुसते नोंद घेण्यात पीएचडी मिळवणे नाही. ज्ञानाचा सर्वोत्तम उपयोग कार्याची अंमलबजावणी करण्यात असतो. याचा अर्थ असा की जी कोणतीही गोष्ट तुमच्या प्रकल्पांच्या प्रगतीसाठी मदत करत नाही, त्यातून तुमचे लक्ष विचलित होते किंवा प्रगती थांबवते.

सूचनांना स्वयंपाकासारखे नीट एकत्र करणे – मी काय तयार करत आहे

किचनमध्ये बनणारे पदार्थ आणि PARA पद्धतीत एक समानता आढळते. किचनमधील प्रत्येक गोष्ट विशिष्ट परिणाम साधण्यासाठी म्हणजे जेवण शक्य तितक्या कार्यक्षमतेने तयार करण्यासाठी योजलेली आणि व्यवस्थित ठेवलेली असते. यानुसार, अर्काइव्ह्ज हे फ्रीजरसारखे असतात, कारण त्यांची गरज पूर्ण होईपर्यंत (जी भविष्यात कधीही असू शकते) त्या वस्तू थंड वातावरणात साठवून ठेवलेल्या असतात. संसाधने ही पॅन्ट्रीसारखी असतात, जी तुम्ही बनवणार असलेल्या कोणत्याही जेवणात वापरण्यासाठी उपलब्ध असतात, परंतु दरम्यान त्या व्यवस्थित नजरेआड ठेवलेल्या असतात. क्षेत्रे ही फ्रिजसारखी आहेत, कारण त्यातील वस्तूंचा वापर तुम्ही तुलनेने लवकर करणार असता आणि तुम्हाला त्या अधिक वेळेला पाहाव्या लागत असतात.

प्रकल्प म्हणजे स्टोव्हवर शिजणारे भांडे असते, कारण त्यावर तुम्ही सध्या सक्रियपणे काम करत असता. थोडक्यात, तुम्हाला हवे असलेले जेवण बनवण्यासाठी प्रत्येक प्रकारच्या अन्नपदार्थाची मांडणी तो किती सुलभ असायला हवा यानुसार केलेली असते.

फक्त खाद्यपदार्थांच्या प्रकारानुसार किचनची मांडणी करणे किती हास्यास्पद ठरेल याची कल्पना करा : ताजी फळे, सुकवलेली फळे, फळांचा रस आणि गोठवलेली फळे ही सर्व फळांपासून बनलेली आहेत, म्हणून ती एकाच ठिकाणी साठवून ठेवायची असे करून चालेल का? तरीही, बहुतेक लोक त्यांच्या फाईल्स आणि नोट्सची मांडणी अगदी याच पद्धतीने करतात. त्यांच्या सर्व पुस्तकांच्या नोंदी एकत्र ठेवतात, कारण त्या पुस्तकांमधून आलेल्या असतात किंवा त्यांचे सर्व सेव्ह केलेले कोट्स एकत्र ठेवतात, कारण ते कोट्स आहेत.

कल्पनांचा स्रोत काय आहे, यानुसार त्यांची मांडणी करण्याऐवजी त्या कल्पना कुठे घेऊन जाणार आहेत– विशेषतः त्या तुम्हाला कोणता लाभ किंवा परिणाम मिळवून देऊ शकतात, यानुसार त्यांची मांडणी करण्याची मी शिफारस करतो. एखादे ज्ञान उपयुक्त आहे की नाही, याची खरी कसोटी ते किती व्यवस्थित मांडलेले आणि नीट लेबल लावलेले आहे ही नाही, तर खरी कसोटी ही आहे की, तुमच्यासाठी महत्त्वाच्या असलेल्या व्यक्तीवर किंवा गोष्टीवर ते काही परिणाम करू शकतात की नाही ही.

अनेकांना ही कल्पना समजून घेणे खूप आव्हानात्मक वाटते. कारण आपल्याला स्थिर आणि निश्चित असलेल्या संस्थात्मक प्रणालींची सवय आहे. ग्रंथालयातील पुस्तकांसाठी जसे अचूक क्रमांक असतात, तसे आपल्याला नियमांचा एक ठोस संच अपेक्षित असतो, जो प्रत्येक वस्तू नेमकी कुठे ठेवायची हे सांगतो; परंतु जेव्हा आपल्या वैयक्तिक ज्ञानाचा प्रश्न येतो, तेव्हा अशी कोणतीही निश्चित जागा नसते. आपण कृती करण्यासाठी या सगळ्या गोष्टींचे आयोजन करत असतो आणि कोणती कृती करण्यायोग्य आहे ही गोष्ट नेहमी बदलती असते. कधीकधी आपल्याला एक संदेश मिळतो किंवा ईमेल येतो आणि आपल्या संपूर्ण दिवसाचे स्वरूप बदलून जाते.

आपले प्राधान्यक्रम कधीही बदलू शकत असल्यामुळे, आपल्याला आपल्या डिजिटल नोंदी दाखल करणे, चिन्हांकित करणे, वर्गवारी करणे आणि त्यांची देखभाल करण्यात लागणारा वेळ कमी करावा लागतो. हे सर्व प्रयत्न व्यर्थ जाण्याचा धोका आपण पत्करू शकत नाही.

माहितीचा कोणताही भाग (तो मजकूर दस्तऐवज असो, प्रतिमा असो, एखादी टीप असो किंवा संपूर्ण संचिका असो) विविध श्रेणींमध्ये वाहता राहू शकतो आणि राहिला पाहिजे. समजा, तुम्ही घेत असलेल्या एका वर्गासाठी ('प्रशिक्षण वर्ग' नावाच्या) प्रकल्प संचिकेमध्ये तुम्ही 'प्रशिक्षणाच्या तंत्रां'वर एक टीप जतन करू शकता. जेव्हा तुम्ही कामाच्या ठिकाणी व्यवस्थापक बनता आणि तुम्हाला तुमच्या कर्मचाऱ्यांना प्रशिक्षण देणे गरजेचे असते, तेव्हा तुम्ही ती नोंद 'कर्मचारी' नावाच्या क्षेत्र फोल्डरमध्ये हलवू शकता. एका टप्प्यावर, तुम्ही ती कंपनी सोडाल, पण तरीही तुम्हाला प्रशिक्षणात रस असेल, तेव्हा तुम्ही ती टीप संसाधनांमध्ये हलवाल. एके दिवशी कदाचित त्या विषयातील तुमचा रस पूर्णपणे संपेल आणि तुम्ही ती नोंद आपल्या संग्रहात हलवाल. भविष्यात, जेव्हा एक व्यवसाय प्रशिक्षक म्हणून तुम्ही एखादा नवीन लहान व्यवसाय सुरू करायचे ठरवाल, तेव्हा ते ज्ञान पुन्हा एकदा कृती करण्यायोग्य बनेल आणि ती नोंद प्रकल्पांमध्ये परत येऊ शकेल.

तुमच्या गरजा आणि उद्दिष्टे बदलतात. त्यानुसार, एका टिपेचा किंवा नोंदींच्या गटाचा उद्देश कालांतराने बदलू शकतो आणि बदलतोच. प्रत्येक आयुष्य ऋतूंच्या माध्यमातून पुढे सरकते आणि तुमच्या सखोल अनुभवातून माहितीचे नवीन कण पृष्ठभागावर आणत, तुमच्या डिजिटल नोंदीही त्यासोबत पुढे सरकत राहिल्या पाहिजेत.

पूर्ण झालेले प्रकल्प हे तुमच्या सेकंड ब्रेनचा प्राणवायू असतात.

जर तुम्हाला ती माहिती कशासाठी आहे, हे माहीत असेल तर भविष्यात उपयोगी ठरावेत म्हणून माहिती गोळा करण्यासाठी तुम्ही करत असलेले प्रयत्न अधिक सोपे आणि प्रभावी होतात. PARAचा उपयोग फक्त वस्तू ठेवण्यासाठी, संचिकांचा समूह तयार करण्यापुरता मर्यादित नाही, तर तो तुमच्या कामाच्या आणि आयुष्याच्या संरचनेला ओळखण्याबद्दल असतो. तुम्ही कशासाठी कटिबद्ध आहात, तुम्हाला काय बदलायचे आहे आणि तुम्हाला कुठे जायचे आहे हे PARAतून स्पष्ट होते.

मला मोठ्या कष्टाने हे सारे शिकावे लागले. कॉलेजमध्ये असताना, मी माझे शिक्षण पूर्ण करत असताना सॅन डिएगो येथील एका ॲप्पल स्टोअरमध्ये अर्धवेळ काम करत होतो. त्या वेळी जगातील पाच सर्वांत व्यस्त ॲप्पल स्टोअरपैकी ते एक होते. दररोज हजारो लोक तिथे येत असत. संगणक अधिक प्रभावीपणे कसे वापरायचे, हे लोकांना शिकवण्याचा पहिला अनुभव मला तिथे मिळाला.

नुकताच पहिला मॅक संगणक ज्यांनी विकत घेतला होता अशा लोकांना मी ग्रुपमध्ये सकाळच्या वर्गांमध्ये शिकवत असे. तसेच मी एकेकाशी वैयक्तिक सल्लामसलत करत असे. ॲप्पलच्या iLife नावाच्या सर्जनशील सॉफ्टवेअर संचाचा तो सुवर्णकाळ होता: प्रत्येक मॅक संगणकावर वेबसाइट्स तयार करण्यासाठी, संगीत ध्वनिमुद्रित करण्यासाठी, फोटो बुक्स छापण्यासाठी आणि व्हिडिओ बनवण्यासाठी वापरण्यास सोपी ॲप्स आधीच डाऊनलोड केलेली असत. कोणताही अतिरिक्त खर्च न करता तुमच्या बोटांवर एखादा संपूर्ण मल्टीमीडिया स्टुडिओ असल्यासारखे होते.

मी ग्राहकांसोबत बसून त्यांनी नुकत्याच विकत घेतलेल्या नवीन संगणकाविषयी त्यांना जे प्रश्न पडत, त्यांची उत्तरे देत असे. बहुतेकदा त्यांनी नुकतेच त्यांचे सर्व डॉक्युमेंट्स विंडोजमधून स्थलांतरित केलेले असत आणि अनेक वर्षांपासूनचे साठलेले डॉक्युमेंट्स त्यांच्या डेस्कटॉपवर आणि डॉक्युमेंट्स फोल्डर्समध्ये विखुरलेले असत.

सुरुवातीला मी त्यांना प्रत्येक फोल्डर व्यवस्थित लावण्यासाठी मार्गदर्शन करण्याचा प्रयत्न केला. पण, ते त्यांना जमत नाही हे लक्षात आले. वन ऑन वन सेशन तासाभराची असत, पण तेवढा वेळ त्यांच्याकडे असणाऱ्या शेकडो किंवा हजारो फाईल्समध्ये बदल करण्यासाठी पुरेसा नव्हता. त्यांना जो वेळ दिला होता, त्याचा काहीही उपयोग होत नव्हता. कारण त्यांचे फोल्डर अनेकदा जुने असत आणि त्यांच्या सध्याच्या उद्दिष्टांशी किंवा आवडींशी संबंधित नसत.

अशा परिस्थितीत मला एक नवीन दृष्टिकोन हवा आहे हे मला लक्षात आले होते. त्यामुळे मी स्वतःलाच प्रश्न विचारण्यास सुरुवात केली. शेवटी माझ्या लक्षात आले की या लोकांना चांगल्या संगणकाची गरज नव्हती. त्यांनी इतके पैसे आणि वेळ मॅक संगणक कसा वापरायचा, हे शिकण्यासाठी खर्च केले होते; कारण त्यांना त्यातून काहीतरी निर्माण करायचे किंवा साध्य करायचे होते.

एखाद्याला त्याच्या आई-वडिलांच्या वाढदिवसाच्या पार्टीसाठी व्हिडिओ बनवायचा होता. एखाद्याला त्याच्या कपकेकच्या दुकानासाठी वेबसाइट तयार करायची होती किंवा त्यांच्या बँडची गाणी प्रदर्शित करणारी रेकॉर्ड बनवायची होती. एखाद्याला त्याच्या कुटुंबाची वंशावळ शोधायची होती, कॉलेजमधून पदवी मिळवायची होती किंवा चांगला रोजगार मिळवायचा होता. त्यांना जे साध्य करायचे होते, त्या मार्गात केवळ एक अडथळा होता.

मी एक वेगळा दृष्टिकोन स्वीकारायचे ठरवले. त्यांनी स्थलांतरित केलेल्या सर्व

फाईल्स मी घेतल्या आणि ते सर्व 'संग्रह' (अर्काईव्ह) या शीर्षकासह तारखेनुसार (उदाहरणार्थ, संग्रह ५-२-२१) एका नवीन फोल्डरमध्ये हलवले. सुरुवातीला थोडी भीती आणि संकोच जाणवत होता. आता त्यांना काहीही गमावले जाईल याची भीती वाटत नव्हती. आपली पूर्वीची कोणतीही गोष्ट त्यांना हवी तेव्हा पाहता येईल हे त्यांच्या लक्षात आले, तेव्हा त्यांना एक वेगळीच आशा वाटू लागली. त्यातून त्यांच्यात एक नवी भावना निर्माण झाल्याचे मी पाहिले.

जेव्हा सर्व काही आपोआप व्यवस्थित होईल तेव्हा आपण करू, या विचाराने आपल्या सर्जनशील महत्त्वाकांक्षा नेहमी लांबणीवर टाकल्या होत्या. एकदा आम्ही ती कल्पना बाजूला ठेवली आणि त्यांनी आत्ता काय करायचे आहे, यावर लक्ष केंद्रित केले, तेव्हा त्यांना अचानक प्रचंड स्पष्टता आणि प्रेरणा मिळाली. मला काही काळ खात्री वाटत होती की याचा नंतर मला त्रास होईल. कालांतराने त्या कल्पना परत येऊन त्या जुन्या फाइल्स व्यवस्थित करण्याची इच्छा मला होईल, बरोबर? मी अनेकदा त्याच लोकांना आमच्या दुकानात पुन्हा-पुन्हा येताना पाहिले. कोणीतरी परत येऊन त्यांच्या जुन्या फाइल्स गमावल्याचा माझ्यावर आरोप करेल, अशी भीती मला वाटत राहायची.

मात्र, मी तुम्हाला सांगतो : कोणीही कधीही तसे केले नाही.

'मला परत जाऊन माझ्या जुन्या कॉम्प्युटरमधील सगळ्या फाइल्स व्यवस्थित करायच्या आहेत,' असे सांगायला कोणीही कधीही माझ्याकडे आले नाही. त्याऐवजी, त्यांनी मला त्यांच्या सर्जनशील प्रकल्पांमुळे जे परिणाम झाले त्याविषयी सांगितले, त्यांच्या कुटुंबीयांवर, त्यांच्या व्यवसायावर, त्यांच्या गुणांवर आणि त्यांच्या करिअरवर झालेला परिणाम याविषयी त्यांनी सांगितले. एका व्यक्तीने नुकत्याच ल्युकेमियाचे निदान झालेल्या मित्रासाठी निधी उभारणीची मोहीम हाती घेतली होती. दुसऱ्या व्यक्तीने डान्स स्टुडिओ सुरू करण्यासाठी छोट्या व्यवसायाचे कर्ज यशस्वीरीत्या मिळवले. एका विद्यार्थ्याने मला सांगितले की तिच्या डिजिटल जगातील गोंधळ नियंत्रित करण्याची क्षमता हेच एकमेव कारण होते, ज्यामुळे ती तिच्या कुटुंबातील पहिली पदवीधर म्हणून कॉलेज पूर्ण करू शकली. त्यांनी त्यांचा कॉम्प्युटर कसा व्यवस्थित केला किंवा नोट्स कशा काढल्या, याचे तपशील क्षुल्लक होते; परंतु त्यांच्या सर्जनशीलतेचा जो परिणाम त्यांच्या स्वतःच्या आणि इतरांच्या जीवनावर झाला, तो मात्र अजिबात क्षुल्लक नव्हता.

या अनुभवातून मी खूप काही शिकलो.

पहिली गोष्ट म्हणजे, लोकांना सर्जनशील काम करताना कामाची जागा स्वच्छ लागते. भूतकाळातील सगळ्या 'वस्तू' जेव्हा आपल्या जागेत गर्दी आणि पसारा करतात, तेव्हा आपण सर्वोत्तम विचार आणि सर्वोत्तम काम करू शकत नाही. म्हणूनच, अर्काइव्हिंगचे महत्त्व खूप आहे. तिथे तुम्ही काहीही गमावत नाही आणि सर्च वापरून हवे ते सर्व शोधता येते, पण ते सर्व नजरेआड करणे आणि मनातून बाहेर काढणे आवश्यक आहे.

मी दुसरी गोष्ट शिकलो ती म्हणजे, नवीन गोष्टी तयार करणे हेच खऱ्या अर्थाने महत्त्वाचे आहे. जेव्हा लोक त्यांच्या कामाच्या अंतिम टप्प्यावर पोहोचायचे आणि ते स्लाइडवर प्रकाशित करायचे किंवा तो व्हिडिओ एक्स्पोर्ट करायचे किंवा ते रिझ्युमे प्रिंट करायचे, तेव्हा त्यांच्या डोळ्यांत एक चमक दिसायची. दुकानातून बाहेर पडताना त्यांच्यात जो नवीन आत्मविश्वास असायचा, तो स्पष्टपणे जाणवायचा; त्यांना माहीत असायचे की पुढे जाण्यासाठी त्यांच्याकडे आवश्यक असलेले सर्वकाही आहे.

मला हे कळून चुकले की पूर्ण झालेले सर्जनशील प्रकल्प हेच तुमच्या 'सेकंड ब्रेन'चा रक्तप्रवाह आहे. ते संपूर्ण प्रणालीला पोषक, ताजे आणि कामासाठी तयार ठेवतात. तुमची नोंदी घेण्याची पद्धत कितीही व्यवस्थित, सौंदर्यपूर्ण किंवा प्रभावी असली तरी फरक पडत नाही. केवळ ठोस विजयांची स्थिर पूर्तता केल्यानेच तुमच्यात निश्चय, गती आणि संकल्पपूर्तीची भावना निर्माण होते. हे विजय कितीही लहान असले तरी फरक पडत नाही. अगदी लहानसा शोधदेखील तुमच्या कल्पनेपेक्षा अधिक सर्जनशील, अधिक मनोरंजक, भविष्याकडे नेणारी पायरी ठरू शकतो.

आता तुमची वेळ आली आहे : जलदगतीने कृती करा, स्पर्श हळुवार करा.

मला एकदा माझ्या एका मार्गदर्शकाने एक सल्ला दिला होता. मी तेव्हापासून तो सल्ला नेहमी जीवनात उतरवला आहे. तो म्हणजे 'जलदगतीने कृती करा, स्पर्श हळुवार करा.'

त्यांनी पाहिले की माझा कामाकडे पाहण्याचा नेहमीचा दृष्टिकोन हा जोर-जबरदस्तीचा होता : ऑफिसमध्ये उशिरापर्यंत थांबणे, प्रत्येक मिनिट उत्पादकतेने भरणे आणि माझ्यावर आलेल्या कामाच्या ढिगाऱ्यातून जणू माझे जीवन त्यावर अवलंबून आहे अशा पद्धतीने पुढे जाणे. यश मिळवण्याचा तो मार्ग नव्हता. तो थकवणारा आणि कंटाळा आणणारा मार्ग होता. मी केवळ माझी मानसिक आणि

शारीरिक ऊर्जा वारंवार संपवत नव्हतो, तर त्यातून इतका संघर्ष करून मला विशेष फायदाही होत नव्हता. माझे हेतू कसे निश्चित करावे, रणनीती कशी तयार करावी आणि कमीत कमी प्रयत्नात गोष्टी साध्य करण्यासाठी उपयुक्त साधने कशी शोधावीत, हे मला माहीत नव्हते. त्याऐवजी, माझ्या मार्गदर्शकाने मला जलद गतीने कृती करा आणि स्पर्श हळुवार करा असा सल्ला दिला. किमान प्रतिकाराचा हा नवा मार्ग शोधून लहान-लहान टप्प्यांमध्ये प्रगती करण्यास सांगितले.

मी तुम्हालाही तोच सल्ला देऊ इच्छितो: तुमच्या 'सेकंड ब्रेन'चे व्यवस्थापन करणे हे आणखी एक मोठे ओझे बनवू नका. योग्य दिशेने जाण्यासाठी मी कोणते सर्वांत छोटे, सर्वांत सोपे पाऊल उचलू शकतो? हे स्वतःला विचारा. जेव्हा PARA पद्धतीचा विचार येतो, तेव्हा ते पाऊल साधारणपणे तुमच्या नोट्स ॲपमध्ये तुमच्या सक्रिय प्रकल्पांसाठी फोल्डर तयार करणे आणि त्यामध्ये त्या प्रकल्पांशी संबंधित माहिती भरणे हे असते. एकदा तुम्हाला हे 'घर' मिळाल्यावर, तुम्हाला अशा अधिक गोष्टी सापडतात.

स्वतःला विचारा, सध्या मी कोणती उद्दिष्टे, प्रकल्प पुढे नेण्यास वचनबद्ध आहे? आणि नंतर त्या प्रत्येकासाठी एक नवीन प्रकल्प फोल्डर तयार करा. तुमच्या कामातील प्रकल्प कोणते असू शकतात, हे शोधण्यासाठी येथे काही प्रश्न दिले आहेत:

- **तुमच्या मनात काय आहे याकडे लक्ष द्या :** तुम्हाला कोणती गोष्ट सतत सतावते आहे, परंतु तुम्ही अद्याप ती एक 'प्रकल्प' म्हणून ओळखलेली नाही? कोणती गोष्ट घडणे आवश्यक आहे, पण त्या दिशेने अद्याप तुम्ही सातत्याने प्रगती करत नाही?
- **तुमच्या कॅलेंडरकडे पाहा :** भूतकाळातील कोणत्या गोष्टींचा पाठपुरावा करण्याची गरज आहे? भविष्यासाठी कोणत्या गोष्टींचे नियोजन आणि तयारी करण्याची आवश्यकता आहे?
- **तुमच्या 'टू-डू' सूचीकडे पाहा :** तुम्ही आधीच कोणती कामे करत आहात जी प्रत्यक्षात तुम्ही ओळखलेल्या एका मोठ्या प्रकल्पाचा भाग आहेत? लोकांशी तुम्ही कोणता संवाद किंवा पाठपुरावा करण्याबाबतची कामे निश्चित केली आहेत, जी प्रत्यक्षात एका मोठ्या प्रकल्पाचा भाग आहेत?
- **तुमच्या कॉम्प्युटर डेस्कटॉप, डाउनलोड्स फोल्डर, डॉक्युमेंट्स फोल्डर, बुकमार्क्स,**

ईमेल किंवा ओपन असलेल्या ब्राउझर टॅब्सकडे पाहा : एका मोठ्या प्रकल्पाचा भाग आहेत म्हणून तुम्ही कोणत्या गोष्टी जतन करून ठेवत आहात?

माझ्या विद्यार्थ्यांनी तयार केलेल्या प्रकल्पांची काही उदाहरणे येथे दिली आहेत:

- माझ्या विम्यामध्ये असलेल्या नवीन डॉक्टरांना शोधणे
- वार्षिक टीम रिट्रीटसाठी उद्दिष्टे आणि अजेंडा तयार करणे
- सामान्य अन्नधान्य वस्तूंची यादी गोळा करणे आणि पुनरावृत्ती होणारी डिलिव्हरी सेट करणे
- पुढील तिमाहीसाठी आशयासंबंधित धोरण विकसित करणे
- नवीन परतावा धोरणाचा मसुदा तपासणे आणि अभिप्राय देणे
- संशोधन भागीदारासोबत सहकार्याच्या कल्पना निश्चित करणे
- आरोग्य समानता यावर संशोधन करणे आणि लेख तयार करणे
- सर्जनशील लेखनावर ऑनलाईन कोर्स पूर्ण करणे

तुम्ही तुमच्या क्षेत्रांसाठी आणि संसाधनांसाठीदेखील फोल्डर्स तयार करू शकता, पण अनेक रिकामे फोल्डर्स तयार करणे टाळण्यासाठी मी तुम्हाला केवळ प्रकल्पांपासून सुरुवात करा असा सल्ला देतो. जेव्हा तुमच्याकडे त्यात ठेवण्यासाठी काही असेल, तेव्हा तुम्ही ते फोल्डर्स नंतर कधीही तयार करू शकता. साठवलेल्या सर्व प्लॅटफॉर्मवर PARA वापरू शकता आणि वापरायलाही हवा. नोट्स ॲपशिवाय इतर तीन सामान्य प्लॅटफॉर्म म्हणजे तुमच्या कॉम्प्युटरवरील डॉक्युमेंट्स फोल्डर, ड्रॉपबॉक्ससारखे क्लाउड स्टोरेज ड्राइव्ह आणि गुगल डॉक्ससारखे ऑनलाईन कोलॅबरेशन सूट्स आहेत. तरीही, मी तुम्हाला सध्या केवळ तुमच्या नोट्स ॲपपासून सुरुवात करण्याची शिफारस करतो. नवीन नोट्स कॅप्चर करण्याचा, त्या फोल्डर्समध्ये व्यवस्थित मांडण्याचा आणि एका फोल्डरमधून दुसऱ्या फोल्डरमध्ये हलवण्याचा सराव करा.

प्रत्येक वेळी तुम्ही एखादा प्रकल्प पूर्ण कराल, तेव्हा त्याचे फोल्डर अर्काइव्हमध्ये हलवा आणि प्रत्येक वेळी तुम्ही नवीन प्रकल्प सुरू कराल, तेव्हा मागील कोणत्याही प्रकल्पात तुम्ही पुन्हा वापरू शकता असे साहित्य आहे का, हे तुमच्या अर्काइव्हमध्ये तपासा.

तुम्ही हे फोल्डर्स तयार करत असताना आणि त्यामध्ये नोट्स हलवत असताना, तुमच्या सध्याच्या नोट्सची पुनर्रचना किंवा 'स्वच्छता' करण्याची काळजी करू नका. जी तुम्हाला कदाचित पुन्हा कधीच लागणार नाही, अशा जुन्या माहितीवर, जास्त वेळ घालवणे तुम्हाला परवडणारे नाही. तुमच्या सध्याच्या नोट्स सुरक्षित ठेवण्यासाठी अर्काइव्हमध्ये ठेवून संपूर्णपणे नव्याने सुरुवात करा. जर तुम्हाला त्यांची कधी गरज पडलीच, तर सर्च करताच त्या गोष्टी दिसतील आणि तुम्ही त्या जशा ठेवल्या होत्या, तशाच राहतील.

तुमचे ध्येय हे आहे की तुमची डिजिटल कामाची जागा साफ करणे आणि प्रत्येक सक्रिय प्रकल्पाशी संबंधित सर्व गोष्टी एकाच ठिकाणी गोळा करणे. तुम्ही हे केले की, त्या कल्पनांना अंतहीन ढिगाऱ्यात साठू न देता तुम्ही त्या कल्पनांना अमलात आणण्यासाठी आत्मविश्वास आणि स्पष्टता प्राप्त कराल.

लक्षात ठेवण्यासारखी मुख्य गोष्ट ही आहे की या श्रेणी अंतिम नाहीत. PARA ही एक गतिशील, सतत बदलणारी प्रणाली आहे, स्थिर नाही. तुमचे प्रकल्प आणि ध्येये जशी सतत बदलतात, तसाच तुमचा 'सेकंड ब्रेन' विकसित होत राहतो, याचा अर्थ तो 'परिपूर्ण' असण्याबद्दल किंवा 'पूर्ण' होण्याबद्दल तुम्हाला कधीही काळजी करण्याची गरज नाही.

पुढील प्रकरणात, आपण गोळा केलेले ज्ञान प्रभावीपणे वापरण्यासाठी त्याला कसे गाळून घ्यावे हे पाहू.

प्रकरण 6

डिस्टिल - सार काढा

ज्ञान मिळवण्यासाठी, दररोज नव्या गोष्टींची भर घाला.
शहाणपण मिळवण्यासाठी, दररोज गोष्टी कमी करा.
- लाओ त्झू (Lao Tzu), प्राचीन चिनी तत्त्वज्ञ

१९६९मध्ये, पॅरामाउंट पिक्चर्समधील स्टुडिओ अधिकारी एका नवीन चित्रपटासाठी दिग्दर्शक शोधत होते. त्यांनी न्यूयॉर्कच्या माफियांवर आधारित एका गुन्हेगारी नाटकाचे हक्क विकत घेतले होते. त्या काळातील सर्व आघाडीच्या दिग्दर्शकांनी तो प्रकल्प नाकारला. त्यांना तो अति-संवेदनशील विषय वाटला. गँगस्टरवरचे चित्रपट साचेबद्ध आणि भडकपणासाठी ओळखले जात होते आणि या शैलीतील अनेक चित्रपट अलीकडच्या काळात बॉक्स ऑफिसवर अयशस्वी झाले होते.

त्यांच्या सर्व प्रमुख पर्यायांची यादी संपल्यानंतर, स्टुडिओच्या अधिकाऱ्यांनी एका तरुण चित्रपट दिग्दर्शकाशी संपर्क साधला. त्याने काही लहान स्वतंत्र चित्रपट केले होते. हा दिग्दर्शक तुलनेने नवखा होता आणि त्याच्या नावावर कोणताही मोठा व्यावसायिकदृष्ट्या यशस्वी चित्रपट नव्हता. त्यामुळे तो बाहेरचा होता, चित्रपट उद्योगाची राजधानी असलेल्या हॉलिवूडऐवजी सॅन फ्रान्सिस्कोमधून तो काम करत होता आणि तो मोठ्या बजेटचे चित्रपट बनवणारा दिग्दर्शक म्हणून नाही, तर नवीन कल्पनांवर प्रयोग करू इच्छिणारा प्रायोगिक कलावंत म्हणून ओळखला जात असे.

त्या दिग्दर्शकाचे नाव होते, फ्रान्सिस फोर्ड कोपोला. त्यांना ज्या चित्रपटाची निर्मिती करण्यास सांगण्यात आले होते, तो चित्रपट होता, 'गॉडफादर'. सुरुवातीला कोपोला यांनी हा प्रकल्प नाकारला होता. 'हॉलिवूड रिपोर्टर'मध्ये सांगितल्यानुसार, ते म्हणाले होते की, तो माझ्या स्वतःच्या आवडीपेक्षा अधिक व्यावसायिक आणि विचित्र होता. तथापि, त्यांचे भागीदार आणि शिष्य जॉर्ज लुकास (भविष्यातील

'स्टार वॉर्स'चे निर्माते) यांनी त्यांना सांगितले की ते दोघेही दिवाळखोर झाले आहेत. जर त्यांना मोठी आर्थिक मदत मिळाली नाही, तर त्यांचे काम लवकरच बंद पडेल. वाढत्या आर्थिक दबावामुळे, तसेच कादंबरीचे दुसऱ्यांदा वाचन केल्यानंतर कोपोला यांचे मन बदलले. अमेरिकन भांडवलशाहीसाठी एका महान राजाची तीन मुले या कथेतील एक रूपक म्हणून तयार केली जाऊ शकतात, हे त्यांच्या लक्षात आले.

हाच 'गॉडफादर' चित्रपट भविष्यात चित्रपट निर्मितीच्या इतिहासातील एक महान समीक्षात्मक आणि व्यावसायिक यश मिळवून देणारा चित्रपट ठरला. २००७ साली अमेरिकन फिल्म इन्स्टिट्यूटने या चित्रपटाला सार्वकालिक तिसरा-सर्वोत्तम अमेरिकन चित्रपट म्हणून घोषित केले. त्याने एकूण २४५ दशलक्ष डॉलर्सची कमाई केली, तीन ऑस्कर पुरस्कार जिंकले आणि काल्पनिक कॉर्लिओन कुटुंबाच्या कथेने वेड लावलेल्या उत्साही चाहत्यांनी हा चित्रपट इतका डोक्यावर घेतला की त्याचे अनेक सिक्वेल आणि स्पिनऑफ जन्माला आले. गुंतागुंतीचा, बहुआयामी चित्रपट बनवण्याची कोपोला यांची ही रणनीती हॉफस्ट्रा कॉलेजमध्ये थिएटरचा अभ्यास करताना त्यांनी शिकलेल्या एका तंत्रावर आधारित होती, ज्याला 'प्रॉम्प्ट बुक' म्हणून ओळखले जाते. त्यांनी 'गॉडफादर' कादंबरी वाचायला सुरुवात केली आणि त्यांना आवडलेले भाग एका वहीत टिपले. ट्विला थार्पच्या 'बॉक्स'ची ही स्वतंत्र आवृत्ती होती, परंतु त्यांची 'प्रॉम्प्ट बुक' ही केवळ साठवणुकीपेक्षा अधिक महत्त्वाची होती. स्रोतांचे पुनरावलोकन करण्याची आणि त्यांना काहीतरी नवीन रूप देण्यासाठी परिष्कृत करण्याची प्रक्रिया प्रॉम्प्ट बुकमधून सुरू झाली.

ती प्रॉम्प्ट बुक एका तीन-कड्यांच्या बाईंडरच्या माध्यमातून बनवलेली होती. ज्या कादंबरीवर चित्रपट आधारित होता, तिची पाने कापून ते त्यात चिकटवत असत. पाने वारंवार हाताळल्यानंतरही ती फाटू नयेत म्हणून मजबुतीसाठी दिलेल्या कड्या लावलेल्या असल्याने, ती दीर्घकाळ टिकतील अशा प्रकारे बनवली होती. त्यांच्या महत्त्वाच्या नोंदी आणि निर्देश ते तिथे जोडू शकत होते. नंतर पटकथा आणि चित्रपटाच्या प्रॉडक्शन डिझाइनचे नियोजन करण्यासाठी तिचा वापर नंतर केला गेला.

२००१मध्ये प्रदर्शित झालेल्या 'फ्रान्सिस कोपोलाज नोटबुक' नावाच्या एका लघुपटात कोपोला यांनी त्यांची प्रक्रिया स्पष्ट केली. त्यांनी संपूर्ण कादंबरीचे प्रारंभिक वाचन करण्यापासून सुरुवात केली आणि त्यांना महत्त्वपूर्ण वाटलेली प्रत्येक गोष्ट त्यांनी त्यात टिपून घेतली. ते म्हणतात, मला वाटते की पहिल्या वाचनात तुमचे विचार नोंदवणे महत्त्वाचे आहे, कारण त्या नोंदी तुमच्या सुरुवातीच्या कल्पना

असतात की तुम्हाला काय चांगले वाटले, काय समजले नाही किंवा काय वाईट वाटले, हे त्यातून स्पष्ट होते.

कोपोला यांनी त्यानंतर स्वतःचे अर्थ लावायला सुरुवात केली, कथेची त्यांची स्वतःची आवृत्ती तयार करण्यासाठी त्यांनी तिचे सार काढले आणि पुनर्रचना केली. त्यांनी प्रत्येक दृश्याचे पाच मुख्य निकषांनुसार विश्लेषण केले. दृश्याचा गोषवारा (किंवा सारांश); ऐतिहासिक संदर्भ, दृश्याच्या 'स्वरूप आणि अनुभूती'साठी आवश्यक प्रतिमा आणि वातावरण, मूळ हेतू आणि टाळण्यासारख्या संभाव्य त्रुटी. त्यांच्या स्वतःच्या शब्दांत सांगायचे तर, मी प्रत्येक दृश्याचे सार एका वाक्यात मांडण्याचा प्रयत्न केला, जेणेकरून त्या दृश्याचा मुख्य उद्देश काय आहे, हे थोडक्यात व्यक्त होईल.

कोपोला यांनी त्यांच्या बाईंडरचे वर्णन 'चित्रपटाचे दिग्दर्शन करण्यासाठी एक प्रकारचा बहुस्तरीय रस्ता नकाशा... त्यामुळे मला केवळ मारिओ पुझो यांचा मूळ मजकूरच नव्हे, तर माझ्या सर्व पहिल्या नोंदी, माझ्यासाठी काय महत्त्वाचे होते किंवा पुस्तकात खऱ्या अर्थाने काय घडत आहे असे मला वाटले, याचे पुनरावलोकन करणे शक्य झाले', अशा शब्दांत केले. त्यांच्या बाजूच्या नोंदींमध्ये 'हिचकॉक' असे लिहिले होते, जेणेकरून त्यांना थ्रिलर चित्रपटांचा प्रसिद्ध दिग्दर्शक शॉट कसा तयार करेल याची आठवण होईल, किंवा 'गोठलेली वेळ' असे लिहिले होते, जे त्यांना एखादा क्रम सावकाश करण्याची आठवण करून देत असे. दृश्याचा कोणता भाग सर्वांत महत्त्वाचा आहे हे भविष्यात स्वतःला पटवून देण्यासाठी त्यांनी वेगवेगळ्या प्रकारच्या खुणा वापरल्या. मी पुस्तक वाचत असताना आणि या नोंदी करत असताना, तसेच त्या बाजूला लिहीत असताना, मी जितके जास्त पेन वापरत होतो, जितक्या जास्त रेषा आणि नागमोडी रेषा काढत होतो, त्यातून पुस्तकाची उत्कंठा वाढत होती, हे सूचित होत होते. त्यामुळे ज्या पानावर शाईचे प्रमाण जास्त असेल तर नंतर मला कळायचे की हे सर्वांत महत्त्वाचे दृश्य आहे.

'द गॉडफादर नोटबुक' हे यशस्वी सर्जनशील व्यावसायिकांच्या पडद्यामागील प्रक्रियेचे एक उत्तम उदाहरण आहे. कोपोलाने या प्रक्रियेतून तयार झालेले 'प्रॉम्प्ट बुक' हे त्याच्या आता क्लासिक ठरलेल्या चित्रपटाच्या निर्मितीतले सर्वांत महत्त्वाचे संसाधन मानले जाते. 'मला स्क्रिप्टची गरज नव्हती कारण मी फक्त या नोटबुकवरूनच चित्रपट तयार करू शकलो असतो.'

आपण एखादा चित्रपट पटकथाकार किंवा दिग्दर्शकाच्या मनातून थेट तयार

झाल्यासारखा समजू शकतो, पण प्रत्यक्षात तो स्रोतसाहित्य गोळा करून त्याचे शुद्धीकरण आणि सुसंगती साधल्याशिवाय शक्य होत नाही. कोपोलाचा अनुभव दाखवतो की, आपण वाचन आणि संशोधनातून मिळालेल्या घटकांना व्यवस्थित एकत्र करून अधिक समृद्ध, रोचक आणि प्रभावशाली कलाकृती बनवू शकतो.

फ्रॅन्सिस फोर्ड कोपोलाने नोंदी घेण्यासाठी जी पद्धतशीर प्रक्रिया टप्प्याटप्प्याने अवलंबली होती, तसे आपणही करू शकतो. आपल्या नोंदी वापरून आपण कथा, संशोधन, उदाहरणे आणि रूपके यांचा सारांश घेऊ शकतो. त्यातून आपल्याला स्वतःच्या स्रोतसाहित्याचे मर्म समजून घेण्यास मदत होते. हाच CODE चा तिसरा टप्पा आहे, जे आहे त्याचा सार काढणे. आपण ज्या कल्पना टिपल्या आणि संघटित केल्या आहेत, त्यांना आपल्या स्वतःच्या संदेशात रूपांतरित करणे सुरू करतो आणि याची सुरुवात आणि शेवट होतो तो नोंदींपासून.

क्वांटम नोट्स घेणे : भविष्यासाठी नोट्स कशा तयार कराव्यात?

बाहेरच्या जगातील किंवा स्वतःच्या मनातील विचारांतून रोचक कल्पना कशा टिपायच्या, हे मी तुम्हाला आधीच दाखवले आहे. तुम्ही कदाचित त्या नोट्सचे वापरण्याजोग्या आणि सध्याच्या प्रकल्पांशी संबंधित यानुसार वर्गीकरण करण्यास सुरुवातही केली असेल.

आता पुढे काय?

इथेच बहुतांश वेळेला नोंदी घेणारे अधिकांश लोक थांबतात. कारण पुढे काय करायचे, हेच त्यांना ठाऊक नसते. त्यांनी थोडेफार ज्ञान गोळा केलेले असते, पण त्याचा काही उपयोग झालेला नसतो.

आपल्या नोट्स या फक्त गोळा करण्यासाठी नव्हेत, तर वापरण्यासाठी असतात, हे प्रथमतः लक्षात घ्यायला हवे. जेव्हा तुम्ही एखादी नोंद पहिल्यांदा घेत असता, तेव्हा ती 'सेकंड ब्रेन'मध्ये साठवण्यासाठी तुमच्याकडे फक्त काही सेकंदच असतात. पुढील मीटिंग, तातडीची कामे किंवा रडणाऱ्या मुलाचा आवाज कानावर येण्यापूर्वी! आता इतक्या कमी वेळेत त्या नोंदीचा अर्थ समजून घेणे किंवा तिचा उपयोग कसा करता येईल, हे ठरवणे अशक्य असते.

सुरुवातीच्या नोट्स म्हणजे जणू अर्धवट राहिलेल्या कच्च्या वस्तूंसारख्या असतात. त्यांना थोडे दुरुस्त करावे लागते, थोडे परिष्करण करावे लागते; तेव्हा कुठे त्या मौल्यवान ज्ञानसंपत्तीमध्ये रूपांतरित होतात. रसायनशास्त्रज्ञ जसा फक्त शुद्ध द्रव्य

मिळवण्यासाठी पदार्थ डिस्टिल करतो तसेच काहीसे हे असते.

यासाठीच आपण नोंदी घेणे आणि त्या संघटित करणे हे पुढच्या टप्प्यांपासून वेगळे ठेवतो. कारण कधी कधी आपल्याला पटकन काहीतरी साठवायचे असते आणि पुढील सुधारणा नंतर करण्यासाठी ठेवाव्या लागतात. या अर्थाने नोट्स घेणे म्हणजे काळाचा प्रवास असतो. आपण ज्ञानाचे छोटे छोटे तुकडे आपल्या भविष्यासाठी स्वतःकडे पाठवत असतो.

तुम्ही अनेक पुस्तके, लेख, व्हिडिओ आणि सोशल मीडियावरील पोस्ट्स वाचत किंवा पाहत असता. त्यातील बहुतांश सगळ्या मनोरंजक आणि ज्ञानपूर्ण कल्पनांनी भरलेल्या असतात, पण या सर्वांपैकी एखादा सल्ला तुम्ही त्या क्षणी लगेच प्रत्यक्षात उतरवू शकाल, अशी शक्यता किती असते? खरे सांगायचे तर जीवन नेहमीच आपल्या वेगाने पुढे जात असते. कधी कामावर असताना एखादा तातडीचा प्रसंग येतो, कधी मुलाच्या शाळेत मीटिंग असते, तर कधी अचानक सर्दी-खोकला उद्भवतो.

माझ्या अनुभवाने मी सांगतो की, आयुष्य आपल्याला सतत आपल्या प्राधान्यक्रमांपासून दूर ढकलत असते, पण आपण जितक्या निर्धाराने एखादे काम पूर्ण करण्याचा प्रयत्न करतो, तितक्याच तीव्रतेने आयुष्य आपल्यासमोर अडथळे उभे करत राहते.

उदाहरणार्थ, तुम्ही आत्ता घराच्या नूतनीकरणाबद्दलचा एखादा यूट्यूब व्हिडिओ पाहत असाल, पण जेव्हा तुम्ही नवीन घरात राहायला जाणार असाल तेव्हाच त्या ज्ञानाचा उपयोग तुम्हाला होईल. तुम्ही आत्ता वेळेच्या व्यवस्थापनाच्या तंत्रांबद्दलचा एखादा लेख वाचत असाल, पण जेव्हा तुमच्या घरात नवीन बाळ येईल तेव्हा वर्षाच्या शेवटी ही माहिती सर्वांत उपयुक्त ठरू शकेल आणि तेव्हा वेळेचे नियोजन सर्वाधिक महत्त्वाचे ठरू शकेल. तुम्ही आत्ता एखाद्या संभाव्य ग्राहकासोबत त्याच्या उद्दिष्टांबद्दल चर्चा करत असाल, पण पुढच्या वर्षी जेव्हा तो मोठ्या प्रोजेक्टसाठी बोलवेल, तेव्हा कदाचित त्या माहितीचा खरा उपयोग होऊ शकेल.

आपल्याभोवती असलेल्या बहुतांश कल्पना आणि प्रेरणांच्या बाबतीत हेच खरे ठरते. एखादी कल्पना आपल्या लक्षात येते, आपण तिच्या मोहात पडतो, तिच्याविषयी भारावून जातो. आपल्याला वाटते की ही कल्पना माझे आयुष्य बदलून टाकेल! पण काही तास, काही दिवस किंवा काही आठवड्यांनंतर ती

कल्पना आपल्या स्मरणातून हळूहळू निघून जाते. थोड्याच कालावधीत ती 'नवीन' वाटलेली कल्पना केवळ एखाद्या धूसर आठवणीसारखी उरते. एकेकाळी जी कल्पना आपल्याला भुरळ घालत होती, पण ती आता फिकट झालेली असते.

अशा सापडलेल्या गोष्टींबद्दलच्या नोंदी अशा प्रकारे साठवायच्या की भविष्यात टिकून राहतील हे नोंदी घेणाऱ्याचे प्रमुख काम असते. असे केल्यास तुमचा ज्ञानाबद्दलचा उत्साह आणि कुतूहल काळानुसार कमी न होता उलट वाढत जाईल.

हवे तेव्हा सापडतील अशा ठिकाणी ठेवणे – नोट्स उपयुक्त ठरण्याची हरवलेली कडी

तुमच्या नोट्स भविष्यात खऱ्या अर्थाने उपयोगी ठरतील की नाही, हे ठरवणारा सर्वांत महत्त्वाचा घटक म्हणजे त्या हवे तेव्हा सापडतील अशा ठिकाणी असणे. म्हणजेच त्या नोट्समधील माहिती किती सहजतेने शोधता येते आणि आवश्यक मुद्द्यांपर्यंत किती लवकर पोहोचता येते यावर त्याची उपयुक्तता ठरते. हवे तेव्हा सापडणे ही गोष्ट माहितीच्या शास्त्रात फार महत्त्वाची आहे. त्याचा अर्थ, एखाद्या फाइल, डेटाबेस किंवा माहिती व्यवस्थेमध्ये विशिष्ट माहिती कितपत सहज शोधता येऊ शकते, हा आहे.

पुस्तकांची मांडणी करताना ग्रंथपाल हाच विचार करतात. वेबसाईट डिझायनर वापरकर्त्यांना हव्या असलेल्या गोष्टी पटकन सापडाव्यात म्हणून वेबसाइटच्या मेनूंची रचना करताना याच तत्त्वाचा उपयोग करतात आणि सोशल मीडिया कंपन्या त्यांच्या प्लॅटफॉर्मवरील उत्तम कंटेंट सर्वांत सहज सापडावा यासाठी सातत्याने प्रयत्न करतात.

बहुतेक लोकांच्या नोट्समध्ये हाच घटक प्रकर्षाने अनुपस्थित असतो. आपण बरीच माहिती, लेख, विचार साठवून ठेवतो, पण त्यांना भविष्यात सहजतेने उपयोगात आणता येईल अशा स्वरूपात ठेवणे हे खरे आव्हान असते. हवे तेव्हा सापडण्यासाठी आपण एक साधी सवय अंगीकारू शकतो. ही सवय तुम्हाला शाळेपासूनच परिचित आहे. ती म्हणजे, महत्त्वाच्या मुद्द्यांना हायलाइट करणे. ही अशी क्रिया आहे जी सर्वांनाच समजते, फारसा वेळ घेत नाही आणि तुम्ही कोणतेही ॲप वापरत असाल तरी करता येते.

कल्पना करा, भविष्यातील तुम्ही स्वतःचे एक परखड ग्राहक आहात, तो व्यस्त आहे, अधीर आहे, आणि त्याच्याकडे वेळ खूपच कमी आहे. त्याला तुमच्या नोट्समधील प्रत्येक तपशील वाचायला वेळ नाही. त्याला थेट, उपयुक्त मुद्देच हवे आहेत. भविष्यातील या ग्राहकाला तुमच्या आजच्या नोट्सचे मूल्य दाखवून देणे हे

तुमचे खरे काम आहे. भविष्यातील स्वतः कदाचित एखाद्या मीटिंगच्या आधी फक्त काही मिनिटे येऊन नोट्समध्ये आवश्यक संदर्भ शोधत असेल. त्या वेळी त्याला हवे ते मिळणे हे महत्त्वाचे आहे. प्रत्येक नोंद म्हणजे तुम्ही तयार केलेले एक उत्पादन आहे. तुमच्या डोळ्यांसमोर असतो तो त्या भविष्यातील ग्राहकाचा लाभ. जर त्याला ते 'खरेदी' करावेसे वाटले नाही म्हणजे त्याने त्या नोट्स परत पाहण्याचा त्रास घ्यावा इतक्या त्या उपयुक्त वाटल्या नाहीत, तर आज तुम्ही करत असलेले सगळे प्रयत्न व्यर्थ ठरतील.

हे आपल्याला एका मनोरंजक विरोधाभासाकडे नेते. अनेकांना नोट्स घेताना तो जाणवतो. आपण जसजशा अधिक नोट्स घेतो, तशी माहिती वाढत जाते आणि त्या सगळ्याचा आढावा घेण्यासाठी लागणारा वेळ आणि प्रयत्नही वाढतात. परिणामी, त्यांचा उपयोग करण्यासाठी आपल्याकडे वेळ उरत नाही. विसंगती अशी असते की, जितक्या अधिक नोट्स आपण साठवतो, तितक्या त्या ऐन वेळेवर सापडत नाहीत.

ही जाणीव अनेकांना दोन टोकाच्या कृतींकडे ढकलते, एकतर ते नोट्स घेणे पूर्णपणे सोडून देतात, किंवा माहितीचा भार वाढला की पुन्हा पुन्हा नवीन नोट्स घेण्याच्या ॲप्स किंवा साधनांकडे वळतात. या प्रक्रियेत ते दीर्घकाळात ज्ञानाचा साठा वाढण्याचा सर्वांत मोठा फायदा गमावत असतात. विचार करा, जेव्हा तुम्ही एखाद्या अतिशय व्यस्त, अधीर आणि अत्यंत महत्त्वाच्या व्यक्तीशी संवाद साधता, तेव्हा तुम्ही काय करता? तुम्ही तुमचा संदेश थोडक्यात आणि नेमका सांगण्याचा प्रयत्न करता. तुम्ही बॉसला मेल पाठवताना तुमची विनंती लांबलचक मजकुराच्या शेवटी सांगत नाही; उलट ती सुरुवातीलाच स्पष्टपणे लिहिता, जेणेकरून त्यांचे लक्ष अगोदर तिकडे जाईल. किंवा जेव्हा तुम्ही आपल्या संस्थेतील वरिष्ठ व्यवस्थापनासमोर एखादे सादरीकरण करत असता, तेव्हा तुम्ही तासन्‌तास बोलत नाही. तुम्ही अनावश्यक असे सारे तपशील बाजूला ठेवून थेट मुद्द्याला हात घालता. हीच प्रक्रिया म्हणजे 'सारनिर्मिती' (Distillation) आणि ती प्रभावी संवादाची मध्यवर्ती शक्ती आहे.

तुमच्या श्रोत्याने तुमचे संदेश ऐकायला हवे आणि त्यावर कृती करायला हवी हे जितके महत्त्वाचे आहे, तितकेच तुमचे म्हणणे संक्षिप्त, स्पष्ट आणि सारांशरूपात असायला हवे हेदेखील. तपशील आणि सूक्ष्म अर्थ नंतर देता येतात, पण आधी लक्ष वेधणे महत्त्वाचे असते. आता कल्पना करा की, भविष्यातील 'तुम्ही' हीच ती महत्त्वाची व्यक्ती आहे, तर मग तुम्ही त्याच्याशी काळाच्या पलीकडून संवाद कसा साधाल? तो संदेश सर्वाधिक कार्यक्षम, नेमका आणि थोडक्यात कसा पोहोचवाल?

हायलाइटिंग २.० : प्रोग्रेसिव्ह समरायझेशनचे तंत्र

प्रोग्रेसिव्ह समरायझेशन हे असे तंत्र आहे, ज्याद्वारे आपण आपल्या नोट्समधील सर्वांत महत्त्वाचे मुद्दे ओळखून त्यांचा सारांश तयार करू शकतो. हे तंत्र म्हणजे आपण घेतलेल्या कच्च्या नोट्स, ज्यात विचार, माहिती, निरीक्षणे साठवलेली असतात. त्यांना व्यवस्थितपणे गाळून, निवडून, सध्याच्या प्रकल्पासाठी थेट उपयोगी ठरणाऱ्या उपयुक्त माहितीमध्ये रूपांतरित करण्याची प्रक्रिया आहे. या तंत्राची खासियत अशी की ते 'हायलाइटिंग' या सर्वांना परिचित सवयीचा उपयोग करते, पण त्याच वेळी आधुनिक तंत्रज्ञानाच्या सुविधांचा उपयोग करून त्या हायलाइट्सना अधिक प्रभावी आणि शोधण्याजोगे बनवते. ही पद्धत अतिशय सोपी आहे. तुम्ही प्रथम नोट्समधील मुख्य मुद्दे हायलाइट करता, नंतर त्या हायलाइट्समधून पुन्हा सर्वांत महत्त्वाचे मुद्दे निवडता, आणि अशा रीतीने अनेक 'स्तरांमध्ये' त्या नोट्सचा सार काढता. प्रत्येक स्तर वेगवेगळ्या प्रकारच्या फॉर्मॅटिंगमध्ये दर्शवला जातो, त्यामुळे त्यांना ओळखणे सोपे जाते. लेखक या चार स्तरांचे एक रूपक देतो :[1]

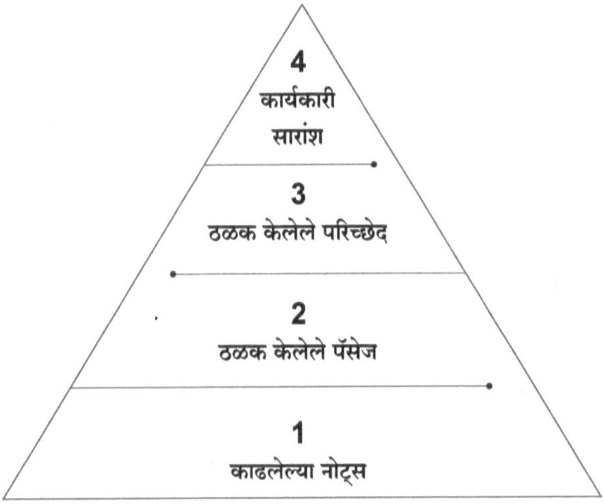

---

[1] मी पहिल्या थराकडे 'माती' म्हणून पाहतो. म्हणजेच, एका स्रोतातून घेतलेला अंश किंवा माझी स्वतःची विचारधारा (ती शब्दांच्या, रेखाटनांच्या, प्रतिमांच्या किंवा ऑडिओच्या स्वरूपात असो), जी मी माझ्या नोट्समध्ये प्रारंभी नोंदवतो. ही माझ्या समजुतीची पायाभरणी करणारी जमीन असते. दुसरा थर म्हणजे 'तेल' – जसे आपण म्हणतो, 'मला तेल मिळालं!' आणि तो थर सामान्यतः जाड, काळ्या अक्षरांत दर्शवला जातो. तिसरा थर म्हणजे 'सोने', आणखी मौल्यवान, ज्याला अनेक ॲप्समध्ये पिवळ्या हायलाइटरने ठळक केले जाते. चौथा थर म्हणजे 'रत्ने' – सर्वांत दुर्मीळ, सर्वांत मौल्यवान. हायलाइट करून ठेवलेले असे शोध जे मी माझ्या स्वतःच्या शब्दांत कार्यकारी सारांश म्हणून लिहून ठेवलेले असतात.

उदाहरणार्थ, लेखकाने 'Psychology Today' या मासिकातील एका लेखातून घेतलेली नोट सांगितली आहे. त्याला तो दुवा सोशल मीडियावर दिसला आणि फक्त दोन क्लिकमध्ये त्याने तो 'Read Later ॲप'मध्ये साठवला. या ॲपमध्ये तो वाचायच्या, पाहायच्या किंवा ऐकायच्या गोष्टींचे बुकमार्क ठेवतो. काही दिवसांनी, संध्याकाळी निवांतपणे वाचताना त्याने तो लेख वाचला आणि ज्या उताऱ्यांना तो अधिक रोचक वाटला, ते हायलाइट केले. त्याचे Read Later ॲप त्याच्या Digital Notes ॲपशी सिंक केलेले असल्याने, त्याने हायलाइट केलेले उतारे आपोआप त्याच्या नोट्समध्ये साठवले गेले, स्रोताच्या दुव्या (link)सह.

मेंदू वेळ कसा थांबवतो?

तीव्र भीतीचा एक विचित्र दुष्परिणाम म्हणजे वेळेचा विस्तार, वेळेचा मंदावलेला भाग. जीवन-मृत्यूच्या चक्रातून वाचलेले लोक अनेकदा असे सांगतात की, गोष्टी घडायला जास्त वेळ लागतो, वस्तू अधिक हळूहळू पडतात आणि ते सामान्यतः डोळ्याची पापणी मिटताक्षणीच जटिल विचार करण्यास सक्षम असतात.

उंच उडी मारून खाली येण्यासाठी एखाद्याला किती वेळ लागतो हे स्टॉपवॉच वापरून पाहण्यासाठी ईगलमनने सांगितले. त्यातून त्या वेळेचा अंदाज घ्यायचा होता. नंतर त्याने दुसऱ्याला खाली येताना किती वेळ लागतो हे पाहण्यास सांगितले आणि नंतर त्याच प्रकारे त्यांच्या उडी मारण्यासाठी गेलेल्या वेळेचा अंदाज लावण्यास सांगितले. सरासरी काढली असता सहभागींना असे वाटले की त्यांच्या स्वतःच्या अनुभवामुळे त्यांना ३६ टक्के जास्त वेळ लागला आहे. वेळेचा विलंब प्रभावी होता.

याचा अर्थ असा की भीती प्रत्यक्षात आपल्या आकलनाचा किंवा मानसिक प्रक्रियेचा वेग वाढवत नाही. त्याऐवजी, ती आपल्याला आपण काय अनुभवतो ते अधिक तपशीलवार लक्षात ठेवण्यास अनुमती देते, कारण वेळेबद्दलची आपली धारणा आपल्याला किती गोष्टी आठवतात, यावर आधारित असते, त्यामुळे भीतीदायक अनुभव अधिक हळूहळू उलगडत जातात.

स्रोत

यालाच मी 'पहिला स्तर' म्हणतो, म्हणजे एखाद्या लेखातून किंवा स्रोतातून थेट माझ्या नोट्समध्ये घेतलेले मूळ मजकुराचे तुकडे.[2] इथे एक गोष्ट लक्षात घ्या, ती म्हणजे, मी पूर्ण लेख साठवलेला नाही, फक्त काही महत्त्वाचे आणि सार्थ उतारे निवडले आहेत. केवळ सर्वोत्तम, सर्वाधिक महत्त्वाचे आणि विषयाशी थेट संबंधित भागच ठेवून मी पुढील सर्व टप्पे संघटन, सारनिर्मिती आणि मांडणी हे सारे खूप सोपे करून टाकले आहे. जर कधी मला मूळ लेखातील संपूर्ण तपशील पाहायचा असेल, तर त्या नोट्सच्या खाली स्रोताचा दुवा (link) आधीपासूनच दिलेली आहे. तथापि, ही सामग्री जितकी रंजक आहे, तितकीच ती अजूनही संक्षिप्त नाही.

कामाच्या गडबडीत अनेक परिच्छेदांमधून मुख्य मुद्दे शोधणे अवघडच ठरते. त्यासाठी मी त्या महत्त्वाच्या मुद्द्यांना लगेच समजतील अशा पद्धतीने हायलाइट करणे गरजेचे आहे. तोपर्यंत कदाचित मी त्या नोट्सकडे पुन्हा कधीच पाहणार नाही. म्हणूनच, या नोट्स सहज पुन्हा सापडतील या दृष्टीने मला दुसरा स्तर जोडावा लागतो, तो म्हणजे दुसरी सारनिर्मिती.

मी हा टप्पा सहसा मोकळ्या वेळेत, ब्रेकच्या वेळी, सुट्टीच्या संध्याकाळी किंवा आठवड्याच्या शेवटी करत असतो. कधी कधी इतर प्रोजेक्ट्सवर काम करताना त्या नोट्स पुन्हा समोर येतात, तेव्हाही हा टप्पा पार पडतो. यासाठी मला फारसे काही करावे लागत नाही. फक्त नोट्समधील मुख्य मुद्द्यांना ठळक (bold) करायचे असतात.

या ठळक मजकुरात मी त्या लेखाचा विषय दाखवणारे कीवर्ड्स, लेखकाने मांडलेले मुख्य विचार किंवा मला भावलेली एखादी ओळ – मी तिचे महत्त्व तत्क्षणी स्पष्ट करू शकत नसलो, तरी – तिचा यात समावेश करतो. आता, जेव्हा मी तीच नोट ठळक केलेल्या भागांसह पाहतो, तेव्हा फक्त त्यावर नजर टाकूनच तिचा मुख्य सारांश सहज लक्षात येतो. या दुसऱ्या स्तरावर (Layer Two) ती नोट आधीपेक्षा कितीतरी अधिक सापडण्याजोगी आणि उपयुक्त बनते. विचार करा, मूळ लेख वाचायला तुम्हाला पाच ते दहा मिनिटे लागतील, पण या ठळक मुद्द्यांवर फक्त एक झटपट नजर टाकायला एका मिनिटाहून कमी वेळ पुरेसा ठरेल.

---

[2] आपल्या 'New Method of Making Common-Place-Books' या पुस्तकात जॉन लॉक यांनी असाच सल्ला दिला होता, ज्या अत्युत्कृष्ट आणि मौल्यवान आहेत अशाच गोष्टींची आपण निवड करावी, त्या विषयाच्या दृष्टिकोनातून किंवा अभिव्यक्तीच्या सौंदर्यामुळे पुढे काय येते, त्यानुसार ही निवड केली जावी.

मेंदू वेळ कसा थांबवतो?

तीव्र भीतीचा एक विचित्र दुष्परिणाम म्हणजे वेळेचा विस्तार, वेळेचा मंदावलेला भाग. जीवन-मृत्यूच्या चक्रातून वाचलेले लोक अनेकदा असे सांगतात की, गोष्टी घडायला जास्त वेळ लागतो, वस्तू अधिक हळूहळू पडतात आणि ते सामान्यतः **डोळ्याची पापणी मिटताक्षणीच जटिल विचार करण्यास सक्षम असतात.**

उंच उडी **मारून खाली येण्यासाठी एखाद्याला किती वेळ लागतो हे स्टॉपवॉच वापरून पाहण्यासाठी ईगलमनने सांगितले.** त्यातून त्या वेळेचा अंदाज घ्यायचा होता. नंतर त्याने दुसऱ्याला खाली येताना किती वेळ लागतो हे पाहण्यास सांगितले आणि नंतर त्याच प्रकारे त्यांच्या उडी मारण्यासाठी गेलेल्या वेळेचा अंदाज लावण्यास सांगितले. **सरासरी काढली असता सहभागींना असे वाटले की त्यांच्या स्वतःच्या अनुभवामुळे त्यांना ३६ टक्के जास्त वेळ लागला आहे. वेळेचा विलंब प्रभावी होता.**

याचा अर्थ असा की भीती प्रत्यक्षात आपल्या आकलनाचा किंवा मानसिक प्रक्रियेचा वेग वाढवत नाही. त्याऐवजी, ती **आपल्याला आपण काय अनुभवतो ते अधिक तपशीलवार लक्षात ठेवण्यास अनुमती देते,** कारण वेळेबद्दलची आपली धारणा आपल्याला किती गोष्टी आठवतात यावर आधारित असते, **त्यामुळे भीतीदायक अनुभव अधिक हळूहळू उलगडत जातात.**

स्रोत

इथे अजून सारे काही संपलेले नाही. काही नोंदी खूप दीर्घ, रोचक किंवा मौल्यवान असतात. अशा वेळी तिसऱ्या स्तरावर 'हायलाइटिंग' करणे उपयुक्त ठरते. बहुतेक नोट्स ॲप्समध्ये मजकुरावर चमकदार पिवळ्या रंगात रंग देण्याची सुविधा असते, अगदी शाळेत वापरत असलेल्या फ्लुरोसंट हायलाइटरप्रमाणे (खाली दिलेल्या उदाहरणात हलक्या राखाडी रंगात दाखवले आहे). जर तुमच्या ॲपमध्ये ही सुविधा नसेल, तर अधोरेखित करणे किंवा दुसऱ्या प्रकारे मजकूर वेगळा दाखवणे उपयोगी ठरते. दुसऱ्या स्तरावर तुम्ही जे मुद्दे ठळक केलेले आहेत, त्यांच्यापैकी फक्त सर्वांत महत्त्वाचे, आश्चर्यकारक किंवा लक्षवेधी मुद्दे निवडा आणि तेच 'हायलाइट' करा. हे सहसा मूळ लेखातील मुख्य संदेश सांगणाऱ्या एक-दोन वाक्यांपुरतेच मर्यादित असते.

मेंदू वेळ कसा थांबवतो?

तीव्र भीतीचा एक विचित्र दुष्परिणाम म्हणजे वेळेचा विस्तार, वेळेचा मंदावलेला भाग. जीवन-मृत्यूच्या चक्रातून वाचलेले लोक अनेकदा असे सांगतात की, गोष्टी घडायला जास्त वेळ लागतो, वस्तू अधिक हळूहळू पडतात आणि ते सामान्यतः **डोळ्याची पापणी मिटताक्षणीच जटिल विचार करण्यास सक्षम असतात.**

उंच उडी मारून खाली येण्यासाठी एखाद्याला किती वेळ लागतो हे स्टॉपवॉच वापरून पाहण्यासाठी ईगलमनने सांगितले. त्यातून त्या वेळेचा अंदाज घ्यायचा होता. नंतर त्याने दुसऱ्याला खाली येताना किती वेळ लागतो हे पाहण्यास सांगितले आणि नंतर त्याच प्रकारे त्यांच्या उडी मारण्यासाठी गेलेल्या वेळेचा अंदाज लावण्यास सांगितले. **सरासरी काढली असता सहभागींना असे वाटले की त्यांच्या स्वतःच्या अनुभवामुळे त्यांना ३६ टक्के जास्त वेळ लागला आहे. वेळेचा विलंब प्रभावी होता.**

याचा अर्थ असा की भीती प्रत्यक्षात आपल्या आकलनाचा किंवा मानसिक प्रक्रियेचा वेग वाढवत नाही. त्याऐवजी, **ती आपल्याला आपण काय अनुभवतो ते अधिक तपशीलवार लक्षात ठेवण्यास अनुमती देते,** कारण वेळेबद्दलची आपली धारणा आपल्याला किती गोष्टी आठवतात यावर आधारित असते, **त्यामुळे भीतीदायक अनुभव अधिक हळूहळू उलगडत जातात.**

स्रोत

वर दिलेल्या उदाहरणातील नोंदीकडे पाहा. काही निवडक वाक्ये ताबडतोब नजरेस पडतात. बरोबर ना? ही वाक्ये त्या लेखाचा मुख्य गाभा काही सेकंदांत आपल्याला सांगतात. पुढे नंतर काही कालावधीनंतरसुद्धा मी ती नोंद पुन्हा पाहिली, शोध घेताना किंवा फोल्डरमधील नोंदी ब्राउझ करताना मला ती नोंद दिसली, तर मला क्षणात ठरवता येईल की ही नोंद माझ्या सध्याच्या कामासाठी उपयोगी आहे का? सर्व आवश्यक तपशील, संदर्भ आणि मूळ लेखाची लिंक त्या नोंदीत ताबडतोब उपलब्ध असेल. आता अजून एक अंतिम स्तर याला जोडता येतो. अर्थात तो क्वचितच आवश्यक असतो. फक्त अतिशय मौल्यवान आणि अद्वितीय अशा स्रोतांसाठी मी त्या नोंदीच्या वर 'executive summary' तयार करू शकतो. बुलेट पॉइंट्सच्या स्वरूपात, माझ्याच शब्दांत मी त्या लेखाचा संक्षेप मांडून ठेवतो.

चौथ्या स्तराची गरज कधी भासते, याचे सर्वोत्तम लक्षण म्हणजे मी ती नोंद पुन्हा पुन्हा पाहत असेन तेव्हा. म्हणजेच ती माझ्या विचारप्रक्रियेचा एक मुख्य आधारस्तंभ बनली आहे, असा त्याचा सरळ अर्थ होतो.

दुसऱ्या आणि तिसऱ्या स्तरावर आधीच ठळक व हायलाइट केलेल्या मुद्द्यांकडे पाहून हा सारांश लिहिणे फार सोपे होते, कारण त्या वेळी पूर्ण लेखाचा विचार करण्याची गरजच भासत नाही. हा कार्यकारी सारांश शक्य तितका संक्षिप्त ठेवण्यासाठी बुलेट पॉइंट्स वापरा. स्वतःचे शब्द वापरा, विशेष संज्ञांचे अर्थ स्पष्ट करा आणि भविष्यात तुम्हाला ही नोंद पुन्हा कशी समजेल, हे लक्षात घेऊन लिहा.

सारांश

- वेळेचा विस्तार म्हणजे वेळ मंदावत आहे अशी भावना निर्माण होते.
- तीव्र भीतीच्या क्षणांमध्ये हे अनेकदा अनुभवले जाते.
- एका प्रयोगात, इतरांचा अनुभव पाहण्याच्या तुलनेत, भीतीच्या स्थितीत वेळ ३६% हळू चालताना आढळला.
- पुढील प्रयोगांमधून असे दिसून आले की वेळेचे विस्तारण आपल्याला आपले अनुभव चांगल्या प्रकारे लक्षात ठेवण्यास अनुमती देते.

मेंदू वेळ कसा थांबवतो?

तीव्र भीतीचा एक विचित्र दुष्परिणाम म्हणजे वेळेचा विस्तार, वेळेचा मंदावलेला भाग. जीवन-मृत्यूच्या चक्रातून वाचलेले लोक अनेकदा असे सांगतात की, गोष्टी घडायला जास्त वेळ लागतो, वस्तू अधिक हळूहळू पडतात आणि ते सामान्यतः डोळ्याची पापणी मिटताक्षणीच जटिल विचार करण्यास सक्षम असतात.

उंच उडी मारून खाली येण्यासाठी एखाद्याला किती वेळ लागतो हे स्टॉपवॉच वापरून पाहण्यासाठी ईगलमनने सांगितले. त्यातून त्या वेळेचा अंदाज घ्यायचा होता. नंतर त्याने दुसऱ्याला खाली येताना किती वेळ लागतो हे पाहण्यास सांगितले आणि नंतर त्याच प्रकारे त्यांच्या उडी मारण्यासाठी गेलेल्या वेळेचा अंदाज लावण्यास सांगितले. **सरासरी काढली असता सहभागींना असे वाटले की त्यांच्या स्वतःच्या अनुभवामुळे त्यांना ३६ टक्के जास्त वेळ लागला आहे. वेळेचा विलंब प्रभावी होता,**

याचा अर्थ असा की भीती प्रत्यक्षात आपल्या आकलनाचा किंवा मानसिक प्रक्रियेचा वेग वाढवत नाही. त्याऐवजी, **ती आपल्याला आपण काय अनुभवतो ते अधिक तपशीलवार लक्षात ठेवण्यास अनुमती देते**, कारण वेळेबद्दलची आपली धारणा आपल्याला किती गोष्टी आठवतात यावर आधारित असते, त्यामुळे भीतीदायक अनुभव अधिक हळूहळू उलगडत जातात.

स्रोत

या ‘एक्झिक्युटिव्ह समरी’चा आढावा घेतल्यावर मी या लेखातील मुख्य मुद्दे अगदी थोड्या वेळात पुन्हा आठवू शकतो, जेवढा वेळ मूळ लेख पुन्हा वाचायला लागेल, त्याच्या तुलनेत फारच कमी असतो. कारण हे मुद्दे आधीच मी माझ्या शब्दांत मांडलेले असतात. त्यामुळे मी जे काही काम करत असतो त्यात त्यांचा समावेश करणे खूप सोपे होते. पुन्हा सगळ्या गोष्टी आठवण्यासाठी वेग सर्वांत महत्त्वाचा असतो. तुमच्याकडे वेळ आणि ऊर्जा नेहमीच मर्यादित असते. जितक्या वेगाने तुम्ही तुमच्या नोंदी पाहू शकता, तितक्या अधिक विविध आणि रंजक कल्पना तुम्ही एकमेकांशी जोडू शकता.

तुमच्या ‘ज्ञान नकाशा’कडे झूम इन आणि झूम आउट करणे

‘प्रोग्रेसिव्ह समरायझेशन’च्या स्तरांमुळे त्या क्षणाच्या गरजेनुसार तुम्हाला तुमच्या नोंदींशी विविध पद्धतींनी संवाद साधता येतो. पहिल्यांदा एखाद्या नवीन कल्पनेविषयी वाचताना तुम्हाला तिच्या सगळ्या तपशिलात डोकवावेसे वाटेल, प्रत्येक पैलू समजून घ्यायचा असेल, पण पुढच्या वेळी जेव्हा तुम्ही त्या कल्पनेला पुन्हा भेट द्याल, तेव्हा पुन्हा एकदा सगळे सुरुवातीपासून वाचायचे असेलच असे नाही. तुम्हाला मागच्या वेळेस सोडलेल्या ठिकाणावरून पुढे जायचे असेल आणि कदाचित फक्त त्या ठळक मुद्द्यांकडे पाहायचे असेल, जे आधी तुम्ही हायलाइट केले होते. तुमच्याकडे वेळ असेल तर पहिल्या स्तरावरील सगळे तपशील पाहू शकता, किंवा वेळ कमी असेल (आणि तो नेहमीच कमीच असतो!) तर फक्त दुसऱ्या, तिसऱ्या किंवा चौथ्या स्तरावर लक्ष केंद्रित करू शकता. तुमच्याकडे उपलब्ध वेळ आणि ऊर्जेनुसार प्रत्येक नोंदीवर किती लक्ष द्यायचे, हे तुम्ही ठरवू शकता.

तुमच्या मोबाइलवरील मॅपचे ॲप वापरताना होते तसेच आहे हे. तुम्ही मॅप झूम करून किती तपशील बघायचे ते ठरवू शकता. एखाद्या विशिष्ट ठिकाणी जायचे असेल तर तुम्हाला अगदी कोणत्या वळणावर वळायचे हे पाहण्यासाठी झूम इन करावे लागते. पण जर तुम्ही एका टोकापासून दुसऱ्या टोकापर्यंतचा प्रवास नियोजन करत असाल, तर तुम्ही संपूर्ण मार्ग एकाच नजरेत पाहण्यासाठी झूम आउट करता. तुमच्या ज्ञानाच्या नकाशाबाबतही हेच लागू होते. कधी तुम्हाला एखादा विशिष्ट संशोधन निष्कर्ष बारकाईने तपासायचा असतो, तर कधी एखाद्या मोठ्या विचारसरणीचा किंवा मुद्द्याचा संपूर्ण पट एकाच वेळी पाहायचा असतो.

प्रोग्रेसिव्ह समरायझेशनच्या मदतीने तुम्ही तुमच्या ‘सेकंड ब्रेन’मध्ये साठवलेल्या

सर्वोत्तम कल्पनांचा नकाशा तयार करत आहात. तुमची हायलाइट्स म्हणजे जणू दिशादर्शक फलक किंवा मार्गदर्शक बिंदू आहेत, जे तुम्हाला त्या कल्पनांच्या नेटवर्कमधून योग्य वाट दाखवतात. या प्रक्रियेत तुम्हाला काही हलवावे लागत नाही किंवा काही पुसावे लागत नाही. प्रत्येक वाक्य तिथेच राहते, जिथे तुम्ही ते पूर्वी पाहिले होते. त्यामुळे काही भाग बाजूला ठेवला तरी तुम्ही तो कायमचा गमावणार नाही याची खात्री तुम्हाला असते. या मॅपच्या मदतीने तुम्ही फक्त हवे ते शोधू शकता तसेच तुम्ही काय शोधत आहात, हेही ओळखू शकता आणि कधीकधी तुम्हाला हवे आहे हेही माहीत नसते अशी गोष्टही अचानक सापडते.

हायलाइटिंग कधी कधी थोडे धोकादायक वाटू शकते. मनात प्रश्न येऊ शकतो की मी योग्य मुद्दे निवडतोय का? हा स्रोत खरे तर काय सांगतोय? प्रोग्रेसिव्ह समरायझेशनच्या वेगवेगळ्या स्तरांमुळे तुम्हाला जणू एक सुरक्षित जाळे मिळते. जर तुम्ही चुकीच्या दिशेने गेलात किंवा काही चूक केली, तरी तुम्ही नेहमी मूळ आवृत्तीकडे परत जाऊ शकता आणि पुन्हा सुरुवात करू शकता. काहीही पुसले जात नाही, काहीही विसरले जात नाही.

प्रोग्रेसिव्ह समरायझेशनमुळे टॅग लावणे, लिंक करणे किंवा इतर तांत्रिक वैशिष्ट्यांमध्ये अडकण्याऐवजी तुम्ही तुमच्या नोंदींच्या विषयवस्तू आणि मांडणीवर लक्ष केंद्रित करू शकता.[3] हे एक व्यवहार्य आणि सोपे पाऊल आहे. जेव्हा मोठ्या आणि गुंतागुंतीच्या कामांसाठी ऊर्जा नसते, तेव्हाही हे काहीतरी मूल्यवर्धन होत असते. सर्वांत महत्त्वाचे म्हणजे, ज्या तुम्ही वाचत आहात किंवा शिकत आहात आणि दीर्घकाळासाठी पाहत आहात, त्यालाच खरे महत्त्व असते. माहिती कशी सादर केली जाते याबाबत आपण अतिशय संवेदनशील असतो. वेब डिझाइनमध्ये बटणाचा रंग थोडासा बदलणे किंवा शीर्षक थोड्याशा वेगळ्या शब्दांत मांडणे एवढ्यानेच त्यावर क्लिक करणाऱ्या अभ्यागतांची संख्या दहापट टक्क्यांनी वाढू शकते. विचार करा, जितका आपण सार्वजनिक वेबसाइट्ससाठी करतो, तितकाच विचार आपण

---

[3] माहितीच्या सादरीकरणाच्या पद्धतीबाबत आपण अत्यंत संवेदनशील असतो. वेब डिझाइनमध्ये एखाद्या बटणाच्या रंगातील छोटासा बदल किंवा शीर्षकातील हलकेसे रूपांतरही आकर्षित होणाऱ्या भेट देणाऱ्यांच्या संख्येवर दुप्पट परिणाम करू शकते. कल्पना करा, जर आपण आपल्या स्वतःच्या साधनांवर माहितीचे सादरीकरण तितक्याच मेहनतीने केले, जितके आपण सार्वजनिक वेबवर करतो. एक माहितीपूर्ण शीर्षक, परिच्छेदातील छोटे विराम किंवा एखादा हायलाइट केलेला शब्द अशा साध्या गोष्टीदेखील एखादा मजकूर सहजपणे समजून घेण्यासाठी खूप मोठी मदत करू शकतात.

आपल्या स्वतःच्या उपकरणांवर असलेली माहिती जशी आपल्यासमोर सादर केली जाते, त्याबाबतही केला तर काय परिणाम होईल? फक्त एखादे माहितीपूर्ण शीर्षक, परिच्छेदांमधील योग्य विराम किंवा एखादा ठळक केलेला वाक्यांश एवढ्यानेच एखादा मजकूर समजून घेणे आणि आत्मसात करणे किती सोपे होऊ शकते!

प्रोग्रेसिव्ह समरायझेशनची चार उदाहरणे

प्रोग्रेसिव्ह समरायझेशन ही पद्धत विविध प्रकारच्या विषयवस्तूंवर लागू करता येते. जोपर्यंत कोणताही स्रोत[4] मजकुरात रूपांतरित करता येतो, तोपर्यंत तुम्ही कोणत्याही माहिती व्यवस्थापन साधनात (information management tool) हायलाइटिंगचे स्तर जोडू शकता.

चला, आता प्रोग्रेसिव्ह समरायझेशन केलेल्या काही नोंदींची उदाहरणे पाहूया :

- विकिपीडिया लेख
- ब्लॉग पोस्ट
- पॉडकास्ट मुलाखत
- मीटिंग नोट्स

विकिपीडिया लेख

तुम्ही एखादा विकिपीडिया लेख पुन्हा पुन्हा वाचत आहात? किंवा काही आठवड्यांपूर्वी वाचलेल्या त्या एका लेखातले काहीतरी आठवायचा प्रयत्न करत आहात? असे कधी तुमच्या बाबतीत झाले आहे का?

विकिपीडियावर वाचलेल्या लेखांमधील सर्वोत्तम उतारे जतन करून, तुम्ही तुमच्यासाठी सर्वांत संबंधित भागांचा एक खासगी ज्ञानकोश तयार करू शकता. उदाहरणार्थ, खालील नोंदीमध्ये मी 'बॉमॉल्स कॉस्ट डिसीज' (Baumol's Cost Disease) या अर्थशास्त्रातील थोड्याशा दुर्लभ संज्ञेबद्दलच्या लेखातील काही महत्त्वाच्या वाक्यांचा सारांश जतन केला आहे. ही संज्ञा मी काही वेळा वेगवेगळ्या ठिकाणी वाचली होती. सुरुवातीला ही नोंद जतन करताना माझ्याकडे टॅग्स, हायलाइट्स किंवा माझाच कार्यकारी सारांश जोडण्यासाठी वेळ नव्हता. मला नंतर

---

[4] सारांश (Distillation) ही प्रक्रिया फक्त मजकुरापुरती मर्यादित नाही. ती प्रतिमा, ध्वनी (audio) आणि व्हिडिओसारख्या इतर माध्यमांनाही लागू होते. मात्र, त्या प्रक्रियेचे स्वरूप पूर्णपणे वेगळे असते आणि ते या पुस्तकाच्या व्याप्तीबाहेर आहे.

ती पाहता यावी म्हणून मी ती 'Economics' नावाच्या साधन-स्रोत फोल्डरमध्ये ठेवली. काही महिन्यांनंतर, 'wages' (मजुरी) या शब्दासाठी शोध घेताना ती पुन्हा समोर आली. तेव्हा मी काही मिनिटे काढून त्यातील काही प्रमुख वाक्ये ठळक केली आणि सर्वांत महत्त्वाचे वाक्य हायलाइट केले. एका नजरेतच मला त्या लेखाचा गाभा समजावा हा माझा उद्देश होता.

> **Baumol खर्च रोग**
>
> सोर्स लिंक
>
> सारांश : **ज्या उद्योगांमध्ये उत्पादकता वाढलेली नाही अशा उद्योगांमध्ये वेतन वाढेल, कारण इतर उद्योगांमध्येही असेच झाले आहे.** चांगले कामगार टिकवून ठेवण्यासाठी, त्यांना अधिक उत्पादक होत असलेल्या उद्योगांच्या स्पर्धात्मक पगाराशी जुळवून घ्यावे लागेल. **अशा प्रकारे, पगार तरीही वाढतील - तुमच्या कर्मचाऱ्यांसाठी उत्पादकतेत गुंतवणूक करू शकता.**

एकदा मी एका चर्चेत सहभागी झालो होतो. वक्त्यांपैकी एकाने बोलताना एका नवीन संज्ञेचा उल्लेख केला. आणखी दहा सेकंदांनी मी बोलणार होतो. तेवढ्या वेळेत मी माझ्या टॅबलेटवर (जिथे माझ्या सर्व नोंदी साठवलेल्या आहेत) शोध घेतला आणि हवी असलेली नोंद उघडली. त्या विषयावर आत्मविश्वासाने बोललो, जणू मला ती गोष्ट आधीपासूनच माहीत होती.

ऑनलाइन लेख

अनेकदा आपण कोणताही ठरावीक हेतू न ठेवता माहिती मिळवत असतो. सकाळी नाश्ता करताना वर्तमानपत्र चाळतो, व्यायाम करताना एखादा पॉडकास्ट ऐकतो किंवा एखाद्या विषयाबद्दल सहजपणे काहीतरी शिकण्यासाठी न्यूजलेटर वाचतो. आपण माहिती वाचतो आणि ऐकतो. अद्ययावत राहण्यासाठी, वेळ घालवण्यासाठी, स्वतःचे मनोरंजन करण्यासाठी किंवा मन सक्रिय ठेवण्यासाठी आपण हे करीत असतो. हेच क्षण प्रत्यक्षात सर्वाधिक मौल्यवान ठरतात, कारण अशा वेळी तुम्हाला त्यातून अंतर्दृष्टीचे तुकडे मिळत असतात. अशा सहज वाचन-ऐकण्याच्या प्रक्रियेमुळे तुम्ही अनेक विषयांच्या संपर्कात येता, त्यामुळे तुमच्या कल्पनांचा पैस अधिक विस्तृत होतो.

एका संध्याकाळी मी सोशल मीडियावर शेअर केलेला एक ऑनलाइन लेख वाचत होतो. त्या लेखात गुगल त्यांच्या भरती प्रक्रियेत 'स्ट्रक्चर्ड इंटरव्ह्यूज' या पद्धतीचा वापर कसा करतो, याबद्दल सांगितले होते. मुलाखती घेताना पक्षपात कमी व्हावा, सातत्य राखले जावे आणि पूर्वीच्या नियुक्त्यांमधून शिकता यावे हा त्या पद्धतीमागचा हेतू होता. त्या काळात मी फ्रीलान्सर होतो आणि भरती प्रक्रियेविषयीच्या त्या माहितीसाठी तत्काळ काही उपयोग नव्हता. पण कधीतरी ती माहिती उपयुक्त ठरेल हे मला माहीत होते, म्हणून मी खाली दिलेला परिच्छेद माझ्या सेकंड ब्रेनमध्ये जतन करून ठेवला.

भरती प्रक्रिया आणि राखीव दर फ्लॉक्स

सोर्स लिंक

संशोधनातून असेही दिसून आले आहे की **संरचित मुलाखती - नोकरीच्या उमेदवारांचे मूल्यांकन करण्यासाठी फक्त समान मुलाखत प्रश्न आणि तंत्रे वापरून - भरती करताना आपले पूर्वग्रह लक्षणीयरीत्या कमी करतात.** असंरचित मुलाखतींच्या तुलनेत, संरचित **मुलाखतीमध्ये वैविध्य असते.** तुम्हाला वेगवेगळ्या वांशिक गटांमधील मुलाखतीच्या गुणवत्तेत कमी फरक मिळतो, अधिक कार्यक्षम. तुमचे प्रश्न आणि निकष तुम्ही मुलाखत घेतलेल्या १००+ उमेदवारांसाठी सेट केले आहेत. नोकरीसाठी आलेल्या उमेदवारांना हे जास्त आवडले. ज्या अर्जदारांना तुमची भरती प्रक्रिया आवडते, त्यांच्या नोकरीच्या कामगिरीत सुमारे १०% वाढ होण्याची शक्यता असते.

जवळपास दोन वर्षांनी अखेर मी माझा पहिला कर्मचारी नेमण्यासाठी सज्ज झालो. हा मोठा आर्थिक निर्णय घेण्याची तयारी करताना मला प्रचंड ताण आणि भीती वाटत होती. कारण हे केवळ खर्चाचे नव्हे तर एखाद्याचे व्यवस्थापन करण्याचेही मोठे उत्तरदायित्व होते. सुदैवाने, माझ्याकडे 'Hiring' नावाच्या संसाधन फोल्डरमध्ये काही अतिशय उपयुक्त आणि कृतिशील नोंदी जतन केलेल्या होत्या. सुरुवात करण्यासाठी मी तो संपूर्ण फोल्डर 'Resources' विभागातून 'Projects' विभागात हलवला. मग मी सुमारे तीस मिनिटे खर्च करून त्या नोंदी वाचल्या आणि सर्वांत महत्त्वाचे मुद्दे हायलाइट केले. याच हायलाइट्स माझ्या व्यवसायासाठी तयार केलेल्या भरती प्रक्रियेचा पाया ठरले आणि ती प्रक्रिया जगातील सर्वांत नावीन्यपूर्ण आणि आकर्षक नियुक्त्यांपैकी एका, म्हणजेच गुगलच्या पद्धतीवर आधारित होती.

पॉडकास्ट आणि ध्वनिमाध्यमे

प्रत्यक्ष लिहून ठेवणे शक्य नसते तेव्हाही नोंदी उपयुक्त ठरतात. एका विकेंडला मी आणि माझी पत्नी कॅलिफोर्नियातील सिएरा नेवाडा पर्वतरांगांतील एका छोट्याशा एयरबीएनबी केबिनकडे जात होतो. प्रवासात आम्ही एक पॉडकास्ट ऐकायचे ठरवले. तो एका सूत्रसंचालक आणि मेगन टेल्पनर नावाच्या एका कोर्स इन्स्ट्रक्टरमधला संवाद होता. ती 'Academy of Culinary Nutrition' नावाचे ऑनलाइन स्कूल चालवत होती. मी तिचे नाव यापूर्वी कधीच ऐकले नव्हते आणि कोणत्याही खास उद्देशाशिवाय तो एपिसोड लावला. पुढच्या एका तासात, आम्ही पर्वतांच्या वळणदार चढावरून जात असताना, तिच्या शिक्षण-व्यवसायाची कहाणी ऐकून आम्ही अक्षरशः मंत्रमुग्ध झालो. तिला ज्या अडचणींना सामोरे जावे लागले होते, त्या जवळपास आमच्यासारख्याच होत्या. त्यामुळे आम्ही एकटे नाही, हे ऐकून दिलासा मिळाला. मी गाडी चालवत असल्याने काही लिहून ठेवू शकत नव्हतो, पण प्रत्यक्ष ठिकाणी पोहोचल्यानंतर मी कारमध्ये काही मिनिटे थांबलो आणि मला आठवत असलेले मुद्दे लगेच लिहून काढले. प्रत्यक्षात ही नोट्स फिल्टर करण्याची उत्तम पद्धत आहे, कारण खरी मौल्यवान माहिती तुमच्या मनात तासभर तरी टिकतेच.

एसपीआय पॉडकास्ट: मेघन टेल्पनर

सोर्स लिंक

- ऑनलाइन कोर्स आणि व्यावसायिक प्रमाणपत्र कार्यक्रम, **अकादमी ऑफ कलिनरी न्यूट्रिशनचे संस्थापक**
- ३५ देशांमधून २ हजारांहून अधिक पदवीधर, ७-आकडी व्यवसाय
- **किमतीचे चार स्तर:**
* **ऑडिटिंग** - सर्व सामग्री, कोणतेही प्रशिक्षण किंवा प्रमाणपत्र नाही.
* व्यावसायिक-प्रशिक्षण आणि प्रमाणपत्र
* व्यवसाय - व्यवसाय सुरू करण्यासाठी अतिरिक्त मदत आणि सल्लामसलत
* **एक्झिक्युटिव्ह-डायरेक्ट कोचिंग**
- **टॉप ३ टियरसाठी मर्यादित जागा उपलब्ध आहेत आणि टॉप टियर नेहमीच** लगेच विकले जातात
- ९७% पूर्ण होण्याच्या दरासह १४ आठवड्यांचा कार्यक्रम
- **१४-१६ विद्यार्थ्यांच्या लहान गटांना मदत करण्यासाठी ती प्रशिक्षक नियुक्त करते** आणि त्यांना प्रति विद्यार्थी पैसे दिले जातात; जर एखाद्या विद्यार्थ्याने शाळा सोडली तर त्याला त्यांच्यासाठी पैसे दिले जात नाहीत.

काही महिन्यांनंतर आम्ही आमच्या ऑनलाइन कोर्सच्या नव्या आवृत्तीच्या लाँच कॅम्पेनची तयारी करत होतो. माझ्याकडे तयारीसाठी फक्त दोन आठवड्यांचा अवधी होता. अतिरिक्त संशोधनासाठी तो पुरेसा नव्हता. त्यामुळे मी आधी साठवलेल्या कल्पनांचा वापर करण्याचे ठरवले. तयारीच्या प्रक्रियेत मी 'Online Education' नावाच्या विभागातील तीच नोंद उघडली आणि मला सर्वाधिक भावलेले भाग बोल्ड केले. लॉन्चच्या अगोदर जे आमच्या परिस्थितीत थेट लागू होऊ शकतील असे वाटले असे काही मुद्दे मी हायलाइट केले. हेच हायलाइट केलेले उतारे पुढे जाऊन आमच्या कामासाठी निर्णायक ठरले. आम्ही आमच्या कोर्सच्या माजी विद्यार्थ्यांना नवीन विद्यार्थ्यांना मार्गदर्शन करण्यासाठी प्रशिक्षक म्हणून नियुक्त केले. त्यामुळे मी मोकळा झालो. आणि मी टेल्पनरच्या मुलाखतीतून आलेली आणखी एक कल्पना अमलात आणू शकलो ती म्हणजे 'executive' कोचिंगचा एक नवीन स्तर जोडणे. खरंच, प्रेरणा कुठून मिळेल आणि तिचा प्रभाव किती दूरवर जाईल, हे कधीच सांगता येत नाही.

मीटिंग नोट्स

इतर अनेक लोकांसारखाच माझाही बराचसा वेळ फोन कॉल्स आणि मीटिंग्जमध्ये जातो. त्या वेळेचा सर्वाधिक उपयोग व्हावा म्हणून मी जवळजवळ प्रत्येक मीटिंगदरम्यान नवीन कल्पना, सूचना, अभिप्राय आणि ठरलेले कृती-टप्पे (action steps) यांची नोंद घेतो.

मीटिंगदरम्यान नोट्स घेणं ही एक सर्वसामान्य सवय आहे, पण त्या नोट्सनंतर त्याचे नेमके काय करायचे हे अनेकदा स्पष्ट नसते. त्या नेहमीच विस्कळित स्वरूपात असतात. कृती करायच्या गोष्टी इतर निरुपयोगी टिप्पण्यांमध्ये दडलेल्या असतात. मी बहुतेक वेळा फोन कॉल्सनंतर प्रोग्रेसिव्ह समरायझेशनचा वापर करून माझ्या नोट्सचा सारांश तयार करतो, जेणेकरून त्या संभाषणातून मिळालेल्या प्रत्येक मौल्यवान गोष्टीचा उपयोग होईल, याची मला खात्री होते.

एकदा माझ्या एका मित्राशी बोलत असताना मी अशाच नोट्स घेतल्या होत्या. त्याला रेकॉर्डिंग स्टुडिओ डिझाइन करण्याचा अनुभव होता. आम्ही आमच्या गॅरेजचे रूपांतर होम स्टुडिओमध्ये करत होतो आणि मला त्याचा सल्ला हवा होता. तो आमच्या घरी आला आणि त्याने केलेल्या शिफारसी प्रत्यक्ष दाखवत समजावून सांगितल्या. तो बोलत असताना मी माझ्या स्मार्टफोनवरील नोट्स ॲपमध्ये त्याचे

मुख्य मुद्दे लिहून ठेवले.

डेरिकच्या होम स्टुडिओच्या शिफारसी

- फ्रॉस्टेड ग्लाससह ४ सेक्शन बायफोल्ड दरवाजा
- आतील दरवाजावर (प्रकाश आणि प्रतिध्वनी दोन्ही रोखण्यासाठी) ओढता येणारा काळा रंगमंचीय ब्लॅकआउट पडदा; वरच्या बाजूला आयलेट्स - जेणेकरून आपण ते लटकवू शकतो किंवा वापरात नसताना काढू शकतो किंवा पडदा साठवण्यासाठी आणि प्रकाशकिरण रोखण्यासाठी गॅरेजच्या कोपऱ्यात बॅफल ठेवा.
- मॉड्यूलर कार्पेट स्क्वेअर ज्यांच्या खाली केबल ट्रॅक आहेत.
- छत पूर्णपणे उघडणे आणि पूर्णपणे काळे रंगवणे; पाईप बसवणे जेणेकरून आपण छतावर दिवे, कॅमेरे लटकवू शकू किंवा केबल सीलिंग ट्रॅक लावणे जेणेकरून आपल्याला झिप टायची काळजी करावी लागणार नाही.
- छताभोवती काळ्या रंगाचे ध्वनिशोषक पॅनेल लावले आहेत, जेणेकरून ते दिसणार नाहीत. लाकडी स्क्रू आणि वॉशरसह लटकवलेले आहेत.

काही दिवसांनी मी घरी परतत असताना स्थानिक हार्डवेअर दुकानाजवळून जात होतो. अचानक लक्षात आले की माझ्या मित्राने सांगितलेल्या काही वस्तू तिथून घेता येतील. मी लगेच स्मार्टफोन काढला, 'home studio' असे शोधले आणि तीच नोट सापडली. गाडीत बसून काही मिनिटांत मी त्या नोटमधील आवश्यक वस्तूंची नोंद ठळक केली. इतर सामान्य सूचनांमध्ये ती नोंद मिसळलेली होती.

त्या नोटचा तो भाग असा दिसत होता:

डेरिकच्या होम स्टुडिओच्या शिफारसी

- फ्रॉस्टेड ग्लाससह ४ सेक्शन बायफोल्ड दरवाजा
- आतील दरवाजावर (प्रकाश आणि प्रतिध्वनी दोन्ही रोखण्यासाठी) ओढता येणारा काळा रंगमंचीय **ब्लॅकआउट पडदा; वरच्या बाजूला आयलेट्स** - जेणेकरून आपण ते लटकवू शकतो किंवा वापरात नसताना काढू शकतो किंवा पडदा साठवण्यासाठी आणि प्रकाशकिरण रोखण्यासाठी गॅरेजच्या कोपऱ्यात बॅफल ठेवा.
- **मॉड्यूलर कार्पेट स्केअर ज्यांच्या खाली केबल ट्रॅक आहेत.**
- छत पूर्णपणे उघडणे आणि **पूर्णपणे काळे रंगवणे;** पाईप बसवणे जेणेकरून आपण छतावर दिवे, कॅमेरे लटकवू शकू किंवा **केबल सीलिंग ट्रॅक लावणे** जेणेकरून आपल्याला झिप टायची काळजी करावी लागणार नाही.
- **छताभोवती काळ्या रंगाचे ध्वनिशोषक** पॅनेल लावले आहेत, जेणेकरून ते दिसणार नाहीत. **लाकडी स्क्रू आणि वॉशरसह** लटकवलेले आहेत.

त्यानंतर मी ठळक केलेल्या वस्तूंची कॉपी करून, मूळ नोटच्या खाली स्वतंत्र यादी तयार केली. आणि एका क्षणात माझ्याकडे शॉपिंग लिस्ट तयार होती.

या अनुभवातून हे लक्षात येते की आपल्या स्वतःच्या संभाषणांमधून घेतलेल्या नोट्सचे प्रोग्रेसिव्ह समरायझेशन किती उपयुक्त ठरू शकते. अनेकदा आपले स्वतःचे विचारसुद्धा कृती करण्यापूर्वी थोड्या 'सारांश' प्रक्रियेतून जाण्याची गरज असते.

डेरिकच्या होम स्टुडिओच्या शिफारसी

- फ्रॉस्टेड ग्लाससह ४ **सेक्शन बायफोल्ड दरवाजा**
- आतील दरवाजावर (प्रकाश आणि प्रतिध्वनी दोन्ही रोखण्यासाठी) ओढता येणारा काळा रंगमंचीय **ब्लॅकआउट पडदा; वरच्या बाजूला आयलेट्स** - जेणेकरून आपण ते लटकवू शकतो किंवा वापरात नसताना काढू शकतो किंवा पडदा साठवण्यासाठी आणि प्रकाशकिरण रोखण्यासाठी गॅरेजच्या कोपऱ्यात बॅफल ठेवा.
- **मॉड्यूलर कार्पेट स्केअर ज्यांच्या खाली केबल ट्रॅक** आहेत.
- छत पूर्णपणे उघडणे आणि **पूर्णपणे काळे रंगवणे**; पाईप बसवणे जेणेकरून आपण छतावर दिवे, कॅमेरे लटकवू शकू किंवा **केबल सीलिंग ट्रॅक लावणे** जेणेकरून आपल्याला झिप टायची काळजी करावी लागणार नाही.
- **छताभोवती काळ्या रंगाचे ध्वनिशोषक** पॅनेल लावले आहेत, जेणेकरून ते दिसणार नाहीत. **लाकडी स्क्रू आणि वॉशरसह** लटकवलेले आहेत.

खरेदी करण्यासाठी :

- ब्लॅकआउट पडदा
- आयलेट्स
- काळा रंग
- केबल सीलिंग ट्रॅक

पिकासोचे रहस्य : चांगल्याचे सार निवडून भव्य ते उभे करा

इतिहासातील सर्जनशील दिग्गज कलाकार पाहिले तर आपल्याला दिसून येते की त्यांच्या कल्पनांच्या सारांशप्रक्रियेमुळे त्यांनी त्यांच्या महानतम अशा कलाकृतींना आकार दिला. पाब्लो पिकासोचे १९४५मध्ये तयार केलेले 'Picasso's Bull' हे त्याच्या सर्वांत प्रसिद्ध चित्रांपैकी एक आहे आणि 'डिस्टिलेशन' कसे कार्य करते, याचे उत्कृष्ट उदाहरण आहे. या चित्रमालिकेत त्याने बैलाच्या मूळ स्वरूपाचा अभ्यास करण्यासाठी टप्प्याटप्प्याने रेखाटने केली. डिस्टिलेशनची प्रक्रिया प्रत्येक कलाक्षेत्रात होतेच, पण पिकासोचे हे उदाहरण विशेषत्वाने घेण्यासारखे आहे. कारण त्याने त्या प्रक्रियेतील प्रत्येक पाऊल जतन करून ठेवले.

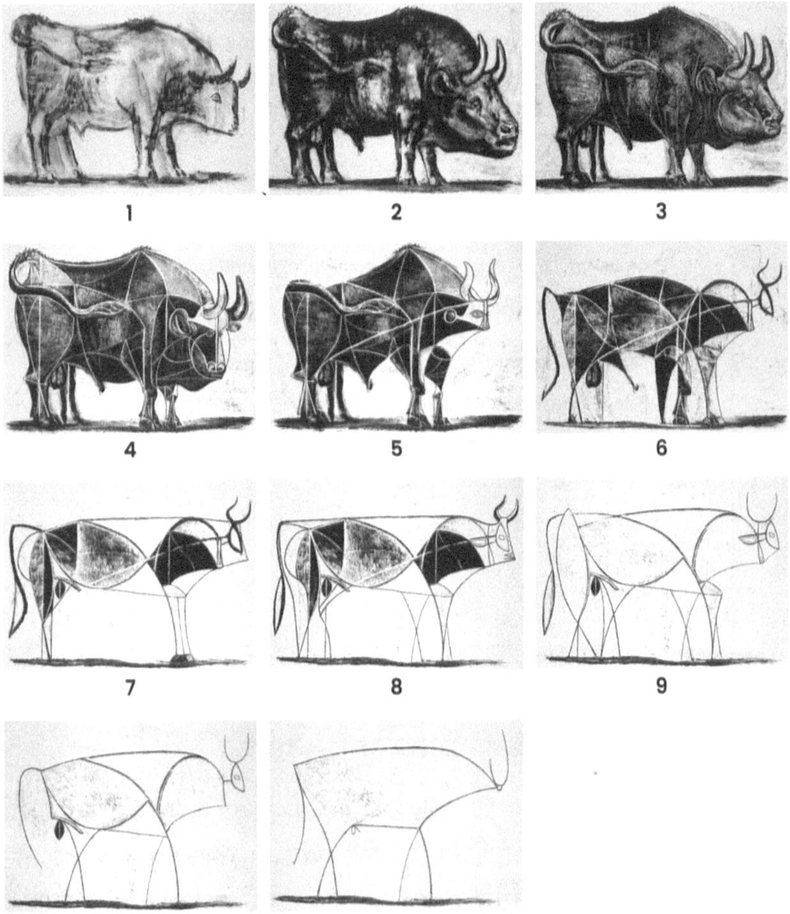

पाब्लो पिकासो. ले टॉर्यू (११ लिथोग्राफची मालिका), १९४५-४६ (२०२१ इस्टेट ऑफ पाब्लो पिकासो/आर्टिस्ट्स राइट्स सोसायटी (एआरएस), न्यू यॉर्क).

वरच्या डाव्या बाजूच्या चित्रापासून सुरुवात करून आणि खाली उजवीकडे जाताना, पिकासोने बैलाचा आकार एकेका टप्प्यावर उलगडला आहे. पहिल्या दोन-तीन चित्रांमध्ये त्याने अधिक तपशील जोडले. शिंगं अधिक भरदार केली, शेपटीला त्रिमिती मिळाली आणि बैलाच्या कातडीला अधिक खोली आणि पोत प्राप्त झाला. पिकासो सुरुवातीला जाणीवपूर्वक तपशील वाढवत होता, जेणेकरून नंतर काही गोष्टी कमी करण्याची वेळ आल्यावर त्याच्याकडे निवडीसाठी अधिक पर्याय असतील.

चौथ्या चित्रापासून 'सार-संकलन'ची (distillation) प्रक्रिया सुरू होते. पिकासो तीक्ष्ण पांढऱ्या रेषांचा वापर करून प्राण्याच्या मुख्य स्नायूंची रूपरेषा आखतो. संपूर्ण प्राणी हळूहळू अधिक भूमितीय स्वरूप धारण करतो. पाचव्या आणि सहाव्या चित्रांमध्ये रेखाटन अधिकच साधे होत जाते. पिकासो बैलाच्या डोक्याचे बहुतांश तपशील वगळतो आणि त्याची शिंगं, शेपटी तसेच पाय अधिक सोपे आणि रेखांकित करतो. त्याच वेळी, बैलाच्या गुरुत्वकेंद्राचे प्रतिनिधित्व करणारी एक जाड पांढरी रेषा प्राण्याच्या शरीरातून पुढून मागे जोडली जाते.

शेवटच्या काही चित्रांपर्यंत पोहोचता-पोहोचता, तो बैल केवळ काळ्या-पांढऱ्या साध्या आकारांच्या एकत्रित रेषांमध्ये रूपांतरित होतो. पाय आता फक्त एकाच रेषेत उतरतात. ठोस रंगांचे तुकडे प्राण्याचा पुढचा आणि मागचा भाग दाखवतात आणि अंतिम चित्रांमध्ये, हे तपशीलसुद्धा गाळले जातात. अखेरीस आपल्यासमोर उरते ते फक्त एकच अखंड, सलग रेषेचे चित्र आणि तरीसुद्धा त्या एका रेषेत बैल, त्याचे खऱ्या अर्थाने 'अस्तित्व' नेमकेपणाने टिपलेले असते.

पिकासोचे हे 'सार-संकलन' म्हणजेच अनावश्यक घटक काढून टाकण्याची एक कलात्मक प्रक्रिया होती. ज्यामुळे फक्त आवश्यक, गाभ्यातील घटक उरतो. महत्त्वाचे म्हणजे पिकासोला थेट त्या एकाच रेषेतले अंतिम चित्र काढणे शक्यच नव्हते. त्याला बैलाच्या प्रत्येक थराचा, प्रत्येक आकाराचा अभ्यास टप्प्याटप्प्याने करावा लागला, जेणेकरून त्या प्रमाणांचे आणि रचनेचे भान त्याच्या स्नायू-स्मृतीत (muscle memory) कोरले जातील. या प्रक्रियेचा परिणाम म्हणजे सर्जनशीलतेचे एक अद्भुत गूढ - जे दिसायला इतके साधे असते की कुणीही ते करू शकेल असे भासावे, पण त्या साधेपणामागे दडलेले परिश्रम, तपश्चर्या आणि विचारांची खोली हाच त्या निर्मितीचा खरा सारांश असतो.

आणखी एक उदाहरण माहितीपट निर्मितीच्या विश्वातून समजून घेता येईल. केन बर्न्स हा 'द सिव्हिल वॉर', 'बेसबॉल', 'जॅझ'सारख्या पुरस्कारविजेत्या चित्रपटांचा सुप्रसिद्ध निर्माता आहे. तो एकदा म्हणाला होता की, त्याच्या चित्रीकरणातील मूळ फुटेजपैकी फक्त अतिशय अल्प चित्रीकरणच शेवटी अंतिम चित्रपटात वापरले जाते. ही काटछाट इतकी मोठी असते की ४० ते ५० तासांच्या फुटेजमधून केवळ एकच तास अंतिम चित्रपटात दिसतो. या संपूर्ण प्रक्रियेत बर्न्स आणि त्याची टीम एक अत्यंत कठोरपणाने सार-संकलनाची (distillation) प्रक्रिया पार पाडत असतात. शेकडो तासांच्या ध्वनिचित्रांमधून सर्वांत रोचक, आश्चर्यचकित करणारे आणि भावनिक क्षण निवडून काढण्याची कसरत ते पार पाडत असतात.

'प्रोग्रेसिव्ह समरायझेशन' ही पद्धत म्हणजे शक्य तितकी माहिती लक्षात ठेवण्याची नव्हे, तर शक्य तितकी माहिती विसरण्याची प्रक्रिया आहे. कारण जेव्हा आपण आपल्या कल्पना आणि विचारांचे सार काढतो, तेव्हा अनावश्यक भाग आपोआपच गाळले जातात आणि उरलेले विचार अधिक सुस्पष्ट, तेजस्वी आणि प्रभावी होतात.

हे मात्र स्पष्टपणे सांगणे गरजेचे आहे की, तपशील गाळण्याचे हे धाडस अंगी बाणवताना काय ठेवायचे आणि काय टाकायचे, यासाठी कौशल्य आणि धैर्य दोन्ही लागते. पिकासोच्या बैलाच्या चित्राप्रमाणेच आणि बर्न्सच्या चित्रपटांप्रमाणेच, जेव्हा आपण एखादा विचार जपतो, तेव्हा त्याचवेळी काही गोष्टी सोडाव्याही लागतात. एखाद्या लेखातून मुख्य मुद्दे अधोरेखित करण्यासाठी काही भाग सोडावे लागतात. जोपर्यंत काही फुटेज कापत नाही, तोपर्यंत तुम्ही एखाद्या व्हिडिओचे हायलाइट रील तयार करू शकत नाही आणि जोपर्यंत काही स्लाईड्स वगळत नाही, तोपर्यंत तुम्ही एखादे प्रभावी सादरीकरण तयार करू शकत नाही.

नव्याने नोंदी घेणाऱ्या व्यक्तींकडून होणाऱ्या तीन सर्वसाधारण चुका

खाली काही मार्गदर्शक तत्त्वे दिली आहेत, जी तुम्हाला तुमच्या नोंदींमध्ये हायलाइटिंग करताना होणाऱ्या नेहमीच्या चुका टाळायला मदत करतील.

चूक क्रमांक १: अतिहायलाइटिंग (Over-Highlighting)

जेव्हा लोक आपल्या नोंदींचे सार काढायला सुरुवात करतात, तेव्हा सर्वांत मोठी चूक म्हणजे खूप जास्त हायलाइटिंग केलेले असते. तुम्हीही कदाचित ही

चूक शाळेत केली असेल. परीक्षेपूर्वी सगळे लक्षात राहावे म्हणून पिवळ्या रंगात परिच्छेदामागोमाग परिच्छेद, कधी कधी संपूर्ण पानच हायलाइट केलेले असते. पण नंतर कळले असेल की त्यातून काहीही नीट लक्षात राहिलेले नव्हते.

(MasterClass या शैक्षणिक प्लॅटफॉर्मवरील माहितीपट निर्मितीच्या एका वर्गात केन बर्न्स यांनी प्रकल्पाशी संबंधित साहित्य कसे व्यवस्थित ठेवावे याबद्दल काही सूचना दिल्या होत्या: तुमच्या प्रकल्पाशी संबंधित एखादा लेख वर्तमानपत्रात आला असेल, तर तो कापून ठेवून द्या. एखाद्या निवेदनाचा किंवा संवादाचा मसुदा लिहिला असेल, तर त्याची प्रिंट काढून जतन करा. पहिल्या मुलाखतीत विचारायचे चांगले प्रश्न सुचले असतील, तर ते कागदावर लिहून त्या फाइलमध्ये ठेवा.)

कामाशी संबंधित नोट्स घेण्याच्या बाबतीत, 'जितके कमी म्हणजे तितके जास्त' हेच खरे तत्त्व आहे. तुम्ही संपूर्ण पुस्तके, डझनभर पानांचे लेख, किंवा शेकडो सोशल मीडिया पोस्टसुद्धा जतन करू शकता. कोणी तुम्हाला थांबवणारे नसते, पण लवकरच तुमच्या हे लक्षात येते की इतका प्रचंड संग्रह तयार केल्याने तुमचेच काम तुम्ही वाढवून ठेवाल. तुम्ही जमा केलेल्या माहितीचा खरा अर्थ शोधून काढावा लागेल. जर तुम्ही सगळेच टिपायचे ठरवलेत, तर अंतिमतः उपयुक्त असे काहीच जतन होणार नाही.

हे लक्षात ठेवा की नोट्स म्हणजे अधिकृत ग्रंथ नाहीत. त्यात प्रत्येक छोटा-मोठा तपशील समाविष्ट करण्याची गरज नसते आणि ती तुम्ही करूही नये. नोंदी म्हणजे जणू शेल्फवरील पुस्तकातून डोकावणारे बुकमार्क असतात. ते तुम्हाला सांगतात, अरे! इथे काहीतरी रंजक आहे! गरज पडल्यास तुम्ही कधीही मूळ स्रोताकडे परत जाऊ शकता. नोट्सचा उद्देश फक्त एवढाच असतो की जेव्हा गरज भासेल तेव्हा त्या स्रोताचा शोध लावणे सोपे व्हावे.

एक उपयुक्त नियम असा आहे की, हायलाइटिंगच्या प्रत्येक पुढच्या स्तरात मागच्या स्तराच्या फक्त १० ते २० टक्के भागच असावा. उदाहरणार्थ, तुम्ही एखाद्या पुस्तकातून ५०० शब्दांचे उतारे जतन केले असतील, तर दुसऱ्या स्तरावर (जाड अक्षरांतील) निवडक भाग फक्त १०० शब्दांपर्यंतच असावा आणि तिसऱ्या स्तरावर (हायलाइट केलेला) भाग फक्त २० शब्दांपर्यंत. हे अचूक गणित नसले तरी, जर तुम्ही सगळेच हायलाइट करत असाल, तर या नियमाचा तुम्ही जरा नीट विचार करायला हवा.

चूक क्रमांक २ : ठोस उद्देशाशिवाय हायलाइट करणे

प्रोग्रेसिव्ह समरायझेशनबद्दल मला विचारला जाणारा सर्वांत सामान्य प्रश्न म्हणजे, 'हे हायलाइटिंग कधी करावे?' याचे उत्तर आहे, जेव्हा तुम्ही काही नवे साकारण्यासाठी सज्ज असाल, तेव्हाच.

'कॅप्चर' आणि 'ऑर्गनाइझ' या टप्प्यांसाठी काही सेकंद लागतात, पण नोट्सचा सारांश काढण्यासाठी वेळ आणि प्रयत्न लागतात. जर तुम्ही प्रत्येक नोटसाठी सुरुवातीपासूनच हे करायला लागलात, तर तुम्ही काही उद्देश नसलेल्या, तासन्‌तास चालणाऱ्या अतिहायलाइटिंगच्या दलदलीत अडकून पडाल. आणि जर तुम्हाला हे माहीत नसेल की त्या प्रयत्नांचा काही उपयोग होणार आहे का, तर इतका वेळ घालवणे म्हणजे केवळ वेळेची नासाडी ठरेल.

त्याऐवजी, थांबा. ही नोट तुम्ही कशासाठी वापरणार आहात, याची जोपर्यंत तुम्हाला खात्री होत नाही, तोपर्यंत थांबलेले चांगले. उदाहरणार्थ, मी जेव्हा एखादा ब्लॉगपोस्ट किंवा लेख लिहिण्याच्या तयारीत असतो, तेव्हा मी त्या विषयाशी संबंधित नोट्सचा गट उघडतो आणि त्यातील सर्वांत रंजक मुद्दे हायलाइट करतो. असे केल्याने माझ्यासाठी लेखनाची सुरुवात सुलभ होते. एखादा खेळाडू सरावापूर्वी वार्म-अप आणि स्ट्रेचिंग करतो तसेच काहीसे आहे हे.

तसेच, जेव्हा माझ्या वकिलासोबत मी फोन कॉल करणार असतो, तेव्हा मी मागील चर्चेच्या नोट्स पुन्हा पाहतो आणि त्यातून निर्णयबिंदू आणि कृतिबिंदू वेगळे करून एक छोटा अजेंडा तयार करतो. माझा वकील नेहमी समजतो की मी अत्यंत तयारीनिशी बोलतोय, पण प्रत्यक्षात मी फक्त कॉल लवकर संपवून बिलिंगचा वेळ कमी करायचा प्रयत्न करत असतो!

तुम्ही नेहमी अशी गृहीतके ठेवा की, जोपर्यंत त्याविरुद्ध पुरावा मिळत नाही, तोपर्यंत प्रत्येक नोट भविष्यात उपयुक्त ठरेलच असे नाही. तुम्हाला माहीतच नाही की तुमचा 'भावी मी' कशावर काम करत असेल, काय गरज असेल, किंवा काय शोधत असेल. हे गृहीतक तुम्हाला नोट्सचा सारांश काढताना संयम शिकवते आणि तुम्ही फक्त त्याच वेळी ते करता, जेव्हा खात्री असते की तो प्रयत्न खरोखरच मौल्यवान ठरणार आहे.

एक सोपा नियम लक्षात ठेवा - दरवेळी जेव्हा तुम्ही एखादी नोंद लिहाल तेव्हा

ती तुम्हाला भविष्यात पुन्हा सापडेल अशी ठेवा.[5] उदा. त्यात एखादा हायलाइट जोडा, शीर्षक द्या, काही बुलेट पॉइंट्स घाला, किंवा थोडी टिप्पणी लिहा. ही माहितीवर लागू केलेली 'कॅम्पसाईट रूल' आहे. ज्या जागेवर थांबाल तिथून थोडे अधिक चांगले करून सोडा. म्हणूनच, जेव्हा तुम्ही एखादी नोंद करून ती वारंवार पाहता, त्या आपोआपच अधिक शोधण्यायोग्य बनतात आणि त्यामुळे एक सकारात्मक, उपयुक्त चक्र निर्माण होते.

चूक क्रमांक ३: हायलाइटिंगला अवघड बनवणे

प्रत्येक मुद्द्याचं विश्लेषण, अर्थ लावणे किंवा वर्गीकरण करून त्यावर हायलाइट करायचे की नाही हे ठरवण्याची चिंता करू नका. कारण असे करणे खूप थकवणारे ठरते आणि तुमच्या लक्ष्याचा प्रवाह खंडित करते. त्याऐवजी, तुमच्या अंतर्ज्ञानावर विश्वास ठेवा. जेव्हा एखादा परिच्छेद तुम्हाला रंजक, अनपेक्षित किंवा तुमच्या आवडीच्या विषयाशी किंवा सध्याच्या प्रकल्पाशी संबंधित वाटतो, तेव्हा तो हायलाइट करा.

पहिल्यांदा कोणती माहिती जतन करायची हे ठरवताना तुम्ही ज्याप्रमाणे अंतर्मनातील प्रतिसाद ऐकत होतात, तसाच नियम नोट्समधील विचारांसाठी लागू होतो. काही परिच्छेद तुम्हाला हलवतील, लक्ष वेधतील, तुमचे हृदय जोरात धडधडायला लावतील किंवा तुम्हाला विचारात पाडतील. हे सर्व संकेत आहेत की तुम्हाला काहीतरी महत्त्वाचे सापडले आहे आणि आता त्यावर हायलाइट करण्याची वेळ आली आहे. तुम्ही अध्याय चारमध्ये पाहिलेल्या त्या चार निकषांचा उपयोग करू शकता. जे मुद्दे आश्चर्यचकित करणारे, उपयोगी, प्रेरणादायी किंवा वैयक्तिकदृष्ट्या संबंधित आहेत, तेच हायलाइट करण्यास योग्य ठरतात.

एकदा तुम्ही सारांश काढण्याची कला शिकलात, की तुम्हाला त्यातून आयुष्यभर उपयोगी पडणारे एक महत्त्वाचे कौशल्य मिळेल. आपल्या शब्दाने मंत्रमुग्ध करणारा कथाकार कशी गोष्ट सांगतो ते ऐका. त्याची गोष्ट त्याने नीट तपासून घेतलेली असते. त्यातील अनावश्यक तपशील दूर केलेले असतात. किंवा तुम्हाला खिळवून ठेवणारे चित्र किंवा चित्रकला आठवा. त्या चित्राचा प्रभाव मनावर लगेच पडतो, कारण

[5] हे तत्त्वज्ञान 'स्टिग्मर्जी' म्हणून ओळखले जाते. म्हणजेच असे काही ठसे सोडणे जे भविष्यातील प्रयत्न अधिक सोपे करतील. हीच रणनीती मुंग्या अन्न शोधण्यासाठी वापरतात. जर एखाद्या मुंगीला अन्नस्रोत सापडला, तर ती त्या अन्नाचा तुकडा वसाहतीकडे घेऊन जाते आणि मार्गावर एक विशेष फेरोमोन सोडते. इतर मुंग्या त्या वासाच्या मागे जाऊन अन्नापर्यंत पोहोचतात आणि अशा प्रकारे अनेक मुंग्या पटकन नवीन अन्नस्रोत शोधू लागतात.

त्यामागचा संकल्पनात्मक विचार संक्षिप्त आणि नेमक्या स्वरूपात मांडलेला असतो. त्यामुळेच तो थेट कॅनव्हासवरून तुमच्या मेंदूपर्यंत पोहोचतो.

आपल्या दैनंदिन संवादातही हेच खरे असते. थोडक्यात, पण आवश्यक तपशील न गाळता बोलण्याची क्षमता संवादाला अधिक जिवंत आणि रोचक बनवते. हीच सार काढण्याची कला आपल्या संवादकौशल्याच्या, मैत्रीच्या, कामाच्या नातेसंबंधांच्या आणि नेतृत्वगुणांच्या केंद्रस्थानी आहे. नोट घेण्याची सवय म्हणजे दररोज या सारांश काढण्याच्या कौशल्याचा जाणीवपूर्वक सराव करण्याची एक उत्तम पद्धत आहे.

आता तुमची पाळी : तुमच्या भविष्यातील स्वतःचा विचार करा

प्रोग्रेसिव्ह समरायझेशन या प्रक्रियेत आपण जो प्रयत्न करतो, तो एका एकमेव उद्देशासाठी असतो. भविष्यात आपल्या नोट्स सहज सापडाव्यात आणि त्यावर काम करणे सोपे व्हावे हाचं आपला त्यामागे हेतू असतो. विचार करणे आणि सर्जनशील काम करताना खूप अधिक असणे म्हणजे चांगले असतेच असे नाही. सारांश काढण्याची प्रक्रिया आपल्या कल्पनांना लहान, संक्षिप्त आणि सुटसुटीत बनवते, ज्यामुळे त्या आपण सहजतेने आपल्या मनात साठवू शकतो. जर तुम्हाला एखादी माहिती पटकन सापडत नसेल, तर लक्षात घ्या ती साठवतानाच सुसंगत स्वरूपात, वापरायला तयार स्थितीत ठेवलेली नसेल तर ती माहिती असण्याचा काही उपयोग नाही. आपल्याकडील सर्वांत दुर्मीळ संसाधन म्हणजे वेळ आहे. म्हणूनच, आपण आधीपासूनच आपल्या सेकंड ब्रेनमध्ये साठवलेल्या कल्पना आणि माहिती पुन्हा पटकन शोधण्याच्या क्षमतेला प्राधान्य द्यायला हवे.

जेव्हा सर्वोत्तम काम करण्याची संधी येते, तेव्हा पुस्तके वाचायला आणि संशोधन सुरू करायला हाताशी वेळ नसतो. कारण ते संशोधन आधीच पूर्ण झालेले असायला हवे हीच अपेक्षा असते.[6] तुम्ही भविष्यात कोणत्या आव्हानांना आणि

6 'हाऊ टू टेक स्मार्ट नोट्स' या आपल्या पुस्तकात सॉनके अहरेन्स यांनी लेखनातील एक मूलभूत विरोधाभास अधोरेखित केला आहे. तुम्हाला काय लिहायचे आहे, हे कळण्याआधीच संशोधन करून ठेवले पाहिजे. त्यांच्या शब्दांत सांगायचे तर, आपण वाचन करताना हातात पेन धरले पाहिजे, कागदावरच कल्पना विकसित केल्या पाहिजेत आणि सतत वाढत जाणारे बाह्य विचारांचे जलाशय तयार केले पाहिजेत. आपल्या अविश्वसनीय मेंदूतून आलेल्या कोणत्याही आंधळ्या आराखड्याच्या आधारावर आपण मार्गदर्शन घेऊ नये, तर आपल्या रस, कुतूहल आणि अंतःप्रेरणा या गोष्टींनी आपण मार्गदर्शन घ्यावे आणि त्या रस, कुतूहल, अंतःप्रेरणा या वाचन, विचार, चर्चा, लेखन आणि कल्पना विकसित करण्याच्या प्रत्यक्ष प्रक्रियेने आकार घेतात. या प्रक्रियेच्या माध्यमातून आपल्या ज्ञानात आणि समजुतीत सातत्याने वाढ होत राहते आणि त्या बाह्य स्वरूपात प्रतिबिंबित होतात.

संधींना सामोरे जाणार आहात हे आज तुम्हाला ठाऊक नसले, तरी आज तुम्ही पुस्तके वाचण्यात, नवनवीन गोष्टी शिकण्यात आणि आजूबाजूच्या जगाबद्दल उत्सुक राहण्यात घालवलेला वेळ उद्याच्या संधींसाठी तुम्हाला तयार करत असतो.

आत्ताच शिकलेल्या गोष्टींचा सराव लगेच सुरू करण्यासाठी, अलीकडे तुम्ही वाचलेला किंवा ऐकलेला एखादा रोचक मजकूर शोधा. तो एखादा लेख, ऑडिओबुक किंवा यूट्यूब व्हिडिओ असू शकतो. हा मजकूर तुम्ही आधीच कॅप्चर करून PARA फोल्डरमध्ये साठवलेला असू शकतो, किंवा तो अजूनही तुमच्या ईमेल इनबॉक्समध्ये किंवा read later ॲपमध्ये वाट पाहत असू शकतो.

त्या मजकुरातील सर्वोत्कृष्ट उतारे नवीन नोटमध्ये जतन करून सुरुवात करा. कॉपी-पेस्टद्वारे किंवा कोणत्याही कॅप्चर टूलच्या मदतीने हे तुम्ही करू शकता. हा आहे पहिला स्तर म्हणजे तुमच्या सेकंड ब्रेनमध्ये साठवलेले प्राथमिक उतारे. यानंतर हे उतारे नीट वाचा आणि त्यातील मुख्य मुद्दे व सर्वांत महत्त्वाचे निष्कर्ष बोल्ड करा. हे फार विश्लेषणात्मक बनवू नका. फक्त आतल्या प्रतिध्वनीकडे लक्ष द्या आणि जे ठळक वाटते तेच बोल्ड करा. हे बोल्ड केलेले भाग म्हणजे दुसरा स्तर.

आता फक्त बोल्ड केलेले उतारे वाचा आणि त्यातील सर्वोत्कृष्ट, अगदी आवश्यक वाक्ये हायलाइट (किंवा, जर तुमच्या नोट्स ॲपमध्ये हायलाइटिंगची सोय नसेल, तर अंडरलाइन) करा. येथे सर्वांत महत्त्वाची गोष्ट म्हणजे अगदी निवडक वाटेल तेवढेच करा. संपूर्ण नोटमध्ये फक्त काहीच वाक्ये हायलाइट केलेली असली, किंवा फक्त एकच असले तरी चालेल. त्यातून ती नोट अत्यंत संक्षिप्त, अर्थपूर्ण आणि सहज शोधता येण्याजोगी बनते. हे हायलाइट्स म्हणजे तिसरा स्तर. आणि बहुतांश प्रसंगी एवढेच डिस्टिलेशन पुरेसे ठरते.

एखादी नोट खरोखर शोधण्यासारखी आहे की नाही, हे तपासण्याचा खरा कस म्हणजे ती तुम्ही एका झटक्यात समजू शकता का, हे पाहणे. ती नोट काही दिवस बाजूला ठेवा आणि मग विसरल्यावर पुन्हा उघडून बघा. ती वाचण्यासाठी स्वतःला फक्त ३० सेकंद द्या आणि तुम्हाला केवळ हायलाइट्सच्या आधारे त्या नोट्सचे सार पटकन समजते का, हे पाहा. जर नसेल, तर तुम्ही फारच जास्त किंवा खूपच कमी हायलाइट केलेत का, हे तुमच्या लगेच लक्षात येईल.

प्रत्येक वेळी तुम्ही काय हायलाइट करायचे हे ठरवता, तेव्हा तुमच्या निर्णयशक्तीचा (judgment) सराव होत असतो. महत्त्वाच्या गोष्टी आणि गौण गोष्टी

यांत फरक करण्याची कला विकसित होत असते. हे एक कौशल्य आहे आणि वेळेनुसार ते अधिक प्रगल्भ होत जाते. तुमचा हा निर्णय जितका परिपक्क होत जाईल, तितके तुमचे नोट्स घेणे अधिक कार्यक्षम आणि आनंददायी बनेल. कारण तुम्हाला माहीत असेल की तुमचे प्रत्येक लक्ष्य केंद्रित केलेले क्षण दीर्घकालीन मूल्य निर्माण करत आहे. सतत प्रगती होत असल्याची जाणीव होणे यापेक्षा समाधान देणारे काहीही नसते.

पुढच्या प्रकरणात आपण CODEच्या शेवटच्या टप्प्याकडे जाऊ. तुम्ही साठवलेल्या आणि सारांश रूपाने साठवलेल्या माहितीचा वापर करून तुमचा स्वतःचा दृष्टिकोन मांडू शकाल.

प्रकरण **7**

अभिव्यक्त करा - आपले काम सादर करा

verum ipsum factum (आपण जे निर्माण करतो,
तेच आपल्याला खरोखर माहीत असते.)

- जियाम्बातिस्ता व्हिको, इटालियन तत्त्वज्ञ

जून १९४७मध्ये, ऑक्टाव्हिया एस्टेल बटलर नावाची एक मुलगी अमेरिकेच्या कॅलिफोर्निया राज्यातील पॅसॅडिनामध्ये जन्माला आली. लहानपणी सर्वजण तिला 'एस्टेल' म्हणत असत. तिचे संगोपन एका विधवा, एकट्या राहणाऱ्या आईने केले. घरकाम करून ती उदरनिर्वाह करत होती. एस्टेल अतिशय लाजरी, अंतर्मुख स्वभावाची होती आणि त्यामुळे शाळेत तिला सतत चिडवले जायचे. या अनुभवामुळे ती स्वतःला 'मी कुरूप आणि मूर्ख, बिनडोक आणि सामाजिकदृष्ट्या निरुपयोगी आहे' असे समजू लागली. तिच्या लाजाळूपणासोबत तिला सौम्य डिस्लेक्सिया असल्याने तिला अभ्यासही कठीण जात असे.

या सगळ्यामध्ये, एस्टेल स्वतःच्या कल्पनाशक्तीकडे आणि पॅसॅडिना सेंट्रल लायब्ररीकडे वळली. तिथे ती बसून परिकथा, घोड्यांच्या गोष्टी आणि नंतर विज्ञानकथा व फॅन्टसी कादंबऱ्या वाचत असंख्य तास घालवत असे. याच पुस्तकांनी तिच्यामध्ये लेखिका होण्याचे बीज पेरले. अनेक अडथळ्यांना तोंड देऊन ही मुलगी पुढे आपल्या पिढीतील सर्वांत प्रभावशाली आणि यशस्वी विज्ञानकथा लेखिका ठरली. तिला अनेक साहित्यक्षेत्रातील सर्वोच्च मानले जाणारे 'ह्यूगो' आणि 'नेब्युला' पुरस्कार मिळाले आणि १९९५मध्ये ती मॅकआर्थर 'जिनियस' फेलोशिप मिळवणारी पहिली विज्ञानकथा लेखिका ठरली. पण एस्टेलचा प्रवास कधीही इतका सरळ नव्हता. तिच्या सुरुवातीच्या लेखनावर गारफिल्ड प्राथमिक शाळेतील शिक्षक नाराजी व्यक्त करत. त्यांच्या प्रतिक्रियांमध्ये 'अतिनाटकी', 'तू प्रयत्नच करत नाहीस' अशी वाक्ये लिहिलेली असत.

एका शिक्षिकेने एकदा टिप्पणी केली, की विज्ञानकथेचा घटक का जोडला आहेस? जर मानवी, वास्तववादी लिहिले असतेस, तर गोष्ट अधिक सार्वत्रिक झाली असती. त्या शिक्षिकेने तिच्या आईला सांगितले, तिला समज आहे, पण ती त्याचा उपयोग करत नाही. तिला स्वयंअनुशासन शिकायला हवे.

एस्टेल बारा वर्षांची होती, तेव्हा तिने 'Devil Girl From Mars' हा १९५४ सालचा जुना साय-फाय चित्रपट पाहिला. तो इतका वाईट होता की एस्टेलने मनात ठरवले की, मी यापेक्षा चांगले लिहू शकते. ती म्हणाली, मी स्वतः लिहायला सुरुवात करेपर्यंत मला हवे तसे काही वाचायला सापडलेच नाही. शेवटी मी स्वतःच्या गोष्टी तयार केल्या. हळूहळू व्यावसायिक लेखिका होण्याची शक्यता तिच्या मनात आकार घेऊ लागली आणि एस्टेल हळूहळू ऑक्टाव्हिया बनली. तिचे आत्मविश्वासू आणि ठाम रूप सर्वांसमोर आले. हायस्कूलनंतर तिने अनेक तात्पुरत्या आणि अर्धवेळ नोकऱ्या केल्या. ऑफिसची कामे, कारखाने, गोदामे, लाँड्री आणि खाद्यपदार्थ तयार करण्याची कामे तिने केली. अट एकच होती, नोकरी फारशी मानसिकदृष्ट्या थकवणारी नसावी. रोज पहाटे उठून लिहिण्याची आपली सवय तिला कायम ठेवायची होती.

उमलत्या ऑक्टाव्हियाने स्वतःसाठी तीन नियम बनवले -

1. घराबाहेर पाऊल टाकताना कधीही वह्या, कागदाचे तुकडे किंवा काही लिहिण्याचे साधन विसरू नकोस.
2. जगात पाऊल ठेवताना तुझे डोळे आणि कान सतत उघडे आणि सजग ठेव.
3. माझ्याकडे हे नाही किंवा हे असते तर मी केले असते अशा कारणांना वेळ घालवू नकोस. तीच ऊर्जा मार्ग शोधण्यासाठी किंवा निर्माण करण्यासाठी वापर.

अशा रीतीने ऑक्टाव्हियाचे 'कॉमन प्लेस बुक्स'शी कायमचे नाते जुळले. ती २५ सेंट जमवून लहान Mead memo pads विकत घ्यायची आणि त्यात आपल्या आयुष्याच्या प्रत्येक पैलूविषयी नोंदी ठेवायची. किराणा व कपड्यांची यादी, तातडीची कामे, इच्छा व उद्दिष्टे, भाडे, अन्न व इतर खर्चांसाठी असलेले शिल्लक पैसे अशा सगळ्या गोष्टींचे तपशील त्यात असायचे. ती रोजच्या लेखनाचे उद्दिष्ट, लिहिलेल्या पानांची संख्या, स्वतःतील उणिवा, सुधारता येतील अशा सवयी, भविष्यातील स्वप्ने आणि रोज स्वतःशी केलेले मी इतके शब्द लिहिण्याचे वचन देते असे स्वतःचे करारही नोंदवत असे.

बटलरने आपल्या अद्भुत कथांसाठीही साहित्य गोळा केले. रेडिओवर ऐकलेल्या गाण्यांच्या ओळी, एखाद्या पात्राचे नाव किंवा प्रेरणा, संशोधनासाठी विषय, बातम्यांमधील तपशील.. असे खूप काही... तिच्या कथा ज्या जगात घडत होत्या, ते जग घडवण्यासाठी आवश्यक असलेले सगळे घटक ती जोडत होती. ती मानववंशशास्त्र, इंग्रजी, पत्रकारिता आणि वक्तृत्व अशा अनेक विषयांचा अभ्यास करत असे. ती अमेझॉनच्या जंगलांमध्ये आणि पेरूमधील इंका अवशेषांमध्येही गेली, जेणेकरून जैवविविधता आणि संस्कृतींचा ऱ्हास प्रत्यक्ष अनुभवता येईल. पत्रकारांसारखेच तिला ठोस तथ्यांबद्दल विशेष आकर्षण होते. तिच्या मते, जितके अज्ञान जास्त, तितकी तुमच्या तथ्यांची सत्यता अधिक काटेकोर असली पाहिजे.

बटलरची 'The Parable of the Sower' ही कादंबरी २०२०मध्ये 'New York Times Bestseller' यादीत दाखल झाली. तिच्या मृत्यूनंतर तब्बल चौदा वर्षांनी तिच्या जीवनातील एक मोठे स्वप्न पूर्ण झाले. ही कादंबरी एका प्रलयानंतरच्या जगाचे चित्रण करते, जिथे हवामानबदलामुळे झालेल्या आपत्तीमुळे मानवजात विस्कळित झालेली असते आणि स्वतःचा जीव वाचवण्यासाठी लोकांना लहान समुदायांमध्ये एकत्र यावे लागते, असे तिने दाखवले आहे.

कोविड-१९ महामारीच्या काळात ही भविष्यवाणी सांगणारी कथा वास्तवाशी इतकी जुळणारी वाटली की, वाचकांनी तिच्याकडे नव्या दृष्टिकोनातून पाहायला सुरुवात केली. संकटाच्या काळात जीवन कसे दिसू शकेल, याचा तिचा धाडसी विचार आता फक्त कल्पनेपुरता राहिला नव्हता. तो जगभरातील लोकांचे दैनंदिन जगणे बनला होता.

अनेकांनी बटलरला 'भविष्यवक्ता' म्हटले, पण तिच्या स्वतःच्या शब्दांत सांगायचे तर, ती म्हणते, 'मी फक्त कल्पना करते, जर असेच चालू राहिले तर काय होईल? मी सध्याच्या तंत्रज्ञानावर, पर्यावरणीय परिस्थितींवर, सामाजिक रचनेवर आणि व्यवहारांवरूनच कल्पना मांडते. त्या शक्यता देतात आणि इशारेही.'

बटलरला ठाऊक होते की विज्ञानकथा म्हणजे केवळ मनोरंजन नव्हे, तर भविष्याकडे पाहण्याचा परिवर्तनशील दृष्टिकोन आहे. विज्ञानकथांच्या क्षेत्रात ओळख मिळवणाऱ्या पहिल्या कृष्णवर्णीय महिलांपैकी एक म्हणून तिने अनेक दुर्लक्षित विषय हाताळले. हवामानबदलामुळे होणारा पर्यावरणीय ऱ्हास, कॉर्पोरेट लालसा आणि श्रीमंत-गरीब यांच्यातील दरी, लैंगिक ओळखींचे प्रवाही स्वरूप, समाजातील वंचित गटांचे वेगळेपण आणि सत्ताधारी संरचनेवरील टीका अशा विषयांवर तिने लिहिले.

ती अफ्रोयूचरिजम (Afrofuturism) या साहित्यप्रकाराची पुरस्कर्ता ठरली. यात आफ्रिकन-अमेरिकन पात्रे आपल्या अस्तित्वासाठी परिवर्तन स्वीकारणारे नायक बनतात. तिच्या कथांमधून वाचकांना अशा भविष्यातील जगांची झलक दिसली, जिथे वंचित आणि बहिष्कृत लोक पीडित नाहीत, तर नायक आहेत. तिच्या लेखनाने भविष्याचा दृष्टिपथ अधिक व्यापक केला. दुर्लक्षित, बहिष्कृत आणि वेगळेपण जपणाऱ्या लोकांच्या कथांना तिथे स्थान मिळाले.

आपल्याला बटलरच्या आयुष्याबद्दल इतके तपशीलवार माहीत कसे? कारण तिने सर्व काही जपून ठेवले. डायऱ्या, कॉमनप्लेस बुक्स, भाषणे, ग्रंथालयातील कॉल स्लिप्स, लेखनाचे मसुदे, शाळेच्या नोंदी, दिनदर्शिका, प्रगती अहवाल, बस पास, इयरबुक्स, करारपत्रे इत्यादी. तिच्या निधनानंतर हे सर्व एकत्रित करून हंटिंग्टन लायब्ररी (सान मारीनो, कॅलिफोर्निया) येथे देण्यात आले. त्यात ९,०६२ वस्तूंचे संकलन होते... तब्बल ३८६ बॉक्स भरून!

एक अतिशय लाजरी मुलगी जागतिक कीर्तीची, पुरस्कारप्राप्त लेखिका कशी बनली? एक आर्थिकदृष्ट्या कमकुवत, थकलेली तरुणी भविष्याची भविष्यवाणी सांगणारी प्रखर आवाज कशी ठरली? तिच्या स्वतःच्या शब्दांत सांगायचे तर, 'माझी आई मोलकरीण होती, माझे वडील बूट पॉलिश करत आणि मी मात्र विज्ञानकथा लिहिण्याचे स्वप्न पाहत होते. मी कोणाला फसवत होते?' ती म्हणते, 'माझ्या आयुष्यातील वेदनादायी, भयानक, अप्रिय अनुभव माझ्या लेखनावर आनंददायी क्षणांपेक्षा जास्त प्रभाव टाकतात. तेच जास्त लक्षात राहतात आणि मला काहीतरी अर्थपूर्ण लिहायला प्रवृत्त करतात.'

स्वतःच्या भीतीला सामोरे जाण्यासाठी तिने आपल्या नोंदी आणि लेखनाचा उपयोग केला. कदाचित माझे काम पुरेसे चांगले नाही, मी पुरेशी हुशार नाही; लोक जे म्हणतात की मी यशस्वी होऊ शकत नाही, तेच खरे ठरेल की काय, ही माझी स्वतःची भीती आणि आत्मसंशय माझ्या आयुष्यातील सर्वांत मोठा अडथळा होता.

तिने आपल्या दैनंदिन अनुभवांमधून आणि वाचलेल्या पुस्तकांमधून शक्य तितके आत्मसात केले. जवळ जे आहे त्याचा वापर कर; ते जरी किरकोळ वाटत असले तरी तुझ्या हातात ते जादू ठरू शकते. प्राप्त परिस्थितीपुढे ते अशक्य वाटत असले तरी ऑक्टाव्हियाने आपला आवाज आणि विचार व्यक्त करण्याचा मार्ग शोधला.

लेखक किंवा कलाकार कोरे कागद घेऊन बसतो आणि अचानक प्रेरणा

मिळते. ही एक केवळ कल्पना आहे, वास्तव नाही. व्यावसायिक सर्जनशील लोक सतत बाह्य प्रेरणांवर काम करतात. स्वतःचे अनुभव, निरीक्षणे, यश-अपयशातून घेतलेले धडे आणि इतरांच्या कल्पना यांचा ते विचार करतात. सर्जनशीलतेचे रहस्य जर काही असेल, तर ते हेच आहे. आपल्या रोजच्या प्रयत्नांमधून, विचारांचे आणि प्रभावांचे संकलन व संयोजन करण्याच्या प्रक्रियेतून सर्जनशीलता जन्म घेते.

आपल्या सर्वांत मौल्यवान संसाधनाचे रक्षण कसे करावे?

ज्ञानाधारित व्यवसाय करणाऱ्या व्यक्तींसाठी 'लक्ष' हेच सर्वांत दुर्मीळ आणि मौल्यवान साधन आहे. सर्जनशीलतेची प्रक्रिया प्रत्येक टप्प्यावर लक्षाच्या ऊर्जेवरच चालते. हेच ते भिंग आहे ज्यातून आपण जगाकडे पाहत असतो. घडणाऱ्या घटनांचा अर्थ लावतो, आपल्या हाताशी असलेली साधने ओळखतो आणि आपण देऊ शकणाऱ्या योगदानाचे भान ठेवतो. लक्षाचे नियोजनबद्ध आणि धोरणात्मक नियोजन करणे ही सध्याच्या विचलित करणाऱ्या जगात मिळालेली सर्वांत मोठी स्पर्धात्मक ताकद आहे. म्हणूनच, आपण त्याचे रक्षण आपण एखाद्या खजिन्यासारखे करायला हवे.

आपल्याकडे दिवसाचे २४ तास असतात, पण त्या तासांपैकी किती तासांमध्ये आपण सर्वोच्च गुणवत्तेचे लक्ष्य ठेवतो? काही दिवस इतके ताणतणावपूर्ण आणि विखुरलेले असतात, की लक्ष केंद्रित करण्याचा एक क्षणही मिळत नाही. लक्ष वाढवता येते, पण नष्टही करता येते. लक्ष विचलित होणे, व्यत्यय आणि जिथे त्याचे रक्षण होऊ शकत नाही असे वातावरणसुद्धा कारणीभूत ठरत असते. सेकंड ब्रेन तयार करताना आपल्यासमोर असलेले मोठे आव्हान म्हणजे असे ज्ञानसंवर्धनाचे यंत्र तयार करणे जे लक्ष मोकळे करते आणि त्यावर अजून ताण आणत नाही.

अंतिम परिणाम लक्षात ठेवून काम करणे आवश्यक आहे, असेच आपल्याला आत्तापर्यंत शिकवले गेले आहे. आपल्यावर जबाबदारी टाकली जाते की आपण परिणाम दाखवून द्यावा. मग ते दुकानात विक्रीसाठी आलेले उत्पादन असो, एखादे भाषण असो किंवा प्रकाशित झालेला तांत्रिक अहवाल असो.

हे सल्ले साधारणतः चांगले असतात, पण त्यात केवळ अंतिम परिणामांवर लक्ष केंद्रित केले जाते आणि हीच मोठी उणीव आहे. नोट्स, मसुदे, रूपरेखा, अभिप्राय या सर्वांची पुरेशी दखल घेतली जात नाही. या प्रक्रियेत आपण जे लक्ष गुंतवतो ते दुर्लक्षित राहते आणि एकदा काम पूर्ण झाले की ते सगळे ज्ञान जणू काही लाटांनी धुतलेल्या वाळूच्या किल्ल्यासारखे नष्ट होते.

जर आपण लक्षकेंद्रित वापराला आपली सर्वांत मोठी संपत्ती मानतो, तर आपण या मधल्या टप्प्यातील कामाकडे दुर्लक्ष करून चालणार नाही. आपल्या करिअरमध्ये काहीतरी विलक्षण घडवण्यासाठी असलेला मर्यादित वेळ लक्षात घेतला, तर हे ज्ञान पुन्हा वापरता येईल अशा प्रणालीत परत गुंतवणे अत्यावश्यक ठरते.

तुम्ही आज कोणती अशी ज्ञानसंपत्ती निर्माण करत आहात, जी भविष्यात पुन्हा वापरता येईल? तुमच्या उद्याच्या प्रकल्पांना पुढे नेणारे कोणते मूलभूत घटक तुम्ही आज घडवत आहात? आणि तुमचे ज्ञान अशा स्वरूपात कसे साठवू शकता की भविष्यात कोणत्याही नव्या प्रयत्नांसाठी ते पुन्हा पुन्हा उपयोगात आणता येईल? याचा विचार करा.

सर्जनशीलतेच्या प्रक्रियेतील अंतिम टप्पा म्हणजे 'एक्सप्रेस' अर्थात व्यक्त करा. म्हणजेच सर्व काही परिपूर्ण होईपर्यंत थांबण्यास नकार द्या. आपल्या कल्पना लवकर, वारंवार, आणि छोट्या भागांमध्ये मांडण्याबद्दल आहे, जेणेकरून काय काम होत आहे, हे तपासता येईल आणि इतरांकडून अभिप्राय मिळेल. हा अभिप्राय पुन्हा तुमच्या सेकंड ब्रेनमध्ये सामावला जाईल आणि पुढील आवृत्तीची सुरुवात याच ज्ञानातून होईल.

मधल्या जागा : छोट्या विचारांची ताकद

आपले काम छोट्या-छोट्या भागांमध्ये विभागण्याची कल्पना काही नवीन नाही. आपण हा सल्ला शंभर वेळा ऐकलेला असतो. काम होत नसेल, तर ते छोट्या टप्प्यांमध्ये विभागा, हे अनेक जण आपल्याला सांगतात. प्रत्येक व्यवसाय, प्रत्येक सर्जनशील माध्यमात अंतिम कलाकृती तयार होण्यापूर्वी काही मधले टप्पे असतात. उदाहरणार्थ,

- सॉफ्टवेअर विकासात - मॉड्यूल्स
- स्टार्टअप्समध्ये - बीटा व्हर्जन
- वास्तुकलेत - स्केचेस
- दूरदर्शन मालिकांमध्ये - पायलट्स
- अभियंत्यांकडे - प्रोटोटाइप्स
- मोटार डिझाईनमध्ये - कॉन्सेप्ट कार्स
- संगीत रेकॉर्डिंगमध्ये - डेमोज

हे सर्व म्हणजे आपण काहीतरी नवीन तयार करताना बनवलेले म्हणजेच

प्राथमिक कच्चे आराखडे असतात; पण इथेच बरेच लोक चुकतात. फक्त कामाची विभागणी लहान भागांत करणे पुरेसे नाही, त्या भागांचे व्यवस्थापन करण्यासाठी तुमच्याकडे एक प्रणालीही हवी. नाहीतर तुम्ही फक्त आणखी गोंधळ घालता आणि असलेले काम वाढवून ठेवता. ही प्रणाली म्हणजेच तुमचा सेकंड ब्रेन आणि यामध्ये साठवलेले लहान-लहान कामाचे तुकडे म्हणजे मधले पॅकेट्स. ही पॅकेट्स म्हणजे तुमच्या कामाचे ठोस, स्वतंत्र घटक असतात.

उदाहरणार्थ, टीम मीटिंगचे नोट्स, संशोधन निष्कर्षांची यादी, सहकाऱ्यांसोबतचा ब्रेनस्टॉर्म, बाजाराचे विश्लेषण करणारा स्लाइड डेक किंवा एखाद्या कॉन्फरन्स कॉलमधील अ‍ॅक्शन आयटम्स.[1] अशा कोणत्याही नोट्स पुढच्या मोठ्या प्रोजेक्टचा किंवा उद्दिष्टाचा भाग बनू शकतात. उदाहरणार्थ, एक सेल्स प्रतिनिधी आरोग्यवर्धक एनर्जी ड्रिंकसाठी नवीन मोहीम आखत आहे असे समजा.

पहिल्या नजरेत 'सेल्स' हा व्यवसाय ज्ञान-व्यवस्थापनाशी फारसा संबंधित नाही असे वाटेल. कारण ते काम फोन कॉल्स, मीटिंग्ज, प्रेझेंटेशन्स आणि डील्सवर आधारित असते. पण जवळून पाहिल्यास, या कामातही अनेक जोडण्यासारखे घटक असतात. कंपनीचे ब्रोशर, सेल्स प्रॉस्पेक्ट्स, कॉलिंग स्क्रिप्ट्स, संभाव्य ग्राहकांची यादी, एखाद्या वितरकाशी झालेल्या मागील कॉल्सची नोंद हे सगळेच त्या सेल्स प्रतिनिधीच्या कामगिरीचे महत्त्वाचे आधार आहेत. LEGO ब्लॉक्सप्रमाणेच जितके जास्त घटक असतील, तितके काहीतरी नावीन्यपूर्ण तयार करणे सोपे होते.

कल्पना करा... जर पुढचा प्रोजेक्ट तुम्ही कोऱ्या पाटीवरून सुरू न करता, आधीच तयार केलेल्या घटकांपासून सुरू केला, तर किती फरक पडू शकेल? संशोधन निष्कर्ष, वेबसाईट क्लिपिंग्ज, PDF हायलाइट्स, पुस्तकातील नोट्स, किंवा स्केचेस हे सारे तुमच्या दीर्घकालीन प्रयत्नांचे प्रतिनिधित्व करतील. जे तुम्हाला तुमच्या क्षेत्राची, उद्योगाची आणि जगाची सखोल समज देतील.

आपला वेळ आणि लक्ष या दोन्ही गोष्टी अतिशय मर्यादित असतात आणि आता त्या गोष्टींकडे संसाधन म्हणून पाहण्याची वेळ आली आहे, ज्यात आपण अहवाल, योजना, सादरीकरणे, लेखन, ग्राफिक्स, स्लाइड्स इत्यादी माध्यमातून आपले लक्ष आणि श्रम गुंतवतो. या सर्व गोष्टी प्रत्येक वेळी नव्याने करण्याऐवजी

---

[1] मधले पॅकेट्स म्हणजेच Intermediate Packets यांना संक्षेपात IP असे म्हटले जाते आणि ते अगदी योग्य आहे. कारण ही IPs म्हणजेच तुमची खरी Intellectual Property (बौद्धिक संपत्ती) आहे. ती तुम्ही तयार केलेली असते, तिचे मालक तुम्हीच असता आणि तुम्हाला ती पुन्हा पुन्हा कोणत्याही भावी प्रकल्पात वापरण्याचा पूर्ण अधिकार असतो.

त्यांचा पुन्हा उपयोग करता येईल, अशी ज्ञानसंपत्ती म्हणून ते जपायला हवे.

मधले पॅकेट्स (Intermediate Packets) पुन्हा वापरल्याने आपले लक्ष अधिक उच्च पातळीवरील, सर्जनशील विचारांसाठी मोकळे होते. छोटा विचार करणे म्हणजेच गोष्टींचे सूक्ष्म भागांमध्ये विभाजन करणे हाच तुमचे विचारविश्व उंचावण्याचा आणि आकांक्षा वाढवण्याचा सर्वोत्तम मार्ग आहे. तुमच्या कामात तुम्ही तयार करू शकता आणि पुन्हा वापरू शकता अशी पाच प्रकारची Intermediate Packets अशी आहेत.

- Distilled Notes **(संकलित टिपा)**: मजकुराचा गाभा पटकन समजू शकेल अशा वाचलेल्या पुस्तकांतील किंवा लेखांतील सारांशरूप नोट्स. (उदा. मागील प्रकरणात शिकलेली Progressive Summarization तंत्र वापरून).
- Outtakes **(गळती साहित्य)**: ज्या कल्पना किंवा माहिती मागील प्रकल्पात बसल्या नाहीत, पण पुढील प्रकल्पांमध्ये उपयोगी ठरू शकतात.
- Work-in-process **(अपूर्ण कामाचे दस्तऐवज)**: मागील प्रकल्पांदरम्यान तयार झालेले दस्तऐवज, ग्राफिक्स, अजेंडा किंवा योजना.
- Final Deliverables **(अंतिम सादरीकरणे)**: नवीन प्रकल्पातील घटक म्हणून वापरता येऊ शकते अशी मागील प्रकल्पांत असलेली ठोस निर्मिती.
- Documents Created by Others **(इतरांनी तयार केलेले दस्तऐवज)**: तुमच्या टीममधील सदस्य, सल्लागार, ग्राहक किंवा इतर सहकारी यांनी तयार केलेली ज्ञानसंपत्ती, जी तुम्ही संदर्भासाठी वापरू शकता आणि तुमच्या कामात समाविष्ट करू शकता.

जर तुम्ही मोकळ्या वेळेत 'how-to' प्रकारचे लेख वाचत असाल, तर त्यातील सर्वोत्तम टिप्स तुमच्या नोट्समध्ये जतन करून ठेवा आणि त्या नंतर वापरण्यासाठी 'distilled notes' म्हणून साठवा. जर तुम्ही एखादा निबंध लिहीत असाल आणि एखादा परिच्छेद काढून टाकण्याचा निर्णय घेतला असेल, तर तो परिच्छेद 'outtake' म्हणून जतन करा. भविष्यात त्याच विषयावर पुढील लेख लिहिताना तो उपयोगी पडू शकतो.

जर तुम्ही product development मध्ये असाल आणि सविस्तर 'requirements document' तयार करत असाल, तर ते work-in-process म्हणून साठवा. पुढील उत्पादनांसाठी ते टेम्पलेट म्हणून कामी येईल. जर तुम्ही management consultant

असाल आणि वरिष्ठ अधिकाऱ्यांना दाखवलेले स्लाइड्स तयार केले असतील, तर ते 'final deliverables' म्हणून जतन करा. पुढील सादरीकरणात ते पुन्हा वापरता येतील आणि जर तुम्ही lab scientist असाल आणि तुमच्या सहकाऱ्याने परिपूर्ण प्रयोगशाळा प्रोटोकॉल तयार केला असेल, तर (त्यांची परवानगी घेऊन) तो तुमच्या कामात वापरता आणि सुधारणा करता येईल.

नेहमी लक्षात ठेवा, स्रोतांचा उल्लेख करणे आणि ज्यांचे योगदान आहे त्यांना श्रेय देणे अत्यावश्यक आहे. वैज्ञानिक आपले स्रोत लपवत नाहीत, उलट ते दाखवतात. त्यातून इतरांना त्यांचा शोधमार्ग पुन्हा सापडू शकतो. आपण सर्वजण पूर्वजांच्या खांद्यावर उभे आहोत, म्हणून नव्याने चाक शोधण्याऐवजी त्यांच्याच विचारांवर बांधणी करणेच शहाणपणाचे ठरते.

Intermediate Packets (IPs) या दृष्टिकोनात काम करण्याचे काही प्रभावी फायदे आहेत.

तुम्ही 'interruption-proof' होता. कारण तुम्ही एका वेळी फक्त एका छोट्या पॅकेटवर लक्ष केंद्रित करता. संपूर्ण प्रकल्प डोक्यात साठवण्याचा ताण घेत नाही. त्यामुळे कामात व्यत्यय आले तरी तुम्ही गोंधळून जात नाही.

तुम्ही कोणत्याही वेळेच्या तुकड्यात प्रगती करू शकता. अनेक तास अखंडित कामाची वाट पाहण्याऐवजी, तुम्ही ज्या वेळेत आहात त्यात बसणारे एक छोटे IP पूर्ण करू शकता. मोठे प्रकल्प आता भीतीदायक वाटत नाहीत, कारण तुम्ही त्यांना छोट्या, हाताळण्यास सोप्या भागांत विभागायला शिकलेले असता.

तुमच्या कामाची गुणवत्ता वाढते. प्रत्येक छोट्या भागावर काम करताना तुम्ही वारंवार फीडबॅक घेऊ शकता. काही आठवडे एकट्याने काम करून शेवटी चुकल्याचे लक्षात येण्याऐवजी, तुम्ही प्रत्येक टप्प्यावर सुधारणा करू शकता. त्यामुळे इतरांकडून अधिक भरीव, बांधीव अभिप्राय मिळतो.

सर्वांत मोठा फायदा, तुम्ही भविष्यातील प्रकल्प IPsच्या साहाय्याने सहज तयार करू शकता. एकदा तुमच्याकडे बरीच Intermediate Packets साठली की, तुम्ही नवीन प्रकल्प जवळपास 'जोडणी' करून तयार करू शकता. ही प्रक्रिया जादुई वाटते, कारण तुम्ही शून्यापासून काही सुरू करत नाही, तर आधी केलेल्या बौद्धिक गुंतवणुकीवर आधारित नवीन निर्मिती करत असता. लोकांना आश्चर्य वाटेल की तुम्ही इतके सातत्य राखून उच्च दर्जाचे काम कसे करता? प्रत्यक्षात तुम्ही जास्त

वेळ किंवा श्रम देत नसता, फक्त तुमच्या Second Brainमध्ये साठवलेल्या IPs वर अवलंबून असता.

Intermediate Packets म्हणजे तुमच्या कामातील सूक्ष्म घटकांकडे पाहण्याचा एक नवीन दृष्टिकोन आहे. मर्यादित विचार केल्याने तुम्ही प्रत्येक वेळी बसताना फक्त एक छोटा IP तयार करण्यावर लक्ष केंद्रित करू शकता. तो लगेच उपयोगात येईल का, याची चिंता न करता हे करता येऊ शकते. ही पद्धत सर्जनशीलतेकडे पाहण्याचा दृष्टिकोनच बदलते. जिथे निर्मिती म्हणजे दीर्घ, तणावपूर्ण प्रयत्न नसून, छोट्या छोट्या भागांमधून सतत मूल्य निर्माण करण्याची प्रक्रिया बनते.

घटक एकत्र करणे : सुलभ आणि अखंड निर्मितीचे रहस्य

तुम्ही एखादे स्केच करता, स्लाइड डिझाइन करता, फोनवर लहान व्हिडिओ रेकॉर्ड करता किंवा सोशल मीडियावर काही पोस्ट करता, तेव्हा तुम्ही एक लहान पण ठोस सर्जनशील कृती करत असता, जे नेहमीच काही ना काही 'by-product' निर्माण करत असते. तुमच्या दैनंदिन कामकाजात तुम्ही सतत तयार करत असलेल्या विविध गोष्टींचा विचार करा.

- वेब किंवा सोशल मीडियावर सेव्ह केलेले फेव्हरेट्स किंवा बुकमार्क्स
- तुमच्या विचारांचे जर्नल किंवा डायरी एंट्रीज
- वाचलेल्या पुस्तकांतील किंवा लेखांतील हायलाईट्स किंवा अधोरेखित भाग
- सोशल मीडियावर पोस्ट केलेले मेसेज, फोटो, व्हिडिओ
- सादरीकरणांसाठी तयार केलेल्या स्लाईड्स किंवा चार्ट्स
- कागदावर किंवा ॲप्समध्ये तयार केलेले डायग्राम्स, माइंड मॅप्स किंवा अन्य दृश्यरूपे
- मीटिंग्स, मुलाखती, व्याख्याने किंवा सादरीकरणांचे रेकॉर्डिंग्ज
- ईमेलद्वारे वारंवार विचारल्या जाणाऱ्या प्रश्नांची उत्तरे
- ब्लॉग पोस्ट्स, व्हाईट पेपर्स किंवा इतर लिखित लेखन
- अजेंडा, चेकलिस्ट, टेम्पलेट्स किंवा प्रोजेक्ट रेट्रोस्पेक्टिव्ह्ज अशा प्रकारचे नियोजन आणि दस्तऐवजीकरण.

तुम्ही ठरवून एखादे Intermediate Packet (IP) तयार करू शकता, पण त्याहूनही प्रभावी गोष्ट म्हणजे आधीपासून तयार झालेल्या अशा IPs लक्षात घेणे

आणि त्यांना तुमच्या सेकंड ब्रेनमध्ये साठवून ठेवणे. उदाहरणार्थ, समजा, तुम्हाला एक मोठी परिषद आयोजित करायची आहे. जर तो पूर्णपणे नवीन कार्यक्रम असेल किंवा तुम्ही कधीच परिषद आयोजित केली नसेल, तर सर्वकाही शून्यापासून तयार करावे लागेल असे वाटू शकते. पण जर तुम्ही हा मोठा प्रकल्प ठोस घटकांमध्ये विभागला, तर लागणारे सर्व घटक लगेच स्पष्ट दिसतील.

- परिषदेचा अजेंडा
- ब्रेकअप सेशन्सची यादी
- की–नोट सेशन्सचे थेट प्रसारण करण्यासाठी आवश्यक चेकलिस्ट
- परिषद जाहीर करणारा ईमेल
- वक्ते किंवा पॅनलिस्टसाठी निमंत्रण पत्र
- परिषदेची वेबसाइट

परिषद यशस्वीरीत्या पार पाडण्यासाठी हे सर्व घटक आवश्यक आहेत. तुम्ही हे सर्व स्वतः तयार करू शकता, पण हे घटक तयार करण्याऐवजी तुम्ही कसे मिळवू किंवा एकत्र करू शकता, हे पाहणे हा त्याहूनही शहाणपणाचा आणि जलद मार्ग असू शकतो.

उदा. पूर्वीच्या एखाद्या परिषदेतून कॉन्फरन्स अजेंडा घेऊन फक्त विषय आणि वक्त्यांची नावे बदलू शकता. इतरांनी सुचवलेले मनोरंजक विषय ब्रेक आउट सेशन्ससाठी एकत्र करून ठेवू शकता. पूर्वी आयोजित केलेल्या कार्यक्रमातील की नोट चेकलिस्ट पुन्हा वापरू शकता. भूतकाळात मिळालेल्या परिषदे–संबंधित ईमेलचे नमुने तुमच्या अर्काईव्हमधून वापरू शकता. तुम्हाला आवडलेल्या परिषद वेबसाइट्सचे स्क्रीनशॉट्स तुमच्या नवीन वेबसाइटसाठी उत्कृष्ट संदर्भ ठरू शकतात.

आपली सर्जनशीलता याच माध्यमातून विकसित होत जाते. जेव्हा आपल्याकडे एखादे टेम्पलेट असते, तेव्हा आपल्या कल्पना विस्कळित न होता निश्चित स्वरूपात प्रवाहित होतात. जवळपास प्रत्येक क्षेत्रात उत्तम उदाहरणे आणि वापरण्याजोग्या पद्धती उपलब्ध असतात. बहुतेक व्यावसायिक आधीच Intermediate Packets तयार करतात आणि वापरतात. तुमचा सेकंड ब्रेन म्हणजे आधीपासून तयार केलेल्या आणि वापरल्या जाणाऱ्या गोष्टींचा संच आहे. आपण फक्त त्या प्रक्रियेला थोडी शिस्त आणि हेतुपूर्वक रचना देत आहोत.

त्या एका ठिकाणी (जसे की डिजिटल नोट्स ॲपमध्ये) जतन करणे, प्रोजेक्ट, एरियाज आणि रिसोर्सेसनुसार व्यवस्थित वर्गीकृत करणे. त्यातील मुख्य मुद्दे distill करणे, म्हणजे त्यांना पटकन शोधता आणि वापरता येईल. एकदा हे मूलभूत टप्पे पूर्ण झाले की, एक्स्प्रेशन हा कष्टदायक, अवघड टप्पा न राहता आधीच तयार असलेल्या IPsच्या साध्या 'जोडणी'चा सहज अनुभव बनतो. काळ जसजसा पुढे जातो, तसतसे या सर्जनशील घटकांना एकत्र करून नव्या गोष्टी तयार करण्याची तुमची क्षमता, तुमचे करियर, बिझनेस ग्रोथ आणि एकूणच जीवनगुणवत्तेत निर्णायक फरक घडवते. अल्पकालात कदाचित तो फरक जाणवणार नाही, पण हळूहळू एक अदृश्य किंमत वाढत जाते. ती म्हणजे अनिश्चिततेची किंमत, तणावाची किंमत आणि सतत नव्याने कल्पना सुचवण्याच्या थकव्याची किंमत. जेव्हा तुमच्या सर्व सर्जनशीलतेचा भार फक्त तुमच्या अस्थिर मेंदूवर असतो, तेव्हा त्याची किंमत चुकवावी लागते. झोपेची, मनःशांतीची आणि आपल्या प्रियजनांसोबत घालवता न आलेल्या वेळेची.

आपल्या जुन्या कामाचा पुन्हा वापर कसा करावा?

'एक्सप्रेस' हा टप्पा म्हणजे आपण आपल्याला आवश्यक असलेली माहिती योग्य वेळी, योग्य ठिकाणी कशी मिळवावी, याचा सराव करण्याचा टप्पा आहे. याच वेळी आपण आपल्या 'सेकंड ब्रेन'वर (दुसऱ्या मेंदूवर) विश्वास ठेवायला शिकतो की तो आपल्यासाठी काम करत आहे.

आता या 'retrieval' म्हणजेच माहिती पुन्हा शोधण्याच्या प्रक्रियेचा जवळून विचार करूया : तुम्ही जे Intermediate Packets (म्हणजेच मधल्या टप्प्यातील कल्पना, नोट्स किंवा अर्धवट तयार साहित्य) जतन करून ठेवले आहेत, ते नंतर गरजेच्या वेळी कसे शोधून काढणार?

हे सोपे प्रश्न नाहीत. कारण आपण भूतकाळात जतन केलेल्या या IPs आणि भविष्यातील प्रकल्पांमधला संबंध अनेकदा अगदी अनपेक्षित असतो. उदाहरणार्थ, तुम्ही कधीतरी एखाद्या इमारतीवरचा कॉन्सर्टचा पोस्टर पाहून फोटो काढला असेल; तोच फोटो पुढे तुम्ही तयार करत असलेल्या लोगोच्या आकृतींना प्रेरणा देऊ शकतो.

मेट्रोमध्ये ऐकलेले एखादे गाणे तुम्ही मुलांच्या शाळेतील नाटकासाठी लिहीत असलेल्या जिंगलवर परिणाम करू शकते, किंवा एखाद्या पुस्तकात वाचलेली मन वळविण्याची कल्पना पुढे कंपनीसाठी आयोजित केलेल्या आरोग्य मोहिमेचा मुख्य पाया बनू शकते. अशा प्रकारच्या कल्पना म्हणजेच सर्वांत मौल्यवान जोडणी असते कारण त्या एका विषयाच्या सीमारेषा ओलांडतात. त्या पूर्वनियोजित करता येत

नाहीत; त्या फक्त तेव्हाच उगम पावतात, जेव्हा अनेक प्रकारच्या कल्पना, विविध आकारांत आणि रूपांत, एकत्र येऊन मिसळतात.

या नैसर्गिक अनिश्चिततेमुळे, तुमच्या नोट्समधील कल्पना पुन्हा मिळवण्यासाठी एकच परिपूर्ण आणि हमखास चालणारी पद्धत अस्तित्वात नाही. त्याऐवजी, अशा चार पद्धती आहेत ज्या एकमेकांना पूरक ठरतात आणि एकत्र वापरल्यास, त्या कोणत्याही संगणकापेक्षा सामर्थ्यशाली आणि कोणत्याही मानवी मेंदूपेक्षा अधिक लवचीक ठरतात. तुम्ही या चारही पद्धती एकामागून एक वापरून पाहू शकता, जोपर्यंत हवे ते सापडत नाही.

त्या चार पद्धती म्हणजे:

1. शोध घेणे (Search)
2. फेरफटका मारणे किंवा पाहणी करणे (Browsing)
3. टॅग्स वापरणे (Tags)
4. योगायोगाने सापडलेली माहिती (Serendipity)

1. माहिती पुन्हा शोधण्याची पद्धत क्रमांक १ : शोध (Search)

तुमच्या नोट्स ॲपमधील शोध ही सुविधा अतिशय शक्तिशाली आहे. जशी सर्च इंजिन्सनी इंटरनेटवर माहिती शोधण्याच्या पद्धतीत क्रांती घडवली, तशीच हीच तंत्रज्ञानपद्धती तुमच्या वैयक्तिक ज्ञानसंग्रहात उपयुक्त ठरते. 'शोध' या पद्धतीचा एक मोठा फायदा म्हणजे ती वेळ आणि श्रमाच्या दृष्टीने मोफत सुविधा आहे. तुम्ही केवळ तुमच्या सर्व नोट्स एका ठिकाणी साठवल्या तरी, त्या काही सेकंदांत शोधण्यासाठी सॉफ्टवेअर सक्षम बनते. तुम्ही एकामागोमाग अनेक शोध घेऊ शकता, वेगवेगळ्या शब्दप्रयोगांच्या पर्यायांवर प्रयोग करून तुमच्या 'ज्ञानबागेत' फेरफटका मारू शकता. या जलद आणि पुनरावृत्तीवर आधारित शोधपद्धतीतच नोट्स ॲप्सचा खरा फायदा दिसतो, कारण येथे तुम्हाला पारंपरिक वर्ड प्रोसेसिंगप्रमाणे एकेक फाईल उघडून बंद करण्याची गरज नसते.

एक अर्थाने, तुमच्या 'सेकंड ब्रेन'मधील प्रत्येक नोट आधीच उघडी असते. फक्त एका क्लिकने किंवा टॅपने तुम्ही तिच्यातील माहिती पाहू आणि वापरू शकता. म्हणूनच, 'शोध' हीच तुम्ही वापरायची पहिली पद्धत ठरते.

तुम्हाला साधारणतः काय शोधायचे आहे हे माहीत असते, जेव्हा तुमच्याकडे त्या संदर्भात आधीच तयार फोल्डर नसतो, किंवा जेव्हा तुम्ही मजकूर (text) शोधत

असता, तेव्हाच ती तेव्हा सर्वाधिक उपयुक्त ठरते; पण इतर सर्व साधनांप्रमाणे, 'शोधा'लाही मर्यादा आहेत. जर तुम्हाला नक्की काय शोधायचे आहे हे ठाऊक नसेल, तयार फोल्डर नसेल, किंवा तुम्ही प्रतिमा, ग्राफिक्ससारखी दृश्य माहिती शोधत असाल तर मग पुढची पद्धत वापरण्याची वेळ येते: Browsing.

2. माहिती पुन्हा शोधण्याची पद्धत क्रमांक २ : फेरफटका (Browsing)

पाचव्या अध्यायात सांगितलेल्या PARA प्रणालीनुसार तुमच्या नोट्सचे वर्गीकरण केले असेल, तर तुमच्याकडे आधीच प्रत्येक सक्रिय प्रकल्प, जबाबदारीचे क्षेत्र, संसाधन आणि संग्रह (archives) यासाठी स्वतंत्र फोल्डर्स असतील. प्रत्येक फोल्डर म्हणजे तुमच्या आयुष्याच्या त्या विशिष्ट क्षेत्रावर लक्ष केंद्रित करण्यासाठी तयार केलेले एक खास वातावरण असते. या फोल्डर्समध्ये वेगवेगळ्या स्वरूपातील माहिती असू शकते. फोनवर बोलताना घेतलेल्या झटपट टिपांपासून ते आधीच्या प्रकल्पांत वापरलेल्या परिपक्क Intermediate Packets पर्यंत.

जेव्हा एखादी कृती करायची वेळ येते, तेव्हा तुम्ही योग्य फोल्डरमध्ये जाऊन निश्चिंत राहू शकता की तिथे सापडणारी प्रत्येक गोष्ट त्या कामाशी संबंधित आहे.

शोध अतिशय प्रभावी असला, तरी संशोधनांनुसार अनेक प्रसंगी लोकांना आपली फाईल सिस्टिम स्वतः नेव्हिगेट करणे अधिक पसंत असते. म्हणजेच हाताने फोल्डर्स स्कॅन करणे, फाईलच्या नावांकडे पाहून योग्य माहितीचा मागोवा घेणे. अशा प्रकारे नेव्हिगेशन केल्याने व्यक्तीला आपल्याला हवी तशी दिशा निवडता येते. फोल्डर आणि फाईलची नावे लहान-सहान संकेत देतात, त्यातून कुठे शोधायचे हे ठरवता येते. ब्राउझिंगमुळे आपण माहितीपर्यंत हळूहळू पोहोचतो. सर्वसाधारण गोष्टींपासून सुरुवात करून अधिकाधिक विशिष्ट गोष्टींपर्यंत जाता येते.

अशी ब्राउझिंग पद्धत आपल्या मेंदूच्या जुन्या भागांचा वापर करते, जे मूळतः भौतिक जागांमधून मार्ग शोधण्यासाठी विकसित झाले आहेत. म्हणूनच, ही पद्धत आपल्याला अधिक नैसर्गिक वाटते.

तुम्हाला तुमच्या फोल्डर्सच्या श्रेणीमध्ये सहजपणे फेरफटका (Browsing) मारायला मदत करतात अशा अनेक सुविधा नोट्स ॲप्समध्ये आज उपलब्ध आहेत. काही ॲप्स तुम्हाला नोट्सच्या यादीला वर्गवारीनुसार लावण्याची परवानगी देतात. उदाहरणार्थ, तयार झालेल्या तारखेनुसार. यामुळे सर्वांत नवीन कल्पनांपासून ते सर्वांत जुन्या कल्पनांपर्यंत संवादी समयरेषा (interactive timeline) तयार होते.

काही ॲप्समध्ये फक्त प्रतिमा आणि वेब-क्लिपिंग्ज दाखवण्याचा पर्याय असतो, ज्यामुळे काहीतरी लक्षवेधक दिसते, हे तुम्ही पटकन दृश्य स्वरूपात स्कॅन करून पाहू शकता. बहुतांश नोट्स ॲप्समध्ये एकाचवेळी अनेक विंडोज उघडण्याची मुभा असते. त्यामुळे तुम्ही दोन नोट्स किंवा फोल्डर्स एकत्र पाहून त्यांची तुलना करू शकता, त्यातील वैविध्य पाहू शकता आणि आवश्यक माहिती एका ठिकाणाहून दुसऱ्या ठिकाणी हलवू शकता.

तथापि, ब्राउझिंग पद्धतीलाही मर्यादा आहेत. कधी कधी एखादा प्रकल्प पुढे येणार आहे हे तुम्हाला आधीच माहीत असते, आणि तुम्ही त्या प्रकल्पासाठी साहित्य जमा करून ठेवू शकता; पण अनेकदा तसे नसते. कधी कधी एखादी नोट तुमच्या व्यवसायाच्या कोणत्या विभागाशी संबंधित आहे, हे स्पष्टपणे कळते, पण बऱ्याचदा अजिबात कल्पना नसते की ती कुठे ठेवावी. अशा अनेक नोट्स पुढे पूर्णपणे अनपेक्षित पद्धतीने उपयोगी पडतात. आपल्याला त्या अनपेक्षितपणे जुळणाऱ्या कल्पनांचा (serendipity) स्वीकार करायचा आहे, त्याला विरोध करायचा नाही. आणि अशा अवचित आणि अनपेक्षित परिस्थितीतच 'टॅग्स' खऱ्या अर्थाने झळकतात.

3. माहिती पुन्हा शोधण्याची पद्धत क्रमांक ३ : टॅग्स (Tags)

टॅग्ज म्हणजे लहान लेबल्स. कोणत्याही नोट्सना, त्या कुठेही साठवलेल्या असल्या तरी आपण टॅग्ज लावू शकता. एकदा टॅग लावल्यानंतर, तुम्ही त्या टॅगचा शोध घेऊ शकता आणि त्या सर्व नोट्स एकाच ठिकाणी पाहू शकता. फोल्डर्सची एक मोठी मर्यादा म्हणजे कल्पना एकमेकांपासून वेगळ्या 'सिलो'मध्ये अडकतात, ज्यामुळे त्यांच्या दरम्यान नवीन, रंजक जोडणी निर्माण करणे कठीण होते. ही मर्यादा दूर करण्याचे काम टॅग्ज करतात. ते तुमच्या सेकंड ब्रेनमध्ये जोडणी करतात, त्यामुळे विविध विषयांमधील साम्य, समान थीम्स आणि पॅटर्न्स स्पष्टपणे दिसू लागतात. जे एखाद्या साध्या वर्गीकरणात बसत नाहीत.

उदाहरणार्थ, तुम्ही कस्टमर सर्व्हिसमध्ये काम करता आणि तुम्हाला वारंवार ग्राहकांकडून त्याच त्या प्रश्नांची पुनरावृत्ती होत असल्याचे दिसते. तुम्ही ठरवता की 'Frequently Asked Questions' (F-Q) पान तयार करून ते कंपनीच्या वेबसाईटवर टाकावे. हा एक नवीन प्रकल्प ठरतो, पण त्यासाठी तुम्ही आधीपासून साहित्य गोळा केलेले नसते. तुमच्याकडे आधीपासून असलेल्या काही नोट्स उपयोगी ठरू शकतात, पण त्या तुम्हाला त्यांच्या मूळ फोल्डर्समधून हलवायच्या नसतात, कारण त्या इतर

प्रकल्पांशी किंवा संसाधनांशी संबंधित असतात.

इथे टॅग्सचा वापर उपयुक्त ठरतो. तुम्ही फक्त पंधरा मिनिटे खर्च करून 'F-Q' संबंधी शब्दांवर शोध घेऊ शकता. उपयुक्त वाटणाऱ्या प्रत्येक नोटला 'F-Q' असा टॅग लावा, पण ती तिच्या मूळ ठिकाणीच ठेवा. एकदा पुरेसे साहित्य गोळा झाले की, फक्त 'F-Q' टॅगसाठी एकच शोध घ्या आणि त्या सर्व नोट्स एका ठिकाणी झटपट पाहता येतील. यानंतर तुम्ही त्या काळजीपूर्वक वाचू शकता, महत्त्वाचे मुद्दे अधोरेखित करू शकता आणि त्यावर आधारित आराखडा तयार करून लेखनास सुरुवात करू शकता.

तथापि, टॅग्सचा वापर तुमच्या प्राथमिक व्यवस्थापन प्रणालीसारखा करू नये. प्रत्येक नोटला टॅग लावणे ही वेळ आणि ऊर्जा खाणारी प्रक्रिया आहे. की–वर्ड वापरून शोध घेणे किंवा फोल्डरमधून फेरफटका मारणे हे अधिक सोपे असते, पण जेव्हा या दोन्ही पद्धती उपयोगी पडत नाहीत आणि तुम्हाला क्षणात वेगवेगळ्या कल्पना जोडायच्या किंवा एकत्र करायच्या असतात, तेव्हा टॅग्स फार उपयोगी ठरतात.[2]

4. माहिती पुन्हा शोधण्याची पद्धत क्रमांक ४ : योगायोग (Serendipity)

चौथी पद्धत ही सर्वांत गूढ आणि अनेक अर्थांनी सर्वांत सामर्थ्यशाली आहे. शोध, फेरफटका आणि टॅग्ज यांच्या पलीकडे एक अशी शक्यतांची दुनिया आहे जिचा माणसाला वेध घेता येत नाही. कधी कधी काहीतरी जादू घडते. वेगवेगळ्या कल्पनांमध्ये एखादी नवी जोडणी विजेच्या झटक्यासारखी अचानक समोर येते. असे क्षण सर्जनशील व्यक्तींसाठी महत्त्वाचे असतात. अशा गोष्टी पूर्वनियोजित करता येत नाहीत, पण त्यासाठी योग्य परिस्थिती मात्र आपण तयार करू शकतो. हाच तो मुख्य हेतू असतो, ज्यासाठी आपण आपल्या सेकंड ब्रेनमध्ये वेगवेगळ्या प्रकारचे, विविध विषयांवरील आणि भिन्न स्वरूपातील साहित्य एकत्र ठेवतो. ज्यातून नवनव्या कल्पना साकारू शकतात असे हे 'सर्जनशील DN-'Mo सूप तयार करण्यासारखे असते.

योगायोगातून (serendipity) माहिती मिळण्याच्या काही ठरावीक रूपांपैकी पहिले म्हणजे शोध घेताना किंवा ब्राउझ करताना तुमचे लक्ष थोडे व्यापक ठेवणे.

---

2 वैयक्तिक ज्ञान व्यवस्थापनासाठी टॅगिंग हा एक स्वतंत्र विषय आहे. सुरुवात करण्यासाठी ते आवश्यक नाही. मी टॅग्सवर एक स्वतंत्र बोनस अध्याय लिहिला आहे, जो तुम्ही डाउनलोड करू शकता. builgingasecondbrain.com/bonuschapter.

फक्त एका फोल्डरपुरता शोध थांबवू नका. संबंधित विषय, समान प्रकल्प किंवा विविध प्रकारची संसाधने असलेल्या फोल्डर्समधूनही एक नजर टाका. मी स्वतः एखादा नवीन प्रकल्प सुरू करताना पाच-सहा PARA फोल्डर्स तपासतो. कदाचित त्यात काही उपयोगी नक्की सापडते. तुम्हीसुद्धा हे फोल्डर्स नीट निवडून आणि स्वच्छ ठेवले असतील तर त्यात जास्त सामग्री नसते आणि ती तपासणे आपल्याला सोपे जाते.

जर तुम्ही सहाव्या अध्यायात सांगितल्याप्रमाणे 'Progressive Summarization' वापरत असाल, तर तुम्हाला फक्त हायलाइट केलेले भाग वाचावे लागतात. त्यामुळे वेळ वाचतो आणि माहिती पटकन समजते. सरासरी मला एक हायलाइटेड नोट पाहायला तीस सेकंदांपेक्षा कमी वेळ लागतो. म्हणजे फक्त दहा मिनिटांत मी वीसहून अधिक नोट्स पाहू शकतो.

दुसरे म्हणजे, दृश्य प्रतिमांमुळे योगायोगाची शक्यता वाढते. म्हणूनच, फक्त मजकूर नव्हे तर प्रतिमासुद्धा जतन करण्याचा मी आवर्जून सल्ला देतो. आपला मेंदू मूलतः दृश्य माहितीवर अधिक जलद प्रतिक्रिया देतो. रंग, आकार आणि रचना आपण एका क्षणात ओळखतो आणि त्यासाठी वाचण्यापेक्षा खूपच कमी ऊर्जा लागते. काही डिजिटल नोट्स ॲप्समध्ये फक्त प्रतिमा दाखवण्याचा पर्याय असतो आणि तो तुमच्या मेंदूच्या दृश्य आणि सहजज्ञानात्मक भागांना सक्रिय करण्याचा प्रभावी मार्ग असतो.

तिसरे म्हणजे तुमच्या कल्पना इतरांशी शेअर करणे. ही योगायोग वाढवण्याची अजून एक उत्तम पद्धत आहे. तुम्ही एखादी कल्पना दुसऱ्या व्यक्तीसमोर मांडता, तेव्हा त्यांची प्रतिक्रिया पूर्णपणे अनपेक्षित असते. कधी ते तुम्हाला अत्यंत रोचक वाटणाऱ्या गोष्टीत अजिबात रस दाखवणार नाहीत, तर कधी तुम्हाला साधी वाटणारी कल्पना त्यांना विलक्षण वाटेल. ही दोन्ही प्रकारची प्रतिक्रिया महत्त्वाची आहे कारण ती तुमच्या विचारांना नवी दिशा देते. कधी ते अशा मुद्द्यांकडे लक्ष वेधतील जे तुम्ही विचारात घेतलेच नव्हते, नवीन स्रोत सुचवतील, किंवा स्वतःच्या कल्पनांनी तुमचे विचार समृद्ध करतील. या सर्व पद्धती म्हणजे, तुमचा पहिला मेंदू, तुमचा दुसरा मेंदू आणि इतरांचे मेंदू या तिन्हींचा मिळून केलेला सुंदर संगम होय.

अभिव्यक्तीचे तीन टप्पे : आपले काम दाखवणे म्हणजे काय?

तिसऱ्या प्रकरणात मी स्पष्ट केले आहे की सेकंड ब्रेन विकसित करताना आणि ज्ञान व्यवस्थापन कौशल्ये सुधारताना माणूस साधारणपणे तीन वेगवेगळ्या

टप्प्यांतून जातो. ते म्हणजे, स्मरण करणे, जोडणी करणे आणि निर्मिती करणे. या प्रत्येक टप्प्यांचा प्रत्यक्षात कसा उपयोग होतो, हे माझ्या काही माजी विद्यार्थ्यांच्या उदाहरणांद्वारे पाहूया.

स्मरण : योग्य क्षणी कल्पना पुन्हा शोधणे

बेनीग्नो हा फिलिपिन्समधील एक वडील आणि व्यवसाय सल्लागार आहे. क्रिप्टोकरन्सी या उदयोन्मुख प्रवाहाला अधिक चांगल्या प्रकारे समजून घेणे हा त्याचा सेकंड ब्रेन तयार करण्यामागचा त्याचा उद्देश होता. त्याने यापूर्वी माहिती गोळा करण्यासाठी अनेक पद्धती वापरल्या, पण नेहमीच त्याने गोळा केलेली माहिती शोधून वापरणे कठीण जात असे. वारंवार तो म्हणायचा, वाचतो, बुकमार्क करतो... आणि मग विसरून जातो.

एके दिवशी त्याला एक क्रिप्टोकरन्सीवरील लेख मिळाला. त्याने त्या लेखातील काही महत्त्वाचे उतारे आपल्या नोट्समध्ये साठवले. काही दिवसांनी त्याचे काही मित्र या विषयात रस घेऊ लागले, तेव्हा बेनीग्नोने आठ मिनिटे खर्चून त्या उताऱ्यांची क्रमशः संक्षिप्त मांडणी केली आणि तो लेख त्यांना शेअर केला. त्याने वाचण्यासाठी आणि समजण्यासाठी वेळ घेतला पण त्याने मित्रांचा वेळ वाचला. आणि एका नवीन विषयासाठी ते एकत्र आले.

बेनीग्नो म्हणतो, माझ्या लक्षात आले की लांबलचक लेख फक्त पाठवला तर कोणी वाचत नाही, पण मी निवडक भाग हायलाइट केले म्हणून त्यांना पटकन समजले. आणि आता माझ्याकडे माझ्या भविष्यातील लेखासाठीही सामग्री तयार आहे... हे सगळे CODE मुळे शक्य झाले.

तुम्हाला एखादा नवा सिद्धांत निर्माण करायची किंवा पुढची महान कादंबरी लिहायची गरज नाही. तुम्ही जे विचार जपले असतात, ते इतरांना उपयोगी पडण्यासाठी शेअर करण्याची संधी तुम्हाला फक्त काही दिवसांतच दिसू लागते.

जोडणी : नोट्स वापरून मोठी कहाणी सांगणे

पॅट्रिक हा कोलोरॅडो राज्यातील एका चर्चचा पाद्री आहे. तो आपल्या सेकंड ब्रेनचा वापरतो. त्याच्यासाठी ही एक सर्जनशील प्रक्रिया आहे. एखाद्या व्यक्तीच्या आयुष्याचा सन्मानपूर्वक आढावा घेणारी ही गोष्ट असते. त्याचे उद्दिष्ट असते ते म्हणजे, एखाद्याच्या आयुष्याची कहाणी अशा रीतीने सांगणे, की ज्यातून त्या व्यक्तीच्या जीवनाचा अर्थ आणि मूल्य पुन्हा उजळून निघेल.

पूर्वी हे काम खूप अवघड आणि वेळखाऊ असायचे. पण सेकंड ब्रेन वापरल्यावर पॅट्रिकला जाणवले की त्याचे खरे काम म्हणजे त्या व्यक्तीबद्दल मिळालेल्या कथा आणि आठवणी यांची अर्थपूर्ण जोडणी करण्याचे आहे. त्याने आपली पद्धतच बदलली. संभाषणादरम्यान तो फोनवरील स्वयंचलित ट्रान्सक्रिप्शन ॲप वापरून प्रत्येक शब्द नोंदवू लागला. त्यामुळे नोट्स घेण्याची धडपड न करता तो दुःखी कुटुंबीयांची वेदना समजून घेऊ शकला. त्या संभाषणांचे ट्रान्सक्रिप्ट्स, मृत व्यक्तीचे चरित्र, छायाचित्रे आणि इतर दस्तऐवज एका PARA प्रोजेक्ट फोल्डरमध्ये साठवत असे. त्यामुळे त्याला सगळे एका ठिकाणी दिसे. पूर्वी सगळे एकत्र करण्यासाठी पाच ते सात तास लागायचे, तिथे आता तो प्रत्येक मुलाखतीनंतर फक्त पंधरा मिनिटांत ठळक भाग चिन्हांकित करीत असे.

पॅट्रिक म्हणतो, पहिला मेंदू ज्या गोष्टीत चांगला आहे, त्याचसाठी त्याचा वापर करणे म्हणजे खऱ्या अर्थाने स्वातंत्र्याची जाणीव. दुःख व्यक्त करणाऱ्या लोकांशी संवाद साधताना उपस्थित राहू शकतो, कारण सगळे नोंदलेले असते. आणि जेव्हा स्मरण करायची वेळ येते, तेव्हा ८० टक्के काम आधीच झालेले असते.[3]

सर्जनशील अभिव्यक्ती म्हणजे नेहमी स्वतःचे प्रमोशन किंवा करिअर पुढे नेणे नव्हे. कधी कधी इतरांसाठी गोष्टी जोडता येणे ही आपली सर्वांत सुंदर निर्मिती असते.

निर्मिती : ताण न घेता प्रकल्प पूर्ण करा आणि आपले उद्दिष्ट साध्य करा

रेबेका ही फ्लोरिडा राज्यातील एका विद्यापीठात मानसशास्त्र विषयाची प्राध्यापिका आहे. ती आपल्या अध्यापनाचा एक भाग म्हणून नवनवीन शैक्षणिक कार्यक्रम आणि सादरीकरणे तयार करण्यासाठी डिजिटल नोट्सचा उपयोग करते. सेकंड ब्रेन तयार करण्यापूर्वी रेबेकाची सवय अशी होती की तिला एखाद्या व्याख्यानासाठी किंवा कार्यक्रमासाठी कल्पना मांडायच्या असतील, तर ती मोठा सलग वेळ मिळेपर्यंत थांबत असे. पण एक व्यस्त प्राध्यापिका आणि आई म्हणून तिला असा अखंड वेळ मिळणे जवळपास अशक्यच होते. मात्र, डिजिटल नोट्समुळे तिला काम पुढे नेण्याचा नवा मार्ग सापडला. एखादा कार्यक्रम किंवा व्याख्यान ठरले की, जेव्हा कधी तिला

---

3 माझ्या आवडत्या मार्गदर्शक तत्त्वांपैकी एक म्हणजे - फक्त तीच कामे सुरू करा जी आधीच ८० टक्के पूर्ण झाली आहेत. पहिल्या नजरेत हे विरोधाभासी वाटू शकते, पण त्यामागे एक शहाणपण आहे. मी जेव्हा एखादा प्रकल्प सुरू करण्याचा निर्णय घेतो, तेव्हा त्याच्याशी संबंधित बहुतेक माहिती मी आधीच संकलित, वर्गीकृत आणि संक्षेपित केलेली असते. यामुळे मी अशा कोणत्याही कामाला हात घालत नाही, जे पूर्ण होणार नाही. म्हणजेच पूर्ण तयारी झाल्यावरच सुरुवात केल्याने अपूर्णतेचा धोका कायमच टळतो.

एखादी कल्पना सुचत असे तेव्हा ती ताबडतोब तिच्या 'नोट्स इनबॉक्स'मध्ये एक छोटी नोंद करून ठेवत असे.

काही दिवसांनी जेव्हा ती बसून रूपरेषा तयार करू लागली, तेव्हा तिच्या लक्षात आले की तिच्याकडे आवश्यक साहित्य आधीपासूनच तयार आहे. उदाहरणे, रूपकं, मुद्दे, आणि महत्त्वाचे संदर्भ सारे काही. म्हणजेच Intermediate Packets पूर्ण तयार झाले होते. त्यामुळे रेबेकाला नवे काही निर्माण करताना ताण आला नाही. उलट ती प्रेरणादायी क्षणांमध्ये हळूहळू काम करत राहिली आणि तिची अंतिम तयारी सहज, सुलभ आणि आनंददायी झाली. तिच्या जवळ त्या विषयाशी संबंधित संशोधनातील तथ्ये, गोष्टी, आकृत्या – अशी सर्व माहिती आधीच नोंदवलेली होती. तिला फक्त एवढेच करायचे होते की आधी तिने जतन केलेली टिपणे आणि मधले तयार झालेले भाग (Intermediate Packets) एकत्र गुंफून मांडायचे होते.

रेबेकाच्या शब्दांत सांगायचे झाले, तर मी फक्त माझे काम, माझे कुटुंब, माझे वैवाहिक आयुष्य या माझ्या प्राधान्यक्रमांकडे पाहू शकते आणि मग त्या क्षणी फक्त माझ्या समोर असलेल्या प्रकल्पांवर लक्ष केंद्रित करू शकते. तुम्ही दस्तऐवज, सादरीकरण, निर्णय किंवा परिणाम यापैकी काहीही तयार करत असाल, तर तुमचे सेकंड ब्रेन म्हणजे अशा सर्व छोट्या मोठ्या कल्पना, माहितीचे तुकडे आणि संदर्भ साठवून ठेवणारे एक भांडार असते. जेव्हा तुम्ही एकाग्र होऊन काम करायला बसता, तेव्हा हेच भांडार तुम्हाला आवश्यक ते सारे काही तत्काळ समोर आणून देते. हे म्हणजे एक सर्जनशील वातावरण असते जे तुम्ही कुठेही, कधीही उघडू शकता आणि काम सुरू करू शकता.

सर्जनशीलता म्हणजे सहकार्याचा प्रवास

सर्जनशीलतेबद्दल एक सामान्य गैरसमज आहे की ती फक्त एकांतात घडते. एखादा कलाकार एकटाच खोलीत बसून घाम गाळत आपल्या कलाकृतीला आकार देतो, असे आपण ऐकतो. पण वास्तव तसे नसते.

प्रत्यक्षात कोणत्याही क्षेत्रात सर्जनशीलता शेवटी इतरांसोबतच्या सहकार्यावरच आधारलेली असते. संगीतकारालाही गाणे तयार झाल्यानंतर साउंड इंजिनियरची गरज असते. अभिनेता दिग्दर्शकाशिवाय अपूर्ण असतो आणि अगदी लेखकदेखील. जो जंगलातील झोपडीत बसून एकटा पुस्तक लिहितो अशी प्रतिमा असते. पण त्यालादेखील संपादकाच्या संवादाशिवाय पुस्तक पूर्ण करता येत नाही. पुस्तक हे लेखक आणि संपादक यांच्या सामूहिक प्रयत्नांचा परिणाम असते.

आपले काम Intermediate Packets म्हणजेच मधले तयार भाग यांच्या रूपात पाहणे म्हणजे फक्त काम तुकड्यांत विभागणे नव्हे. त्या लहान भागांमुळे सर्जनशीलता अधिक सामायिक आणि सहकारी बनते, हाच त्यामागचा खरा बदल असतो. एखाद्या मोठ्या प्रकल्पाऐवजी त्यातील छोटासा भाग दाखवून प्रतिक्रिया मागणे किती सोपे असते! संपूर्ण कामावर टीका ऐकण्यापेक्षा, लहान भागावर सुरुवातीला सूचना मिळणे अधिक उपयुक्त असते. त्या प्रत्येक छोट्या प्रतिसादातून तुम्ही तुमचे काम अधिक नेमके, आकर्षक आणि सुटसुटीत बनवू शकता. सर्जनशील कामातील मुख्य अडचण म्हणजे आपण त्याच्या खूप जवळ असतो, त्यामुळे वस्तुनिष्ठपणे पाहू शकत नाही. दुसऱ्यांच्या नजरेतून स्वतःचे काम पाहण्यासाठी प्रतिक्रिया घेतली जाते. त्यांच्या प्रतिसादामुळे तुम्ही तुमच्या निर्मितीतील रिकाम्या जागा ओळखू शकता. जेव्हा तुम्हाला या प्रतिसादाचे मूल्य लक्षात येते, तेव्हा त्यासाठी तुम्ही उत्सुक राहू लागता. शक्य तितक्या लवकर आणि वारंवार प्रतिक्रिया मिळाव्यात म्हणून तुम्ही तुमची कार्यपद्धती बदलता. कारण एकट्याने सतत नवनवीन कल्पना काढण्यापेक्षा इतरांच्या विचारांचा संग्रह आणि त्याचे संयोजन करणे अधिक सोपे असते. तुम्ही स्वतःला कल्पनांचा मूळ स्रोत म्हणून नव्हे, तर तुमच्या नेटवर्कमधील सामूहिक विचारांचा निवडक संकलक म्हणून पाहू लागता.

तुमच्या सेकंड ब्रेनमधील काही नोट्स विशेष महत्त्वाच्या ठरतात. त्या पुन्हा पुन्हा उपयोगात येतात. या नोट्सच तुमच्या कामाच्या पायाभूत कल्पना बनतात. पण कोणत्या नोट्स इतक्या मौल्यवान ठरतील, हे आधी सांगता येत नाही. हे फक्त तेव्हाच कळते, जेव्हा तुम्ही तुमच्या कल्पना इतरांशी शेअर करता आणि पाहता की कोणत्या कल्पना त्यांना खऱ्या अर्थाने भिडतात. कारण आपल्या सर्वांत मौल्यवान आणि प्रभावी कल्पना आपण इतरांशी शेअर केल्यावरच स्पष्टपणे दिसतात.

सारे काही 'रीमिक्स'

कोड (CODE) पद्धत सर्जनशीलतेच्या एका महत्त्वाच्या पैलूवर आधारित आहे ती म्हणजे, सर्जनशीलता नेहमीच आधीपासून अस्तित्वात असलेल्या घटकांच्या पुनर्मिश्रणावर उभी असते. आपण सर्वजण आपल्या पूर्वजांच्या खांद्यांवर उभे आहोत. कोणीही पूर्णपणे शून्यातून काही निर्माण करत नाही.

'किटबॅशिंग' (Kitbashing) ही अशी एक पद्धत आहे जी 'स्टार वॉर्स' आणि 'इंडियाना जोन्स'सारख्या ॲक्शन चित्रपटांसाठी सूक्ष्म मॉडेल्स तयार करताना वापरली जाते. वेळ आणि खर्चाच्या मर्यादेत राहण्यासाठी मॉडेल तयार करणारे कलाकार तयार

व्यापारी किट्स विकत घेतात आणि त्यांना पुन्हा एकत्र करून आपल्या सेटसाठी नवी मॉडेल्स तयार करतात. प्रत्येक भाग अगदी नव्याने तयार करण्याऐवजी, हे तयार भाग दुसऱ्या महायुद्धातील फ्लॅक तोफा, अमेरिकन नौदलाची युद्धनौका, फायटर विमाने, टी-३४ टँक आणि पाणबुड्या यांचा वापर करून ते दृश्यांना अधिक बारकावे, पोत आणि तपशील देतात. विशेष प्रभाव असलेली दृश्ये तयार करण्यासाठी लागणारा वेळ आणि खर्च दोन्ही लक्षणीयरीत्या कमी होतात.

लोकप्रिय दूरदर्शन कार्यक्रम 'मिथबस्टर्स'चे सूत्रसंचालक आणि कुशल मॉडेलमेकर ॲडम सॅव्हेज यांनी नमूद केले आहे की हे भाग इतके बहुपयोगी असतात की काही किट्सचा वापर आपण वारंवार करत असू. इंडस्ट्रियल लाईट अँड मॅजिक या अनेक विशेष प्रभाव असलेल्या चित्रपटांच्या मागील स्टुडिओमध्ये काम करत असताना, त्यांनी एका विशिष्ट किटचा वापर वारंवार केला, जो जवळजवळ प्रत्येक मॉडेलमध्ये काही ना काही स्वरूपात वापरला गेला होता.

इतरांचे काम जसेच्या तसे घेऊ नका; त्यांच्या कामातील काही भाग किंवा पैलू उधार घ्या. वेबपेजवरील बॅनरचा आकार, एखाद्या स्लाइडचे मांडणी स्वरूप, गाण्याची शैली हे सर्व त्या घटकांसारखे आहेत, जे तुम्ही मिक्सरमध्ये टाकून बटण दाबता आणि आपल्या स्वतःच्या निर्मितीची नवी पाककृती तयार करता. नक्कीच, तुम्ही ज्या ज्या स्रोतांमधून प्रेरणा घेतली आहे त्या सर्वांचा उल्लेख करा. जरी तो कायदेशीरदृष्ट्या आवश्यक नसेल तरीही करा. जिथे श्रेय द्यायचे आहे तिथे श्रेय दिल्याने तुमच्या योगदानाची किंमत कमी होत नाही, उलट ती वाढते. तुमच्याकडे जर सेकंड ब्रेन असेल, म्हणजे सर्व स्रोत स्पष्टपणे नोंदवलेले असतील, तर हे स्रोत पुन्हा शोधून त्यांचे संदर्भ अंतिम आवृत्तीत समाविष्ट करणे अधिक सोपे होते.

आपली उत्पादकता 'इंटरमीडिएट पॅकेट्स' म्हणून पुन्हा नव्याने परिभाषित करणे

मला आठवते, पहिल्यांदा कुणीतरी माझ्या कामाला 'तुमचे काम' म्हटले होते. त्या क्षणी मला जाणवले की माझे एक स्वतंत्र काम आहे- जे स्वतःच्या पायावर उभे आहे, ज्याची स्वतःची ओळख आहे. कोणत्याही सर्जनशील व्यावसायिकाच्या आयुष्यात हा एक महत्त्वाचा टप्पा असतो - जेव्हा आपण 'आपल्या कामाकडे' स्वतःपासून वेगळ्या गोष्टीसारखे पाहायला सुरुवात करतो.

या टप्प्याकडे जाण्यासाठी एक महत्त्वाचे पाऊल म्हणजे आपण कामाकडे वैयक्तिकरीत्या करायच्या कामांच्या मालिकेपेक्षा 'संपत्ती' किंवा 'बांधणीचे घटक' म्हणून पाहू लागता. ते आपण वेळोवेळी गोळा करू शकता. जसजशी आपल्या

बौद्धिक संपत्तीची क्षमता स्पष्ट होत जाते, तसेतसे आपण आपला वेळ अशी संपत्ती बनवण्यासाठी खर्च करू लागतो आणि नवनवे मार्ग शोधू लागतो. शक्य तितक्या प्रमाणात एकदाच करायच्या कामांना टाळू लागतो. सर्वकाही स्वतः करावे असा समज करून घेण्यापेक्षा तुम्ही इतरांकडून अशी संपत्ती मिळवण्याचे किंवा त्यांची निर्मिती आउटसोर्स करण्याचे मार्ग शोधू लागता. हे बदल तुम्हाला गोष्टी अशा वेगाने पूर्ण करण्यास सक्षम करतात, ज्याची तुलना सामान्य 'उत्पादकता टिप्स'शी कधीच होऊ शकत नाही.

भलेही तुम्ही आत्ता एखादे पुस्तक लिहीत नसाल किंवा कोणती प्रस्तुती तयार करत नसाल किंवा एखादी नवी संरचना विकसित करत नसाल, याचा अर्थ असा नाही की तुम्ही कधीच तसे करणार नाही. तुम्ही तयार केलेला प्रत्येक छोटा डिजिटल ठसा - ईमेल, मीटिंग नोट्स, प्रोजेक्ट योजना, टेम्प्लेट, उदाहरणे; हे सर्व तुमच्या कामाच्या सतत चालणाऱ्या विकासाचा भाग आहेत. ते जसजसे वाढणाऱ्या आणि विकसित होणाऱ्या बुद्धिमान जीवातील न्यूरॉन्सप्रमाणे आहेत, जे प्रत्येक नवीन अनुभवासोबत अधिक उच्च स्तराच्या जाणिवेकडे वाटचाल करतात.

आता तुमची पाळी : तुम्ही जे निर्माण करता, त्याबद्दल तुम्हालाच माहिती असते

रचनात्मकतेबद्दल माझ्या आवडत्या विचारांपैकी एक, अठराव्या शतकातील तत्त्वज्ञ जियाम्बटिस्टा व्हिको यांचे वचन आहे: 'वेरम इप्सम फॅक्टम.' इंग्रजीत याचा अर्थ होतो, 'आपण फक्त तेवढेच जाणतो, जे आपण स्वतः निर्माण करतो.' कोणतीही गोष्ट खरोखर 'समजण्यासाठी' ती फक्त पुस्तकांत वाचणे पुरेसे नसते. विचार म्हणजे फक्त विचारच राहतात, जोपर्यंत तुम्ही त्यांची अंमलबजावणी करत नाही. विचार क्षणभंगुर असतात, वेळ गेल्याबरोबर ते लवकरच फिके पडतात. एखाद्या विचाराला खऱ्या अर्थाने टिकाऊ बनवायचे असेल, तर त्याच्यात सक्रियपणे गुंतणे आवश्यक असते. तुम्हाला स्वतःच्या हातांनी त्याला रूप द्यावे लागते आणि त्या ज्ञानाचा एखाद्या व्यावहारिक समस्येवर उपयोग करावा लागतो. आपण ठोस गोष्टी निर्माण करताना शिकतो - पूर्ण तयारी होण्याआधी, ते पूर्णपणे समजण्याआधी आणि ते कुठे नेणार आहे हे कळण्याआधीच.

जेव्हा तुम्ही तुमचे विचार व्यक्त करू लागता आणि तुमच्या ज्ञानाची अंमलबजावणी करू लागता, तेव्हा जीवनात खरा बदल दिसू लागतो. तुम्ही वेगळ्या प्रकारे वाचू लागता, तुमच्या मांडणीसाठी सर्वाधिक महत्त्वाच्या गोष्टींकडे अधिक लक्ष देता. तुम्ही अधिक खोल प्रश्न विचाराल; आता तुम्ही अस्पष्ट स्पष्टीकरणे

किंवा तर्क सहज स्वीकारणार नाही. तुम्ही सहजपणे तुमचे काम सादर करण्यासाठी जागा शोधायला लागाल, कारण मिळणाऱ्या प्रतिक्रियांमुळे तुमची विचारप्रक्रिया पुढे जाईल. तुम्ही तुमच्या करिअर किंवा व्यवसायात अधिक विचारपूर्वक निर्णय घेऊ लागाल, तुम्ही जे काही आत्मसात करत आहात, त्यापेक्षा अनेक पावले पुढे विचार कराल आणि त्याच्या अंतिम संभाव्य परिणामांचा विचार करू लागाल. हे तुमच्या कामाबद्दल, तुमच्या विचारांबद्दल असते. तुम्ही व्यावसायिक कलाकार, ऑनलाइन प्रभावशाली व्यक्ती किंवा उद्योजक बनलेच पाहिजे असे नाही.

हे आपल्या योगदान देण्याच्या क्षमतेचा स्वीकार करण्याबद्दल आहे. तुम्ही कोणत्याही क्षेत्रात असलात तरी. तुमचे काम किती प्रभावशाली किंवा भव्य आहे किंवा किती लोक ते पाहतात-याने काही फरक पडत नाही. हे तुमच्या कुटुंबात किंवा मित्रांमध्ये होऊ शकते, तुमच्या सहकाऱ्यांसोबत-टीमसोबत, तुमच्या शेजाऱ्यांसोबत किंवा सहाध्यायांसोबत असू शकते. महत्त्वाचे म्हणजे तुम्ही स्वतःचा आवाज शोधत आहात आणि तुम्हाला जे सांगायचे आहे ते महत्त्वाचे आहे, यावर भर देत आहात.

तुम्हाला आपल्या विचारांना इतके महत्त्व द्यावे लागेल की तुम्ही ते इतरांसोबत शेअर कराल. तुम्हाला हे मान्य करावे लागेल की अगदी छोटासा विचारही लोकांचे जीवन बदलू शकतो. जर तुम्हाला सध्या यावर विश्वास नसल्यास, अगदी छोट्या प्रोजेक्टपासून सुरुवात करा, जेणेकरून तुम्हाला स्वतःलाच सिद्ध करता येईल की तुमचे विचारही फरक निर्माण करू शकतात.

तुम्हाला जाणवेल की तुमच्याकडे आरोग्यदायी आहाराविषयी अनेक नोट्स आहेत आणि तुम्हाला एखाद्या पारंपरिक रेसिपीवर स्वतःच्या पद्धतीने प्रयोग करून पाहावासा वाटेल. तुम्ही प्रोजेक्ट मॅनेजमेंट कौशल्य सुधारण्यासाठी केलेल्या कोर्सच्या नोट्स पुन्हा पाहू शकता आणि तुमच्या सहकाऱ्यांसाठी त्यावर आधारित एक प्रेझेंटेशन तयार करू शकता. तुमच्या जीवनानुभवांवर आणि तुमच्याकडून लिहिलेल्या गोष्टींवर आधारित तुम्ही ब्लॉग पोस्ट लिहू शकता किंवा यूट्यूब व्हिडिओ रेकॉर्ड करू शकता - जे त्याच प्रकारच्या आव्हानांचा सामना करणाऱ्या लोकांना मदत करू शकते.

हे सर्व आत्म-अभिव्यक्तीचे मार्ग आहेत, जे तुम्हाला तुमची संपूर्ण सर्जनशील क्षमता उघड करण्यास सक्षम करतात.

भाग 3

स्थानांतरण

गोष्टी घडवून आणणे

प्रकरण **8**

सर्जनशीलपणे कृती करण्याची कला

सर्जनशील उत्पादने नेहमीच झळाळणारी आणि नवी असतात; परंतु सर्जनशीलतेची प्रक्रिया प्राचीन आणि अपरिवर्तनीय आहे.
- सिल्वानो ॲरिएटी, मानसोपचारतज्ज्ञ आणि 'Creativity: The Magic Synthesis' या पुस्तकाचे लेखक

मी अशा एका बहुसांस्कृतिक घरात वाढलो, जिथे कला आणि संगीत हा श्वास होता. माझी आई ब्राझीलमधील गायिका आणि गिटारवादक आहे आणि माझ्या बालपणीच्या सर्वांत पहिल्या आठवणींमध्ये तिचा मधुर सोप्रानो आवाज आणि शास्त्रीय गिटारच्या सुरावर झुलणारे सुंदर पोर्तुगीज गीतांचे सूर सामावलेले आहेत. माझे वडील फिलिपिन्समध्ये जन्मलेले व्यावसायिक चित्रकार आहेत. त्यांच्या कॅनव्हासवर रंगीबेरंगी फळे, हिरवीगार निसर्गदृश्ये आणि प्रभावी मानवी आकृत्या साकारत असत. आमच्या घरातील प्रत्येक भिंतीवर त्यांची चित्रे होती, ज्यामुळे आमचे घर जणू एका कलादालनासारखे भासत असे.

'दुःखी कलाकार' या प्रचलित कल्पनेत बसणारे म्हणजेच चंचल, अनिश्चित, अंतर्मुख आणि अविश्वसनीय व्यक्तिमत्त्व मला कधीही आवडले नाही. माझे वडील माझ्या ओळखीतील सर्वांत सुव्यवस्थित, जबाबदार व्यक्तींपैकी एक आहेत, पण त्यांच्या या शिस्तबद्ध स्वभावामुळे त्यांची सर्जनशीलता कमी झाली नाही; उलट, तिच्यात भरच पडली. कुटुंबाचा सांभाळ करत असताना आपल्या सर्जनशील कलेचा पाठपुरावा करण्यासाठी त्यांच्या दिनचर्येत किती काटेकोरपणा आवश्यक होता, हे मी पाहत होतो.

त्यांच्याकडे त्यांच्या म्हणण्यानुसार काही धोरणे होती, सवयी आणि युक्त्या होत्या, ज्यांच्या मदतीने ते आयुष्यातील प्रत्येक गोष्ट सर्जनशीलतेने करत असत. जेव्हा चित्रकलेसाठी वेळ मिळे, तेव्हा क्षणार्धात त्या सर्जनशील मानसिकतेत प्रवेश

करू शकत असत. आमच्या स्थानिक चर्चमध्ये प्रवचन सुरू असताना ते एका छोट्याशा वहीत बायबलमधील कथा ऐकत-ऐकत त्यांची रेखाटने काढत असत. ही रेखाटने नंतर आठ ते दहा फूट उंच अशा मोठ्या चित्रांसाठी आधार ठरत असत. सुपरमार्केटमध्ये फिरताना ते वेगवेगळ्या आकाराच्या भाज्या विकत घेत असत. त्यांचा उपयोग नंतर त्यांच्या still life चित्रांमध्ये 'मॉडेल' म्हणून केला जात असे. आपण जे अन्न खात होतो, ते आधी त्यांच्या कलेचा एक भाग असे! संध्याकाळी आम्ही सगळे मिळून टीव्ही पाहत असू, आणि मी पाहायचो की ते वारंवार टीव्हीकडून लक्ष वळवून लिव्हिंग रूमच्या भिंतीकडे पाहत असत. तेथे त्यांचे चालू असलेले चित्र टांगलेले असे. ते म्हणायचे, चित्राकडे नव्या प्रकाशात आणि एका कोनातून पाहिले की, काय कमी आहे ते अचानक लक्षात येते.

माझे वडील सर्जनशीलतेची पूर्वतयारी करत. ते सर्जनशीलतेचे धोरणसुद्धा आखत असत. प्रत्यक्ष चित्र काढण्याची वेळ येई, तेव्हा त्यावर पूर्ण लक्ष केंद्रित करत; पण त्यांच्या कल्पनाशक्तीचा वापर फक्त तेव्हाच होत नव्हता. उर्वरित वेळ ते माहिती गोळा करण्यात, निरीक्षण करण्यात, चिंतन करण्यात आणि आपल्या दैनंदिन जीवनातील अनुभवांमधून नवे संयोग शोधण्यात घालवत. त्यामुळे जेव्हा कलानिर्मितीसाठी ते बसत, तेव्हा त्यांच्याकडे भरपूर 'कच्चा माल' तयार असे. या पद्धतीने त्यांनी अनेक दशके हजारो चित्रांची निर्मिती केली आणि तरीही त्यांना आमच्या फुटबॉल सामन्यांना येण्यासाठी, स्वादिष्ट जेवण बनवण्यासाठी आणि संपूर्ण कुटुंबासह प्रवास करण्यासाठी पुरेसा वेळ मिळत असे.

माझ्या वडिलांकडून मी शिकलो की, तुम्ही जेव्हा एखादे काम करण्यासाठी बसाल तेव्हा संदर्भ, विचार, प्रेरणास्रोत ही सर्व तयारी आधीच झालेली असली पाहिजे. आपण बसलो की लगेच चकाकणाऱ्या कल्पना सुचतील, अशी अपेक्षा ठेवणे व्यर्थ आहे. यातून मी शिकलो की नवोन्मेष आणि समस्या सोडवणे हे अशा सवयीवर अवलंबून असते जी पद्धतशीरपणे आपल्या जाणिवेच्या पटलावर मनोरंजक कल्पना उचलून आणते.[1]

तुमच्या डिजिटल साधनांनी तुमच्यासाठी काम करावे, हाच CODE पद्धतीतील सर्व टप्प्यांचा मूळ उद्देश आहे. या माध्यमातून कल्पना करणे, शोध लावणे,

---

[1] अधिक माहिती म्हणून माझ्या वडिलांकडून मी सर्जनशील प्रक्रियेविषयी जे काही शिकलो, त्याचा सखोल आढावा घेण्याच्या हेतूने मी त्यांच्या आयुष्यावर आणि कलाकृतींवर आधारित एक लघुपट तयार केला आहे. त्या चित्रपटाचे नाव आहे 'वेन् लॅकसन फोर्टे: ऑन माय वे टू मी.'

नवनिर्मिती करणे, सर्जन करणे या गोष्टींसाठी तुमचा मानवी, चुका करणारा पण अमर्याद सर्जनशील 'पहिला मेंदू' त्याचे खरे काम करू शकेल.

'सेकंड ब्रेन' उभारण्याचा खरा हेतू म्हणजे आपल्या काम करण्याच्या पद्धतीत एकसूत्रता आणि प्रमाणबद्धता आणणे. कारण कोणत्याही गोष्टीत प्रगती करायची असेल, तर ती करण्याची प्रक्रिया प्रथम प्रमाणबद्ध करावी लागते. उदाहरणार्थ, तुम्हाला शरीर मजबूत करायचे असेल, तर वजन योग्य पद्धतीने उचलावे लागते. एखादा संगीतकार, दरवेळी नवनवीन सूर किंवा ताल तयार करण्याऐवजी, ठरावीक नोट्स आणि टाइम सिग्नेचरच्या मानकांवर अवलंबून असतो. लेखन सुधारायचे असेल, तर शब्दलेखन आणि व्याकरणाच्या नियमांचे पालन करावे लागते. एखाद्या विशेष परिणामासाठी आपण जाणूनबुजून ते नियम मोडले तरी या गोष्टी पाळाव्या लागत असतात.

जेव्हा आपण कल्पना नोंदवतो, त्यांना विभागांमध्ये संघटित करतो, त्यातील उत्तम भाग निवडतो आणि त्यांना इतरांसाठी उपयोगी अशा स्वरूपात सादर करतो, तेव्हा आपण 'ज्ञानाधारित कार्य' करण्याचे मूलभूत टप्पे सरावात आणत असतो आणि हाच सराव पुन्हा पुन्हा केल्याने आपली सर्जनशील क्षमता अधिक परिपक्व आणि प्रभावी होते.

हीच ठरावीक पद्धत म्हणजे सर्जनशील प्रक्रिया असते. जी कालातीत आहे आणि इतिहासात अनेक रूपांत दिसून येते. तंत्रज्ञान कितीही बदलले तरी ज्या मूलभूत तत्त्वांनी काळाची कसोटी पार केलेली असते, ती ओळखली तर आपण सर्जनशीलतेचे खरे स्वरूप अधिक चांगले समजू शकतो.

सर्जनशीलतेची उत्पादने म्हणजे जे आपण निर्माण करतो, ती सतत बदलत राहतात. कधी इन्स्टाग्रामवरील फोटो लोकप्रिय असतात, पुढच्या वर्षी स्नॅपचॅट स्टोरीज, त्यानंतर टिकटॉक व्हिडिओज आणि हा क्रम अखंड सुरूच राहतो. अगदी कादंबरीसारखा पारंपरिक प्रकारसुद्धा प्रत्येक काळात नव्याने रूपांतरित होत राहिला आहे. पण जर आपण या बाह्य रूपाच्या एक पायरी खाली, म्हणजेच 'सर्जनशील प्रक्रिये'कडे पाहिले, तर चित्र पूर्ण वेगळे दिसते. ही प्रक्रिया प्राचीन आहे आणि बदलत नाही. हजारो वर्षांपूर्वी जी होती, तीच आजही आहे. या स्तरावर कोणत्याही माध्यमाच्या पलीकडच्या गोष्टी शिकण्यासारख्या आहेत. कोणत्याही साधनांच्या संचावर त्या अवलंबून राहत नाहीत.

सर्जनशील प्रक्रियेच्या पायाभूत नमुन्यांपैकी एक अत्यंत महत्त्वाचा नमुना म्हणजे विस्तार आणि संकेद्रण (Divergence and Convergence).[2]

विस्तार आणि संकेद्रण : सर्जनशील संतुलनाचा अनोखा खेळ

जेव्हा आपण कोणतीही गोष्ट निर्माण करण्याची प्रक्रिया पाहतो, तेव्हा ती एका साध्या पण गूढ पद्धतीने चालत असते. विस्तार (divergence) आणि संकेद्रण (convergence) या दोन टप्प्यांमध्ये पुढे-मागे होत राहते.

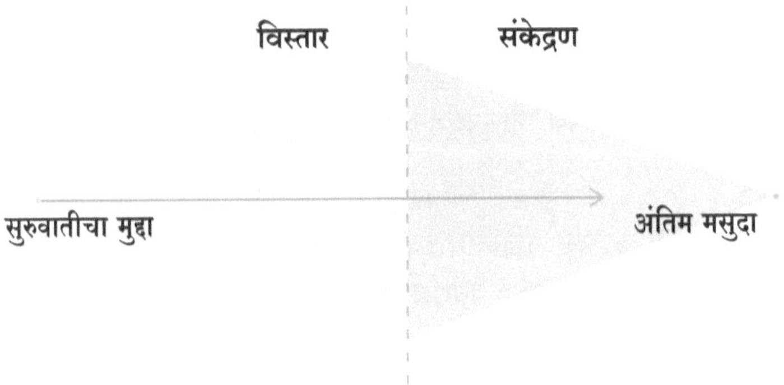

प्रत्येक सर्जनशील प्रयत्नाची सुरुवात विस्ताराच्या कृतीने होते. या टप्प्यात आपण शक्यतांचे विश्व खुले करतो आणि जितक्या अधिक पर्यायांचा विचार करता येईल, तितका करतो. टेलर स्विफ्टच्या नोट्सप्रमाणे, ट्वायला थार्पच्या 'बॉक्स'प्रमाणे, फ्रान्सिस फोर्ड कोपोला यांच्या प्रॉम्प्ट बुकप्रमाणे किंवा ऑक्टेव्हिया बटलर यांच्या कॉमन प्लेस नोटबुक्सप्रमाणे आपणही बाहेरून विविध प्रकारचे प्रेरणादायी साहित्य एकत्र करू लागतो. नवीन प्रभावांसाठी स्वतःला खुले ठेवतो, वेगवेगळे मार्ग शोधतो, आणि आपल्याला सुचणाऱ्या कल्पनांबद्दल इतरांशी चर्चा करतो.

या काळात आपण पाहत असलेल्या, विचारात घेत असलेल्या गोष्टींची संख्या वाढत जाते म्हणजेच आपण आपल्या सुरुवातीच्या बिंदूपासून विस्तार करत पुढे जातो. आणि एखादा छायाचित्रकार ज्याच्या खोलीच्या मजल्यावर शेकडो छायाचित्रे

---

2 मी प्रथमच डिझाइन थिंकिंगच्या माध्यमातून विचलन (Divergence) आणि अभिसरण (Convergence) या मॉडेलबद्दल शिकलो. सर्जनशील पद्धतीने समस्यांचे समाधान शोधण्याचा हा एक दृष्टिकोन आहे. ही संकल्पना स्टॅनफोर्ड डिझाइन स्कूलमधून उदयास आली आणि १९८० व १९९०च्या दशकात नावीन्यपूर्ण सल्लागार संस्था IDEO यांनी या संकल्पनेला आणखी लोकप्रिय केले.

पसरण्यात आलेली असतात. 'विस्तार' (divergence) या प्रक्रियेचा हेतू म्हणजे नवीन कल्पना निर्माण करणे हाच असतो म्हणूनच ही प्रक्रिया अपरिहार्यपणे स्वतःहून उमलणारी, विस्कळित आणि गोंधळलेली असते. या टप्प्यात तुम्ही काय करत आहात हे पूर्णपणे नियोजित किंवा व्यवस्थित करता येत नाही आणि तसे करण्याचे प्रयत्नही करू नयेत. कारण हा काळ म्हणजे भटकंतीचा, शोधाचा, प्रयोगाचा काळ असतो.

मात्र, विस्तार जसा शक्तिशाली आणि आवश्यक आहे, तसाच मर्यादेचा आणि एकत्रीकरणाचा टप्पा (convergence) सुद्धा अत्यावश्यक आहे. जर आपण सतत फक्त विस्तारच करत राहिलो तर आपण कधीच कुठे पोहोचणार नाही. 'द गॉडफादर' या कादंबरीच्या पटकथेवर काम करताना दिग्दर्शक फ्रान्सिस फोर्ड कोप्पोला जसे काही उतारे अधोरेखित करत आणि काही वगळत असत, तसेच एक क्षण असा येतो, जेव्हा आपल्याला शक्यतांना कमी करून एखाद्या ठोस उपायाकडे जावे लागते. अन्यथा, 'सेंड' किंवा 'पब्लिश' बटण दाबून, किंवा चित्रफलकापासून थोडे मागे सरकून 'काम पूर्ण झाले' असे समाधान वाटणार नाही. यात आपल्याला पर्याय कमी करावे लागतात. त्यात तडजोडी कराव्या लागतात, काय खरंच आवश्यक आहे हे ठरवावे लागते.

या प्रक्रियेचा हेतू म्हणजे शक्यतांचा पट हळूहळू संकुचित करत पुढे जाण्याचा मार्ग निश्चित करणे आणि अखेरीस आपल्याला अभिमानास्पद वाटेल अशी परिणामकारक निर्मिती घडवणे. याच क्षणी आपले कार्य स्वतंत्र रूप घेते आणि ते आपल्यापासून वेगळे उभे राहते. विस्तार आणि संकीर्णता या संकल्पनांचा हा नमुना इतका मूलभूत आहे की तो प्रत्येक सर्जनशील क्षेत्रात दिसून येतो.

लेखक विविध माहिती, अनुभव, पात्रांचे आराखडे आणि ऐतिहासिक तथ्ये गोळा करून त्यांचा विस्तार करतात; त्यानंतर कथानकाची रूपरेषा तयार करून, घटना मांडून, आणि पहिला मसुदा लिहून संक्षेपाकडे वळतात.

अभियंते समस्येचे सर्व संभाव्य उपाय शोधून, नवीन साधने वापरून प्रयोग करून विस्तार करतात; नंतर विशिष्ट उपाय ठरवून, त्याची रचना आखून आणि आराखडा साकारून संक्षेपाकडे जातात.

डिझायनर्स विविध नमुने, रंग, कल्पना, वापरकर्त्यांच्या गरजा जाणून घेण्यासाठी चर्चा करून विस्तार करतात; त्यानंतर ठरावीक समस्येवर लक्ष केंद्रित करून,

वायरफ्रेम्स तयार करून आणि अंतिम ग्राफिक फाइल्स साकारून संक्षिप्तता साधतात.

छायाचित्रांना एकत्र ठेवून त्यांचा ताळमेळ साधतात, किंवा प्रकाशयोजना आणि फ्रेमिंगच्या नवीन तंत्रांचा प्रयोग करतात. त्यानंतर ते संक्षेपाच्या टप्प्यात प्रवेश करतात. त्या वेळी ते विशिष्ट संचासाठी निवडक छायाचित्रे ठरवतात, वापरात न आलेल्या प्रतिमा संग्रहित करतात, आणि आपल्या आवडीच्या छायाचित्रांचे प्रिंट्स तयार करतात.

जर आपण CODE पद्धतीच्या Capture, Organize, Distill, Express या चार टप्प्यांना विस्तार आणि संक्षेपाच्या मॉडेलवर एकमेकांवर आराखड्यासारखे ठेवले, तर आपल्याला आजच्या काळातील सर्जनशील प्रक्रियेचा एक प्रभावी आराखडा मिळतो. CODE पद्धतीतील पहिले दोन टप्पे Capture आणि Organize हे 'विस्तार' दर्शवतात. या टप्प्यात आपण कल्पनांचे बीज वाऱ्याबरोबर उडून आले तरी पकडतो, ते सुरक्षितपणे साठवतो. हा टप्पा म्हणजे संशोधन, शोध आणि नवीन कल्पना गोळा करण्याचा काळ आहे. पुढील दोन टप्पे Distill आणि Express हे संक्षेपाचे प्रतीक आहेत. या टप्प्यात आपण नवीन कल्पनांसाठी दरवाजे बंद करतो आणि आधी साठवलेल्या ज्ञानघटकांपासून काहीतरी ठोस, नवीन निर्मिती घडवण्यास सुरुवात करतो.

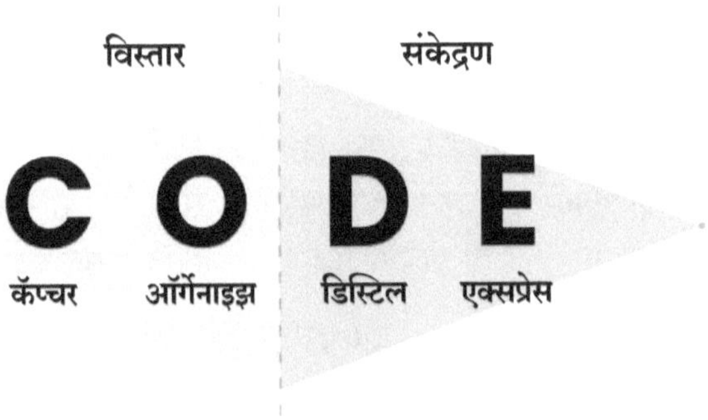

सर्जनशील कार्य पूर्ण करण्यासाठी मी वापरत असलेली तीन प्रभावी धोरणे

सर्जनशील कार्यातील सर्वांत मोठ्या आव्हानावर मात करण्यासाठी तुम्हाला मदतीसाठी तत्पर असणारा शक्तिशाली सहकारी म्हणजे तुमचा सेकंड ब्रेन. काम सुरू करण्यासाठी बसल्यानंतर कुठून सुरुवात करायची? हा प्रश्न आपल्याला नेहमी गोंधळात पाडतो. आता अजून संशोधन करावे का, की आधी केलेले संशोधन थोडे व्यवस्थित मांडावे? क्षितिजे अधिक रुंद करावीत का, की लक्ष केंद्रित करून दिशा

ठरवावी? नवीन काही सुरू करावे का, की आधी सुरू केलेले पूर्ण करावे?

जेव्हा तुम्ही विस्तार (divergence) आणि एकाग्रता (convergence) या दोन कार्यपद्धतींमधला फरक समजून घेता, तेव्हा आज कोणत्या मोडमध्ये राहायचे आणि त्यामुळे वरील प्रश्नांची उत्तरे आपोआप मिळतील हे प्रत्येक वेळी कामाला बसताना तुम्ही ठरवू शकता. जर तुम्ही विस्ताराच्या मोडमध्ये असाल, तर स्वतःला पूर्णपणे खुले ठेवा. नवीन कल्पना, दुवे, संदर्भ, प्रेरणा यांचा शोध घ्या. सर्व दारे आणि खिडक्या उघडा, प्रत्येक लिंकवर क्लिक करा, एका स्रोतावरून दुसऱ्यावर उडी मारा आणि तुमच्या जिज्ञासेला पुढे नेऊ द्या. पण जर तुम्ही एकाग्रतेमध्ये प्रवेश करण्याचा निर्णय घेतला, तर अगदी उलट करा. दरवाजा बंद करा, आवाज रोखणारे हेडफोन लावा, नवीन माहितीपासून स्वतःला दूर ठेवा आणि काम पूर्ण झाल्याचा गोड क्षण गाठण्यासाठी एकाग्रतेने पुढे धाव घ्या. स्वतःवर विश्वास ठेवा की तुमच्याकडे आधीच पुरेशा कल्पना आणि स्रोत आहेत. आता आत वळून आपले उद्दिष्ट साध्य करण्याची वेळ आली आहे.

या दोन टप्प्यांपैकी एकाग्रतेचा टप्पा बहुतेक लोकांसाठी सर्वांत कठीण असतो. कारण तुम्ही जितके अधिक कल्पक, जिज्ञासू आणि विविध विषयांत रस असलेले असता आणि जितके परिपूर्णतेबाबत जागरूक असता, तितके एका पर्यायाला 'हो' म्हणणे आणि इतर सर्व पर्यायांना 'नाही' म्हणणे तुमच्यासाठी कठीण होऊन बसते. एखादी मोठी क्षमता बाळगून असलेल्या कल्पनेला वगळताना एक प्रकारचे दुःख होत असते. हाच संघर्ष सर्जनशील कामाला अधिक आव्हानात्मक बनवत असतो. तुम्ही जेव्हा काहीतरी पूर्ण करण्यासाठी बसता, मग ते एखादा स्पष्टीकरणात्मक ईमेल असो, नवीन उत्पादनाची रचना असो, संशोधन अहवाल असो किंवा निधी उभारण्याची रणनीती असो, तेव्हा अजून थोडे संशोधन करावेसे वाटणे खूप नैसर्गिक असते. नवीन टॅब्स उघडणे, आणखी पुस्तके मागवणे, किंवा पूर्णपणे नवीन दिशांना वळणे हे सर्व महत्त्वाचे वाटत असते परंतु प्रत्यक्षात, ही सगळी क्रियाशीलता विस्ताराच्या टप्प्यातील अशी कामे असतात जी 'पूर्णत्वाचा क्षण' पुढे ढकलत राहतात. म्हणूनच, सर्जनशील प्रकल्प पूर्ण करण्यासाठी तीन प्रभावी धोरणे मी सुचवतो, जी संकीर्णतेच्या टप्प्यातील अडथळ्यांवर मात करण्यास मदत करतात.

ही प्रत्येक रणनीती तुमच्या सेकंड ब्रेनवर अवलंबून असते. तिथे तुम्ही माहितीला हव्या त्या स्वरूपात हलवू शकता, आकार देऊ शकता आणि पुन्हा वापरू शकता. मुख्य म्हणजे ती हरवण्याची भीती तुम्हाला नसते.

या तीन रणनीती म्हणजे तुमच्या सेकंड ब्रेनच्या टूल बेल्टमधील प्रभावी साधने आहेत. जेव्हा तुम्ही अडकाल, दिशाहीन व्हाल किंवा पुढे काय करायचे हे ठरवू शकणार नाही, अशा वेळी ती तुम्हाला कधीही उपयोगी पडतील.

1. विचारांचे द्वीपसमूह : स्वतःसाठी पूल तयार करा

कोणतेही नवीन काम सुरू करताना Archipelago of Ideas ही पद्धत अत्यंत उपयुक्त ठरते. मग ते एखादे हाऊ टू गाईड असो, प्रशिक्षण कार्यशाळा, प्रकल्पाचा आराखडा किंवा ब्लॉगवर प्रकाशित होणारा निबंध. ज्यांचे परिणाम किंवा प्रवास सुरुवातीला पूर्णपणे ठरलेले नसतात अशा कामांना ही पद्धत दिशा देते. या तंत्राचे नाव लेखक स्टीव्हन जॉन्सन यांच्या एका विचारातून घेतले आहे. सर्जनशीलता, नवोन्मेष आणि कल्पनांच्या इतिहासावर त्यांनी अनेक उत्तम पुस्तके लिहिली आहेत. त्यांनी असे म्हटले आहे,

> *रिकाम्या पानाचा भीतीने सामना करण्याऐवजी, मी उद्धरणांनी भरलेल्या मजकुराकडे पाहतो. पत्रांमधून, मूळ स्रोतांमधून, संशोधनपत्रिकांमधून आणि कधी कधी माझ्याच नोंदींमधून ती घेतलेली असते. त्यामुळे आपण टाळाटाळ करत नाही. प्रत्येक अध्याय सुरू करण्यापूर्वी मी अनेक आठवडे त्यावर काम करत असे. कारण समोर फक्त शून्यतेचा महासागर असे. आता प्रत्येक अध्याय प्रेरणादायी उद्धरणांच्या द्वीपसमूहासारखा सुरू होतो. त्यामुळे भीती लोप पावली आहे. मला आता फक्त या बेटांमध्ये पूल बांधायचे असतात.*

Archipelago (द्वीपसमूह) म्हणजे समुद्रातील बेटांची शृंखला जसे की हवाई बेटे. जी सुमारे १,५०० मैलांच्या पॅसिफिक महासागरात पसरलेली आहेत.

ही पद्धत कशी वापरावी :

सुरुवातीला विविध कल्पना, संदर्भ, माहितीचे मुद्दे एकत्र करा. हे तुमच्या लेख, सादरीकरण किंवा प्रकल्पाचा पाया ठरतील.

जेव्हा कल्पनांचा संग्रह तयार होईल, तेव्हा convergence टप्प्यावर जा. म्हणजे या कल्पनांमध्ये पूल बांधा, त्यांना योग्य क्रमाने लावा आणि त्यातून अर्थपूर्ण रचना तयार करा. लेखक म्हणतात की त्यांनी कॉमनप्लेस बुक्स (विचार, उद्धरणे आणि संदर्भ यांची वैयक्तिक वही) या विषयावर सखोल लेख लिहिताना याच

पद्धतीचा वापर केला. ही पद्धत म्हणजे, कल्पनांचा महासागर ओलांडण्यासाठी, आपल्यालाच आपल्या द्वीपसमूहांवर पूल बांधायचे असतात.

सामान्य पुस्तके

'द ग्लास बॉक्स' आणि 'द कॉमनप्लेस बुक'मधून ७ महत्त्वाचे उतारे

आपल्या सर्वांत प्रचलित स्वरूपात, ज्याला कॉमनप्लेसिंग म्हणतात, यात एखाद्याने वाचलेल्या गोष्टींमधील मनोरंजक किंवा प्रेरणादायी उतारे लिहून ठेवणे आणि उद्धरणांचा एक वैयक्तिक विश्वकोश तयार करणे याचा समावेश होता.

तत्त्वज्ञ जॉन लॉक यांनी प्रथम १६५२मध्ये ऑक्सफर्डमधील आपल्या पहिल्या वर्षादरम्यान अशी 'सामान्य पुस्तक' ठेवण्यास सुरुवात केली. लॉक यांच्या पद्धतीची सुंदरता अशी होती की उतारे शोधताना सोयीचे ठरेल अशी पुरेशी व्यवस्था मिळत होती पण त्याचवेळी कॉमनप्लेस बुकच्या मुख्य मजकुराला त्याच्या मोकळ्या, अनियोजित आणि स्वैर भटकण्याची मुभा देत होती.

आपल्या कॉमनप्लेस बुकचा उपयोग करून जलद लिहा

कॉमनप्लेस बुक : माहितीचा एक केंद्रित, वैयक्तिकरीत्या तयार केलेला आणि सतत अद्ययावत ठेवला जाणारा संग्रह.

मग चित्रकार चक क्लोज (Chuck Close) यांचा विचार करा, जे त्यांच्या विशाल प्रतिमा छोट्या ग्रीडमध्ये विभागून, त्या एक-एक करून पूर्ण करतात. ते म्हणतात, मी रंगांचे छोटे छोटे तुकडे एकमेकांवर दाबतो. आणि प्रामुख्याने वरून खाली, डावीकडून उजवीकडे काम करतो. आणि हळूहळू ही चित्रं उभी करतो - अगदी तशीच, जशी एखादी रजई, क्रोशे किंवा विणकाम तयार केले जाते.

माझ्या सेकंड ब्रेनमध्ये, मी वापरत असलेल्या अंडरलाईन लिंक्स (ज्या माझ्या नोट्समध्ये हिरव्या रंगात दिसतात) हे माझ्या संशोधनाच्या स्रोतांकडे निर्देश करतात. या लिंक्सवर क्लिक केल्यावर मी थेट सार्वजनिक वेबसाईटवर जात नाही कारण तिथे आपण सहज विचलित होतो. त्यानंतर मी विशिष्ट विषयावरील माझ्या सविस्तर नोट्स असलेल्या दुसऱ्या फाइलकडे जातो. त्या नोटमध्ये मला त्या स्रोताशी[3] संबंधित सर्व तपशील, तसेच मूळ स्रोताचा दुवा सहज सापडतो.

विशिष्ट लेखात वापरायचे आहेत अशा प्रत्येक स्रोताखाली मी फक्त ते मुद्दे कॉपी-पेस्ट करतो. अशा Archipelago of Ideas मध्ये बाह्य स्रोतांप्रमाणेच माझे वैयक्तिक विचार, निरीक्षणे आणि अनुभवांवर आधारित नोट्सही असतात. त्यामुळे मला दोन जगांचा उत्तम संगम मिळतो. एकीकडे फक्त सध्याच्या लेखाशी संबंधित मुद्दे माझ्या समोर असतात आणि दुसरीकडे गरजेच्या सर्व अतिरिक्त तपशिलांपर्यंत मी एका क्लिकमध्ये पोहोचू शकतो.

प्रोग्रेसिव्ह समरायझेशन (टप्प्याटप्प्याने केलेला सारांश) या पद्धतीतील बोल्ड आणि हायलाईट्स मला कोणते भाग सर्वांत महत्त्वाचे किंवा आकर्षक आहेत, हे ठरवायला मदत करतात. Archipelago of Ideas ही पद्धत म्हणजे मांडणी आराखडा तयार करण्याच्या पद्धतीचे आधुनिक रूप आहे. म्हणजेच आधीच आपण लेखातील मुद्दे मांडून ठेवतो, जेणेकरून प्रत्यक्ष लेखन करताना फक्त त्या 'द्वीपांमध्ये पूल बांधायचा' असतो.

वरील उदाहरणातील नोट म्हणजेच मला लेखाचा पहिला मसुदा लिहिताना समोर ठेवायचा आराखडा. डिजिटल स्वरूपातील outline हे कागदी आराखड्यापेक्षा कितीतरी अधिक लवचीक आणि उपयुक्त असते.

त्यात तुम्ही हवे ते मुद्दे सहजपणे add किंवा remove करू शकता, क्रम बदलू शकता, विस्तार करू शकता, ठळक आणि हायलाइट्स वापरून विचार अधोरेखित करू शकता, आणि तुमचे विचार बदलल्यास नंतरही ते संपादित करू शकता. थोडक्यात, डिजिटल आराखडा तुम्हाला कल्पनांच्या महासागरात हरवू न देता, प्रत्येक 'बेट' ओळखायला आणि त्यांना अर्थपूर्ण पूल जोडायला मदत करतो.

---

3 जर तुमचे नोट्स ॲप संगणकाशी सिंक होत असेल, तर याचा आणखी एक मोठा फायदा असा आहे की तुम्ही इंटरनेटपासून पूर्णपणे डिसकनेक्ट झालात तरीही तुमचे काम पुढे नेता येते. कारण तुमच्या सर्व नोट्स तुमच्या संगणकाच्या हार्ड ड्राइव्हवर सुरक्षितरीत्या साठवलेल्या असतात.

कागदाशिवाय डिजिटल आउटलाईन बनवण्याचे काही फायदे :

* आउटलाइनमध्ये अधिक सविस्तर मजकुराचे दुवे जोडता येतात. त्यामुळे प्रत्येक मुद्दा एकाच पानावर जबरदस्तीने सामावण्याचा आटापिटा करावा लागत नाही. तुम्ही तुमच्या खाजगी नोट्स तसेच वेबवरील सार्वजनिक स्रोतांना जोडू शकता, ज्यामुळे आउटलाइनमध्ये अनावश्यक तपशिलांची गर्दी टाळता येते.

* आउटलाइन परस्परसंवादी आणि मल्टिमीडियासह असते. त्यात फक्त मजकूरच नाही, तर प्रतिमा, जीआयए , व्हिडिओ, संलग्न फाइल्स, आकृत्या, चेकबॉक्सेस आणि इतर घटकही जोडता येतात.

* आउटलाइन शोधता येण्याजोगी असते. ती लांबलचक झाली तरी तुम्ही कोणताही शब्द क्षणार्धात शोधू शकता.

* आउटलाइन कुठूनही वापरता आणि संपादित करता येते. वहीत लिहिलेल्या पानाची मर्यादा त्याला नसते. तसेच ती तुमच्या सर्व उपकरणांवर तत्काळ सिंक होऊन जोडली जाते. त्यामुळे तुम्ही कुठूनही ती पाहू शकता, संपादित करू शकता आणि त्यात भर घालू शकता.

'आर्किपेलॅगो ऑफ आयडियाज' ही संकल्पना मेंदूला सर्वांत कठीण वाटणाऱ्या दोन क्रिया वेगळ्या करते. कल्पना निवडणे आणि त्या तर्कशुद्ध क्रमात मांडणे या दोन्ही गोष्टी एकाच वेळी करणे कठीण असते, कारण त्या दोन्हीसाठी भिन्न मानसिक स्थिती लागते. निवड ही विस्ताराशी संबंधित असणारी प्रक्रिया आहे. ती तुमच्या मनाला खुले ठेवते आणि विविध शक्यता विचारात घेते. सिक्वेन्सिंग ही एक प्रक्रिया आहे, ती आधीपासून समोर असलेल्या कल्पनांवर लक्ष केंद्रित करते.

आर्किपेलॅगोचे उद्दिष्ट असे आहे की तुम्ही रिकाम्या पानासमोर बसून कोठून सुरुवात करावी? या तणावात पडू नये. त्याऐवजी, तुमच्यासमोर काही छोटे छोटे टप्पे तयार व्हावेत. त्यातून तुमच्या पुढच्या पावलांना दिशा मिळेल. सुरुवातीला तुम्ही समाविष्ट करायच्या कल्पना आणि मुद्दे निवडता आणि नंतर स्वतंत्र टप्प्यात त्यांना तर्कशुद्ध क्रमात मांडता, त्यामुळे ही दोन्ही पावले अधिक कार्यक्षम, कमी थकवणारी आणि अडथळे टाळणारी ठरतात. कमतरतेच्या भावनेतून नव्हे, तर तुमच्या 'सेकंड ब्रेन'मध्ये साठवलेल्या विपुल व मौल्यवान कल्पनांच्या समृद्धीमधून सुरुवात करा.

2. हेमिंग्वे ब्रिजः कालच्या गतीचा आज उपयोग करा

अर्नेस्ट हेमिंग्वे हे विसाव्या शतकातील सर्वांत प्रसिद्ध आणि प्रभावशाली कादंबरीकारांपैकी एक होते. त्यांची लेखनशैली अत्यंत मितभाषी आणि नेमकी होती. या शैलीचा पुढील लेखकांच्या पिढीवर खोलवर परिणाम झाला, आणि याच लेखनासाठी त्यांना १९५४ साली साहित्यासाठी नोबेल पारितोषिक मिळाले.

लेखनाबरोबरच हेमिंग्वे त्यांच्या एका विशिष्ट लेखनतंत्रासाठीही ओळखले जात. या तंत्राला आपण 'हेमिंग्वे ब्रिज' असे म्हणू शकतो. हेमिंग्वे कधीही आपले लेखन पूर्णपणे थांबवत नसत. जेव्हा त्यांना पुढे कथेत काय घडणार आहे याची कल्पना यायची तेव्हाच ते लेखनसत्र संपवत असत. म्हणजेच, सर्व कल्पना आणि ऊर्जा संपवल्याखेरीज ते दिवसाचा शेवट करत नसत. पुढचा कथाबिंदू निश्चित झाल्यावरच ते थांबत. त्यामुळे दुसऱ्या दिवशी जेव्हा ते पुन्हा लेखनाला बसत, तेव्हा नेमकी कुठून सुरुवात करायची हे नेमकेपणाने माहीत असायचे. एका दिवसाच्या गतीचा उपयोग दुसऱ्या दिवसासाठी 'ब्रिज' म्हणजेच पूल म्हणून केला. आजच्या ऊर्जेचा आणि प्रेरणेचा वापर उद्याच्या लेखनासाठी केला.[4]

'हेमिंग्वे ब्रिज' या संकल्पनेला तुम्ही तुमच्या 'कल्पनांच्या बेटां'ना जोडणारा पूल म्हणूनही पाहू शकता. तुमच्याकडे कल्पनांची बेटे असतात, पण ती एकत्र जोडणे हेच खरे आव्हान असते. मग ते लेखन असो, एखादा कार्यक्रमाचा आराखडा असो, किंवा व्यावसायिक सादरीकरण असो. 'हेमिंग्वे ब्रिज' ही अशी पद्धत आहे जी प्रत्येक सर्जनशील प्रयत्नांना थोडे कमी धोकादायक आणि अधिक सुसंगत बनवते, कारण तुम्ही तुमच्या काही कल्पना आणि ऊर्जा राखून ठेवता आणि त्या पुढील टप्प्यासाठी उड्डाणपुलासारख्या वापरता.

तुम्ही 'हेमिंग्वे ब्रिज' कसा तयार करू शकता? कामाच्या सत्राच्या शेवटी तुमची सर्व ऊर्जा खर्चून टाकण्याऐवजी, शेवटच्या काही मिनिटांत पुढील गोष्टी डिजिटल नोट्समध्ये नोंदवून ठेवा :

---

[4] याकडे पाहण्याचा एक वेगळा मार्ग म्हणजे, सुरुवातीचा विचार शेवटी ठेवणे. हे लेखक स्टीफन कोवी यांच्या प्रसिद्ध सल्ल्याचे (Begin with the end in mind म्हणजेच शेवट डोळ्यांसमोर ठेवून सुरुवात करा) एक चतुर पण उलटे रूप आहे. म्हणजेच, एखाद्या सर्जनशील कामाच्या शेवटच्या टप्प्यावर (जेव्हा आपण परिणाम तयार करत असतो), त्या कामाची सुरुवात कशी झाली, कोणत्या कल्पनांपासून प्रवास सुरू झाला, हे लक्षात ठेवणे, यामुळे संपूर्ण काम अधिक सुसंगत आणि अर्थपूर्ण बनते.

* **पुढील टप्प्यांच्या कल्पना लिहून ठेवा :** कामाचे सत्र संपवताना, पुढच्या सत्रात कोणती पावले उचलता येतील, याबाबत काही प्राथमिक कल्पना नोंदवा.

* **सध्याची स्थिती लिहा :** यामध्ये सध्या समोर असलेली सर्वांत मोठी अडचण, महत्त्वाचा अनुत्तरित प्रश्न, किंवा पुढे येऊ शकणारे अडथळे यांचा समावेश करा.

* **तुमच्या मनात असलेल्या विसरू शकणाऱ्या तपशिलांची नोंद करा :** उदा. कथेमधील पात्रांबद्दलचे तपशील, एखाद्या कार्यक्रमाच्या नियोजनातील संभाव्य चुका, किंवा तुम्ही डिझाइन करत असलेल्या उत्पादनातील सूक्ष्म बाबी या सर्व गोष्टी मनात ठेवण्याऐवजी लिहून ठेवा.

* **पुढच्या कामाच्या सत्रासाठी तुमचा हेतू स्पष्ट करा :** पुढच्या सत्रात कोणत्या गोष्टी हाताळायच्या आहेत, कोणती समस्या सोडवायची आहे किंवा कोणता ठरावीक टप्पा गाठायचा आहे, याबाबत तुमचा उद्देश लिहा. पुढच्या वेळी, मग ती दुसऱ्या दिवशी असो किंवा काही महिन्यांनंतर, जेव्हा तुम्ही या कामाकडे पुन्हा वळाल, तेव्हा तुमच्याकडे आधीच पुढच्या टप्प्यांची आणि उडी घेण्यासाठीच्या मुद्द्यांची पुरेशी तयारी असेल.

बहुतेक वेळा असे आढळते की आपले अवचेतन मन या दरम्यान मागे काम करत राहते. आधीच्या कल्पनांवर शांतपणे विचार करते, सुधारणा सुचवते आणि जेव्हा आपण प्रकल्पाकडे पुन्हा परततो, तेव्हा त्या आधीच्या विचारांबरोबर झोपेने दिलेली ताजीतवानी कल्पनाशक्ती एकत्र येते आणि त्यातून एक नवे सर्जनशील ब्रेकथ्रू घडू शकते.

या धोरणाला अजून एक पायरी पुढे नेण्यासाठी, काम संपवताना एक उपयुक्त गोष्ट करता येते, तुमचा मसुदा, प्रारंभिक आवृत्ती (deta) किंवा प्रस्ताव (proposal) प्रतिसादासाठी इतरांकडे पाठवा. हा मधला टप्पा (Intermediate Packet) एखाद्या मित्र, सहकारी, कुटुंबीय किंवा सहकाऱ्याशी शेअर करा. त्यांना स्पष्ट सांगा की हे अद्याप अपूर्ण आहे, आणि त्यावर त्यांची मते किंवा सूचना मागा. पुढच्या वेळी जेव्हा तुम्ही पुन्हा त्या प्रकल्पावर काम सुरू कराल, तेव्हा त्यांच्या अभिप्रायासह तुम्ही तुमचे काम नव्या ऊर्जेने आणि ताज्या दृष्टिकोनातून पुढे नेऊ शकता.

3. व्याप्ती कमी करा : लहान आणि ठोस काहीतरी पूर्ण करा.

'Dial Down the Scope' हे एकत्रीकरणाच्या टप्प्यात उपयोगी ठरणारे तिसरे तंत्र आहे. स्कोप हा शब्द प्रकल्प व्यवस्थापनातून आला असून, त्याचा अर्थ एखाद्या सॉफ्टवेअरमध्ये किंवा प्रकल्पात समाविष्ट असलेल्या सर्व वैशिष्ट्यांचा किंवा कामाच्या व्याप्तीचा संच असा होतो.

समजा, तुम्ही एक फिटनेस ॲप डिझाईन करत आहात. तुम्ही त्याची एक सुंदर संकल्पना तयार केली आहे. त्यात व्यायाम ट्रॅकिंग, कॅलरी मोजमाप, जिम लोकेटर, प्रगती चार्ट आणि लोकांशी जोडणारे सोशल नेटवर्क असे अनेक भाग असतील. ते अद्भुत असेल! ते लोकांच्या आयुष्यात बदल घडवेल!

पण जेव्हा प्रत्यक्ष काम सुरू होते, तेव्हा समजते की ही सर्व वैशिष्ट्ये तयार करणे किती गुंतागुंतीचे आहे. तुम्हाला यूजर इंटरफेस डिझाईन करावा लागतो, तसेच त्यासाठी बॅकएंड सिस्टम तयार करावी लागते. ग्राहक सेवा देणारे कर्मचारी नेमावे लागतात आणि त्यांना प्रशिक्षण द्यावे लागते. देयके हाताळण्यासाठी आर्थिक यंत्रणा उभारावी लागते आणि सर्व नियामकांचे पालन करावे लागते. याशिवाय, कर्मचाऱ्यांचे व्यवस्थापन, गुंतवणूकदारांशी संबंध आणि दीर्घकालीन धोरण तयार करणे या जबाबदाऱ्याही येतात.

या वाढत्या गुंतागुंतीवर नियंत्रण ठेवण्यासाठी सॉफ्टवेअर विकासकांनी शोधलेला उपाय म्हणजे 'Dial Down the Scope' म्हणजेच कामाची व्याप्ती कमी करणे. ॲपचे प्रकाशन पुढे ढकलल्यास स्पर्धकांच्या दबावात ते घातक ठरू शकते आणि शिकण्याची प्रक्रिया थांबवू शकते. विकासकांची टीम प्रकाशनाच्या तारखेजवळ येताच वैशिष्ट्ये कमी करायला सुरुवात करते. सोशल नेटवर्क पुढील आवृत्तीसाठी पुढे ढकलले जाते. प्रगती चार्टमधील इंटरॅक्टिव्ह फीचर्स काढून टाकले जातात. जिम लोकेटर हा भाग पूर्णपणे रद्द केला जातो. सुरुवातीला ज्या गोष्टी सर्वांत कठीण, महागड्या, अनिश्चित किंवा मुख्य उद्दिष्टाशी थेट संबंधित नाहीत, त्या कमी केल्या जातात. गरम हवेच्या फुग्याप्रमाणे, उड्डाणासाठी भार हलका करण्यासाठी एकामागोमाग एक वैशिष्ट्ये 'फेकून दिली' जातात आणि त्यामुळे उत्पादन शेवटी उड्डाण घेते. जे फीचर्स सध्या या आवृत्तीत समाविष्ट होत नाहीत, त्यांना पुढील भविष्यातील अद्ययावत गोष्टींशी सहज जोडता येतात.

आपल्या करिअरशी हे ज्ञानकर्मी म्हणून कसे संबंधित आहेत?

आपल्यालाही कठोर अशा अंतिम मुदतींमध्ये गुंतागुंतीची कामे पूर्ण करायची असतात. आपल्याकडे मर्यादित वेळ, पैसा, लक्ष आणि साथ असते. म्हणजेच आपण नेहमीच कोणत्या ना कोणत्या मर्यादांमध्ये काम करत असतो. जेव्हा एखाद्या प्रकल्पाची संपूर्ण गुंतागुंत उघड होऊ लागते, तेव्हा बहुतेक लोक तो पुढे ढकलण्याचा निर्णय घेतात. हे कामाच्या ठिकाणी असलेल्या प्रकल्पांबाबतही खरे आहे आणि आपण मोकळ्या वेळेत सुरू केलेल्या वैयक्तिक प्रकल्पांबाबत तर अधिकच खरे आहे.

आपण स्वतःला समजावतो की, थोडा अजून वेळ मिळाला की सगळे होईल. पण हा उशीर अधिक समस्या निर्माण करतो, त्यातून तोडगा मिळत नाही. वेळ जसजसा पुढे सरकतो, तसतसे आपण प्रेरणा गमावतो. कामे हरवतात, निष्प्रभ होतात किंवा अप्रासंगिक ठरतात. सहकारी दुसऱ्या कामात गुंततात, तंत्रज्ञान जुने होते आणि ते अपडेट करावे लागते आणि आयुष्यातील अनपेक्षित घटना नेहमीच आड येतात. आपली उद्दिष्टे आणि स्वप्ने पुढे ढकलणे म्हणजे आपण वाढीसाठी आवश्यक असलेल्या अनुभवांपासून स्वतःला वंचित ठेवणे. म्हणजेच समस्या वेळेच्या अभावाची नसते तर प्रकल्पाच्या व्याप्तीवर आपले नियंत्रण असते, हेच आपण विसरतो. आपण ठरवले तर ती व्याप्ती कमी करून काम हाताळण्याजोगे बनवू शकतो आणि जर आपल्याला ते पूर्ण करायचे असेल, तर तसे करणे आवश्यकच असते.

सर्वकाही तयार झाल्याशिवाय काम सुरू करणे म्हणजे काय? शहरातील सर्व सिग्नल एकाच वेळी हिरवे होतील तेव्हाच आपल्या कारमध्ये बसून घराबाहेर पडायचे असे ठरवणे होय! लक्षात घ्या, असे कधीच होणार नाही. परिस्थिती परिपूर्ण आणि आपल्या मनाजोगी होण्याची वाट पाहून काहीच साध्य होत नाही. काही ना काही कमतरता नेहमीच असणार आहे, अपूर्णता राहणार आहे. Dial Down the Scope म्हणजेच व्याप्ती कमी करणे. प्रकल्पातील सर्व भाग समान महत्त्वाचे नसतात हे सत्य मान्य करून कमी महत्त्वाच्या गोष्टी कापून, कमी करून किंवा पुढे ढकलून, आपण अडकलेले काम मोकळे करू शकतो आणि वेळ कमी असतानाही पुढे जाऊ शकतो.

तुमचा सेकंड ब्रेन या प्रक्रियेत महत्त्वाचा साथीदार असतो. कारण ज्या भागांना तुम्ही सध्या बाजूला ठेवत आहात, त्यांना सुरक्षितपणे साठवण्यासाठी तुम्हाला जागा हवी असते. तुम्ही एखादा लेख लिहीत असाल, तर त्यातील काही वाक्ये किंवा पृष्ठे कापावी लागतात. एखादा व्हिडिओ बनवत असाल तर काही दृश्ये वगळावी

लागतात, भाषणासाठी वेळ मर्यादित असेल तर काही भाग कमी करावे लागतात, हीच प्रत्येक सर्जनशील प्रक्रियेची खरी गरज आणि सुंदरता आहे.

याचा अर्थ असा नाही की तुम्ही ते भाग फेकून द्यावेत. सेकंड ब्रेनचा सर्वांत चांगला उपयोग म्हणजे अशा कापलेल्या, न वापरलेल्या तुकड्यांना जतन करणे हा असतो. कारण कधी कोणता 'तुकडा' पुढील एखाद्या प्रकल्पात परिपूर्ण जागा भरून काढेल, हे सांगता येत नाही. उदाहरणार्थ, एखाद्या सादरीकरणातून कापलेली स्लाइड पुढे सोशल मीडियासाठी पोस्ट म्हणून वापरली जाऊ शकते.

एखाद्या अहवालातून काढलेले निरीक्षण पुढे कॉन्फरन्स प्रेझेंटेशनचा पाया बनू शकते. एखाद्या बैठकीतून वगळलेला अजेंडा मुद्दा पुढच्या बैठकीचा सुरुवातीचा आधार ठरू शकतो. अशा अमर्याद शक्यता आहेत. मला हे माहीत असते की मी लिहिलेले किंवा तयार केलेले काहीही हरवत नाही. ते फक्त नंतरच्या वापरासाठी मी साठवून ठेवलेले असते. अशा वेळी मला माझ्या सर्जनशील कामांत मोठ्या प्रमाणात बदल करण्याची, काही भाग कापून टाकण्याची भीती वाटत नाही. माझे प्रयत्न वाया गेले किंवा माझे विचार कायमचे गमावले गेले असे मला वाटत नाही. मला हेही माहीत असते की मी तयार केलेल्या कोणत्याही गोष्टीत कधीही सुधारणा शक्य आहे. त्याची अद्ययावत आवृत्ती होऊ शकते किंवा पुढील पूरक भाग आणू शकतो, यामुळे कल्पना पूर्णपणे तयार नसतानादेखील त्या शेअर करण्याचे धैर्य माझ्यात येते. पूर्णतेच्या प्रतीक्षेत न राहता कल्पना मांडणे हा अनुभव माझ्या करिअरच्या प्रवासातील महत्त्वाचा बदल घडवणारा अनुभव ठरला आहे.

तुम्ही काहीही निर्माण करत असाल, तर त्याचे एक लहान, सोपे रूप नेहमीच तयार करता येते. जे मूळ कल्पनेचे बहुतांश मूल्य कमी वेळातच देऊ शकते. अशीच काही मोजकी उदाहरणे...

- जर तुम्हाला पुस्तक लिहायचे असेल, तर त्याचा आवाका थोडा कमी करा आणि सुरुवातीला तुमच्या मुख्य कल्पना मांडणाऱ्या ऑनलाइन लेखांच्या मालिकेपासून सुरुवात करा. जर त्यासाठीही वेळ नसेल, तर आणखी सोपे करा. तुमच्या संदेशाचा गाभा समजावून सांगणारी एक सोशल मीडिया पोस्ट लिहा.

- जर तुम्हाला ग्राहकांसाठी कार्यशाळा घ्यायची असेल, तर आधी तिचे स्वरूप थोडे छोटे करा. उदाहरणार्थ, स्थानिक मीटअपमध्ये मोफत कार्यशाळा घ्या

किंवा आणखी छोट्या पातळीवर सुरुवात करा. सहकाऱ्यांसोबत किंवा मित्रांसोबत गटचर्चा किंवा बुक क्लब आयोजित करा.

- जर तुम्हाला शॉर्ट फिल्म बनवायची असेल, तर आधी यू ट्युब व्हिडिओपासून सुरुवात करा, किंवा तेही अवघड वाटत असेल तर लाइव्हस्ट्रीम करा. आणि जर तेसुद्धा मोठे वाटत असेल, तर तुमच्या फोनवर एक छोटा व्हिडिओ शूट करून मित्राला पाठवा.

- जर तुम्हाला कंपनीसाठी ब्रँड आयडेंटिटी डिझाइन करायची असेल, तर सुरुवात फक्त एका वेबपेजच्या नमुन्याने करा. अजून सोपे करायचे असेल, तर हाताने काढलेली लोगोच्या कल्पनांची रेखाचित्रे बनवा.

तुमच्या कल्पना कोणत्या दिशेने न्यायच्या हे ग्राहक, सहकारी किंवा मित्रांच्या अभिप्रायाशिवाय कसे कळणार? आणि त्यांचा अभिप्राय तुम्हाला काही ठोस गोष्ट दाखवल्याशिवाय कसा मिळणार? हीच तर सर्जनशीलतेतील 'आधी कोंबडी की आधी अंडे' समस्या आहे. तुम्हाला काय तयार करावे, हे माहीत नसते आणि लोकांना काय हवे आहे हे तेव्हाच समजते जेव्हा तुम्ही काही तयार करता. 'Dial Down the Scope' ही पद्धत या विरोधाभासाला तोंड देते. ती तुम्हाला छोट्या, ठोस स्वरूपात प्रयोग करण्याची संधी देते आणि तरीसुद्धा तुमच्या कामाच्या नाजूक, अपूर्ण भागांना सुरक्षित ठेवते.

कल्पनांची वाढ आणि कल्पनांचे एकत्रीकरण ही सरळ रेषेत चालणारी प्रक्रिया नाही, तर एक वारंवार होणारी गोष्ट आहे. एकदा एक फेरी पूर्ण झाली की, त्यातून घेतलेले धडे पुन्हा नव्या divergenceमध्ये वापरा. असे पुन्हा पुन्हा करत राहा, जोपर्यंत तुमचे काम 'पूर्ण' किंवा 'संपूर्ण' वाटत नाही आणि मग ते जगासमोर शेअर करण्यास तयार व्हा.

विभाजन आणि एकत्रीकरण घरगुती प्रकल्पाचा पडद्यामागचा अनुभव

मी स्वतः केलेल्या एका प्रकल्पाचे एक उदाहरण देतो. आमच्या गॅरेजचे घरगुती ऑफिसमध्ये रूपांतर.

आमच्या नवीन घरात स्थलांतर केल्यानंतर लवकरच माझ्या पत्नीला आणि मला हे जाणवले की आम्हाला एक चांगली कामाची जागा गरजेची आहे. आम्ही दोघेही घरून काम करतो आणि छोट्या बेडरूममध्ये ते शक्य होत नव्हते. विशेषतः आम्हाला मुलगा झाल्यानंतर जागा पुरत नव्हती. त्यामुळे आम्ही गॅरेजचे घरगुती

स्टुडिओमध्ये रूपांतर करण्याचे उत्साहाने ठरवले आणि ज्या क्षणी मी या कामासाठी एक स्वतंत्र प्रकल्प फोल्डर तयार केला, त्या क्षणी मला समजले की हा प्रकल्प खरोखर सुरू झाला आहे. सुरुवातीला मी Archipelago of Ideas म्हणजेच विचारांचे बेट तयार केले. यात मी या प्रकल्पाशी संबंधित मुख्य प्रश्न, विचार, आवश्यक वैशिष्ट्ये आणि अटी यांचा आराखडा तयार केला. फक्त पंधरा मिनिटांच्या विचारांनंतर मी खालीलप्रमाणे आराखडा तयार केला:

प्रोजेक्ट ब्रीफ – फोर्टे अकादमी स्टुडिओ

परिचय

- **बदलत्या गरजांनुसार अत्यंत बहुउद्देशीय, मॉड्यूलर आणि लवचीक**
- **बैठक/लिव्हिंग रूम किंवा होम ऑफिस म्हणूनही वापरता येईल**
  - घरातून कोणताही व्यत्यय न येऊ देता उत्पादकपणे कसे काम करावे

  टियागोच्या शीर्ष १० टिप्स
- **बाथरूम/राहण्याची जागा**
  - **आपण मिनी किचन तयार करू शकतो का?**

खर्च

(नोट: मूळ मजकुरात तपशील दिलेला नाही.)

विचार

- व्हर्चुअल इंटरॅक्टिव एक्स्पीरियन्स (VIE)
- वैयक्तिक आणि डिजिटल जगामधील समन्वय
- माझ्या दोन सर्वांत मोठ्या प्रेरणा: टोनी रॉबिन्स यांच्या सेटअपचा हा व्हिडिओ सायबर-इल्युजनिस्ट मार्को टेम्पेस्ट यांनी त्यांच्या होम स्टुडिओमधून दिलेल्या मुख्य भाषणाचा हा व्हिडिओ
- आधुनिक शिक्षणावर ट्रीटस्टॉर्म

चरण / टाइमलाइन

- **चरण १: गॅरेजचे पुनर्निर्माण / होम ऑफिस**
- **चरण २: प्रसारण स्टुडिओ**
- **चरण ३: रेकॉर्डिंग स्टुडिओ**

झूम सेटअपची गरज / पार्श्वभूमी

- **विषयाच्या मागे खोली (Depth) निर्माण करण्यासाठी गडद पार्श्वभूमी**
- आवश्यक उपकरणे

मला सुरुवातीला या दस्तऐवजातील मुख्य मथळे काय असतील, हे ठाऊक नव्हते, पण विचार लिहीत गेलो तसे ते आपोआप स्पष्ट होत गेले. प्रस्तावना, खर्च, कल्पना, टप्पे, सौंदर्यशास्त्र, झूम सेटअप, उपकरणे आणि खुले प्रश्न अशी काही शीर्षके तयार झाली. यानंतर, मी माझ्या सेकंड ब्रेनमध्ये 'होम ऑफिस' आणि 'होम स्टुडिओ' या शब्दांचा शोध घेतला आणि या प्रकल्पासाठी उपयोगी ठरू शकतील अशा काही जुन्या नोट्स सापडल्या. उदाहरणार्थ, स्टुडिओ डिझाइनचा अनुभव असलेल्या मित्राकडून मिळालेल्या काही शिफारसी, मेक्सिको सिटीतील आम्हाला आवडलेल्या एका सुंदर कॅफेच्या छायाचित्रांच्या नोट्स, ज्याचा काहीसा लुक आम्ही घेऊ इच्छित होतो, आणि झूम कॉलसाठी योग्य प्रकाशयोजना व साधे पण व्यावसायिक पार्श्वभूमी ठेवण्याविषयीच्या मार्गदर्शक सूचना असलेली एक नोंद. या सर्वांचा दुवा मी माझ्या आराखड्याच्या शेवटी जोडला.

या आधीच थोडे साहित्य तयार असले तरी आमच्या योजनेत काही रिकाम्या जागा होत्या. पुढच्या काही आठवड्यांत, वेळ मिळेल तसा मी या प्रकल्पासाठी छोट्या छोट्या कल्पना आणि माहितीचे तुकडे गोळा करत राहिलो. पिंटरेस्टवरून आकर्षक होम ऑफिस डिझाइनची छायाचित्रे जतन केली. एका संगीतकार मित्राकडून साउंडप्रूफिंगच्या टिप्स घेतल्या आणि शेजाऱ्याने दिलेली स्थानिक ठेकेदारांची यादी लिहून ठेवली. रात्री उशिरा मी यू ट्युबवर अनेक क्रिएटर्सचे स्टुडिओ टूर पाहिले आणि त्यांनी रिकाम्या जागेचे कार्यक्षम कार्यालयात रूपांतर करताना वापरलेल्या छोट्या डिटेल्सबद्दल टिपणे केली.

घर आणि व्यवसाय सांभाळताना वेळ फारच मर्यादित होता. त्यामुळे जेव्हा वेळ मिळायचा, तेव्हा मी अलीकडेच गोळा केलेल्या नोट्सचा सारांश तयार करत होतो आणि स्वतःसाठी थोडे पुढचे सूचनात्मक टिपण ठेवत होतो, इथून पुढे सुरू करायचे.

मी अशा छोट्या वेळेच्या खिडक्या एकमेकांशी हेमिंग्वे पुलाद्वारे जोडल्या. जिथे मागच्या वेळी थांबलो तिथून पुढे सहज सुरू करता यावे हा त्यामागचा उद्देश होता. हळूहळू आमच्या कल्पना, विचार, इच्छा आणि स्वप्नांचा पसारा एवढा वाढला की प्रकल्प एकदम भलताच मोठा झाला. आम्ही भिंती पाडण्यापासून ते छतामध्ये स्कायलाइट बसवण्यापर्यंत, सुपरफास्ट इंटरनेटसाठी वायर टाकण्यापर्यंत आणि मागच्या अंगणाचा नवा आराखडा तयार करण्यापर्यंत पोहोचलो होतो. आता थोडे नियंत्रणात आणणे गरजेचे होते.

इथेच 'Dialing Down the Scope' ही संकल्पना उपयुक्त ठरली. आम्ही सर्वांत महत्त्वाकांक्षी आणि अव्यवहार्य योजना वेगळ्या करून 'someday/maybe' या विभागात ठेवल्या. तसेच, आम्ही काही मर्यादा निश्चित केल्या. ठरावीक बजेट, आणि ठरावीक तारखेपर्यंत काम पूर्ण करण्याची अंतिम मुदत ठरवली. या मर्यादांमुळे प्रकल्प पुन्हा वास्तववादी आणि सुसंगत स्वरूपात आला. आणि एकदा हे स्पष्ट झाले की, आता पुढचे पाऊल म्हणजे ठेकेदार शोधणे आणि मजल्याचा आराखडा अंतिम करणे. आता सगळे कसे अगदी स्वच्छ आणि सोपे वाटू लागले.

आता तुमची पाळी : वेगाने पुढे चला आणि नव्याने गोष्टी साकारा

जर तुम्हाला प्रकल्प अमलात आणण्याची ही पद्धत वापरून पाहायची असेल, तर हीच सर्वोत्तम वेळ आहे. ज्यावर तुम्हाला पुढे काम करायचे आहे असा एक प्रकल्प निवडा. हा प्रकल्प तुम्ही आधीच पाचव्या प्रकरणामध्ये ओळखला असेल. जिथे मी तुम्हाला प्रत्येक सक्रिय प्रकल्पासाठी फोल्डर तयार करण्यास सांगितले होते. जितका अनिश्चित, नवीन किंवा आव्हानात्मक प्रकल्प असेल, तितकी चांगली संधी असेल हे लक्षात घ्या.

प्रकल्पासाठी तुमची उद्दिष्टे, हेतू, प्रश्न आणि विचारांचे आराखडे तयार करा. आधी तुमच्या मनात जे काही आहे, ते लिहून काढा, आणि नंतर PARA कॅटेगरीतील संबंधित नोट्स आणि Intermediate Packets पाहा. यामध्ये आधी तयार केलेल्या नोट्समधील मुद्दे किंवा टेकअवे, प्रेरणा म्हणून वापरायची मॉडेल्स किंवा उदाहरणे, किंवा पालन करण्यासाठी योग्य टेम्प्लेट्स यांचा समावेश असू शकतो.

शोध घेताना स्वतःला विचारण्यासाठी काही उपयुक्त प्रश्न :

- पुस्तक किंवा लेखातून तुम्ही काही उद्धरणे/उतारे काढू शकाल असा प्रेरणादायी मजकूर आहे का?
- अशा वेबसाइट्स आहेत का, ज्यावर आधारित तुम्ही संसाधने तयार करू शकता?
- तज्ज्ञांचे काही पॉडकास्ट आहेत का, ज्यांना सबस्क्राइब करून तुम्ही प्रवासात किंवा घरकामात ऐकू शकता?
- मागील प्रकल्पात कुठे काही संबंधित IPs दडलेल्या आहेत का?

तुम्हाला सापडणारे काही साहित्य खूप संक्षिप्त आणि चांगले असू शकेल, तर त्यातील काही कच्चे आणि अपूर्णही असेल. त्याची काळजी करू नका. संभाव्य वापरासाठी लागणारे साहित्य एका ठिकाणी एकत्र करणे हे तुमचे प्रमुख उद्दिष्ट आहे. ज्या काही नोट्स आणि IPs तुम्ही वापरू इच्छिता, त्या सर्वांना नवीन प्रकल्प फोल्डरमध्ये हलवा.

पंधरा-वीस मिनिटांच्या एका ठरावीक वेळेसाठी टाइमर सेट करा. एका सत्रात समोर असलेल्या नोट्सचा वापर करून प्रकल्पाचा पहिला टप्पा पूर्ण करू शकता का हे पाहा. ऑनलाईन शोधायचे नाही, सोशल मिडियावर ब्राउझ करायचे नाही, आणि नंतर पाहतो म्हणून ठेवलेले 'ब्राउझर टॅब' उघडायचे नाही, जे तुमच्याकडे आधीपासून आहे त्याचाच केवळ वापर करायचा आहे. हा पहिला टप्पा म्हणजे तुमच्या कल्पना ठोस स्वरूपात येऊ शकतील अशी एखादी योजना, अजेंडा, प्रस्ताव, आकृती किंवा तत्सम काहीही रूप असू शकते.

कदाचित तुम्हाला थोडा FOMO (Fear of Missing Out) वाटेल, जे तुम्हाला आणखी काही माहिती शोधायला लावेल. तुम्हाला नक्कीच अजून संशोधन करावे असा मोह होईल, परंतु लक्षात ठेवा, तुम्ही एका सत्रात संपूर्ण प्रकल्प पूर्ण करत नाही. तुम्ही फक्त पहिली आवृत्ती तयार करत आहात. लेखाचा मसुदा, ॲपचा स्केच, अथवा मोहिमेची रूपरेषा हे त्यातून साकारणार आहे तेव्हा स्वतःला विचारा, या बाबतीत मी इतरांकडून उपयुक्त अभिप्राय घेण्यासाठी सर्वांत लहान आवृत्ती कुठली तयार करू शकतो?

जर तुम्हाला एका सत्रात पहिली आवृत्ती पूर्ण करता येत नसेल, तर पुढच्या वेळी काम करण्यासाठी एक Hemingway Bridge तयार करा. खुले प्रश्न, उरलेली कामे, नवीन शोधण्याचा मार्ग किंवा सल्ला घ्यावयाच्या लोकांची यादी करा. जे काही तुम्ही तयार केले आहे ते एखाद्याशी शेअर करा, ज्यांच्याकडून तुम्हाला अभिप्राय मिळू शकेल, आणि त्यांच्या टिप्पण्या त्या प्रकल्प फोल्डरमधील नवीन नोटमध्ये जतन करा. हा अभिप्राय तुम्ही विश्वासू सहकाऱ्याशी खाजगी संभाषणात गोळा करू शकता, किंवा सार्वजनिकपणे सोशल मिडियावर आयोजितपणे घेऊ शकता, किंवा त्यातून मध्यम मार्ग निवडा.

पुढे काम सुरू ठेवण्यास प्रतिरोध वाटल्यास, तर Dialing Down the Scope वापरून पाहा. सर्वांत कमी महत्त्वाच्या वैशिष्ट्यांना कात्री लावा, कठीण निर्णय

नंतरसाठी बाजूला ठेवा किंवा ज्यामध्ये तुम्ही कमी पारंगत आहात, अशा भागांसाठी इतर कुणाचीतरी मदत घ्या.

या प्रक्रियेच्या प्रत्येक टप्प्यात, तुम्ही जे शिकलात किंवा शोधले ते नोंदवत जा, तसेच कोणतेही नवीन Intermediate Packets ज्या तुम्हाला पुढे शोधायच्या असतील, त्यांची नोंद करा. तुमचा जैविक मेंदू जेव्हा या नोट्सच्या पहिल्या टप्प्यामुळे सक्रिय होतो, तेव्हा तुम्ही त्या विषयाशी संबंधित संकेत आणि सूचनांकडे सर्वत्र लक्ष देऊ लागता. त्या संकेतांनासुद्धा नोट्स म्हणून जतन करा! पहिली आवृत्ती पूर्ण केल्यावर, अभिप्राय गोळा केल्यावर आणि कामासाठी नवीन नोट्स जमा केल्यावर तुम्ही पुढच्या टप्प्यासाठी सज्ज असाल.

प्रकरण **9**

डिजिटल आयोजकाच्या आवश्यक सवयी

सवयींमुळे मेंदूवरील ताण कमी होतो आणि मानसिक क्षमता अधिक वाढते. त्यामुळे तुम्ही तुमचे लक्ष इतर कामांवर केंद्रित करू शकता. जीवनातील मूलभूत गोष्टी सोप्या केल्याशिवाय मुक्त विचार आणि सर्जनशीलतेसाठी आवश्यक मानसिक अवकाश निर्माण करणे शक्य नाही.

- - जेम्स क्लिअर, ॲटोमिक हॅबिट्सचे लेखक

तुमचा सेकंड ब्रेन म्हणजे उत्पादनक्षमता आणि सर्जनशीलता वाढवण्यासाठी तयार केलेली एक व्यावहारिक प्रणाली असते. उत्पादनक्षमता ही ठोस आणि परिभाषित, तर सर्जनशीलता ही अमूर्त आणि मुक्त असे परस्परविरोधी वाटले तरी मी मात्र त्यांना परस्परपूरक मानतो. जेव्हा आपण सुव्यवस्थित आणि कार्यक्षम असतो, तेव्हा सर्जनशीलतेसाठी आवश्यक जागा निर्माण होते. जेव्हा आपल्याला स्वतःच्या सर्जनशील प्रक्रियेवर आत्मविश्वास असतो, तेव्हा त्याबद्दल सतत विचार करण्याची गरज नसते. आणि त्यामुळे मी योग्य दिशेने चाललोय का? यातून निर्माण होणारा ताण कमी होतो.

शिस्त आणि सर्जनशीलता यांचा हा समतोल आपण जाणूनबुजून आपल्या सेकंड ब्रेनमध्ये निर्माण करू शकतो. प्रत्येक प्रणालीप्रमाणे, सेकंड ब्रेनलाही नियमित देखभाल आवश्यक असते. आपल्या डिजिटल जगात एक विशिष्ट पातळीपर्यंत संघटन राखणे आवश्यक असते. जेव्हा तुम्ही काम करण्यासाठी त्या ठिकाणी जाता, तेव्हा ती जागा तुमच्या उत्पादनक्षमतेला साथ देते, अडथळा ठरत नाही. सुव्यवस्थित असणे हे काही जन्मतः मिळालेले व्यक्तिमत्त्वाचे गुणवैशिष्ट्य नाही आणि ते फक्त योग्य ॲप्स किंवा साधने निवडून होत नाही.

सुव्यवस्थित असणे ही एक सवय आहे. तुम्ही तुमच्याकडे असणाऱ्या माहितीबरोबर कसे व्यवहार करता, ती कशी वापरता आणि ती कशी साठवता, यावर

आधारित पुनरावृत्ती होणारी ती क्रिया असते. जर आपण सतत आपले नोट्स, मसुदे, कल्पना किंवा स्रोत शोधण्यातच वेळ घालवत असू, तर आपण केवळ मौल्यवान वेळ वाया घालत नाही, तर आपली गतीसुद्धा बिघडवतो. CODE (Capture, Organize, Distill, Express) या प्रत्येक टप्प्यात अशा काही सवयी आहेत ज्या आपल्याला अधिक सुव्यवस्थित होण्यासाठी मदत करत असतात. त्यामुळे आपल्या सर्जनशीलतेला फुलण्यासाठी आवश्यक जागा मिळते.

टिकाऊ उत्पादकतेसाठी 'मिज-ऑन-प्लास' मार्ग

रेस्टॉरंटच्या स्वयंपाकघरात शेफ कसे काम करतात, याचा विचार करा. त्यांच्या कामात गुणवत्ता आणि प्रमाण या दोन्ही गोष्टी अत्यंत गरजेच्या असतात. प्रत्येक डिशमधील प्रत्येक घटक परिपूर्णतेच्या जवळ जाणारा असावा लागतो. गार झालेली डिश किंवा कच्चे राहून गेलेले मासे परत पाठवले जाऊ शकतात. आणि तरीसुद्धा त्यांना एका रात्रीत धावपळीत असतानाही शेकडो डिश तयार कराव्या लागतात.

हीच ती मूलभूत झुंज... गुणवत्ता आणि वेग यांतील संघर्ष... जी आपण ज्ञानकर्मी म्हणून रोज अनुभवतो. आपल्यालाही उच्च दर्जाचे काम जलद आणि सातत्याने करावे लागते. जणू काही आपण एकाच वेळी स्प्रिंट आणि मॅरेथॉन दोन्ही धावत आहोत.

शेफ या आव्हानाला सामोरे जाण्यासाठी एक विशिष्ट प्रणाली वापरतात, जिला फ्रेंच भाषेत mise en place (मिज-ऑन-प्लास) म्हटले जाते. १८००च्या दशकात फ्रान्समध्ये विकसित झालेली ही संकल्पना म्हणजे उच्च दर्जाचे अन्न कार्यक्षमतेने तयार करण्याची पद्धत. शेफ स्वयंपाकघर थांबवून कधीच स्वच्छता करत नाहीत. ते जेवण बनवत असतानाच आपले कार्यक्षेत्र स्वच्छ आणि सुटसुटीत ठेवतात. याचा अर्थ स्वयंपाकघरात साध्या सवयी त्यांनी लावून घेतलेल्या असतात. जसे की नेहमी चमचा एका ठरावीक जागी ठेवणे, सुरी वापरल्यावर ताबडतोब स्वच्छ करून ठेवणे, किंवा पदार्थ ज्या क्रमाने वापरणार, त्याच क्रमाने साहित्य मांडून ठेवणे. या छोट्या सवयी शेफच्या कामातील गोंधळ टाळतात आणि वेग राखतात.

ज्ञानाधारित काम करणाऱ्यांनी 'मिझ ऑन प्लास' या प्रणालीकडून खूप काही शिकण्यासारखे आहे. आपल्या कामाचे स्वरूपही काहीसे तसेच असते. अनिश्चित परिस्थितीत, ठरलेल्या अंतिम मुदतीमध्ये असंख्य कामांचा भडिमार आपण झेलतो. सतत नवीन माहिती, मागण्या आणि विनंत्या आपल्याकडे येत असतात, पण त्यावर

प्रक्रिया करण्यासाठी पुरेसा वेळ आपल्याकडे नसतो. एकाच वेळी अनेक गोष्टींकडे लक्ष देण्याची गरज भासते. त्यामुळे आपल्यासाठीही आपली प्रणाली टिकवून ठेवण्याचा एकमेव वेळ म्हणजे आपले नियमित काम चालू असतानाच असतो.

असे काही जादूने घडणार नाही की तुम्हाला अचानक सर्व काही थांबवून तुमचे डिजिटल जग पूर्णपणे पुन्हा व्यवस्थित करण्यासाठी वेळ मिळेल. तुम्ही 'कामात गती आणण्यासाठी' संपूर्ण दिवस राखून ठेवला आहे, हे ऐकून तुमचे व्यवस्थापकही कदाचित खूश होणार नाहीत. जर तुम्ही 'सिस्टीम मेंटेनन्स'च्या नावाखाली ग्राहकांना थांबवायला सांगितले, तर तुमचा व्यवसायही फार काळ टिकणार नाही. जगाला थांबवून थोडा श्वास घेण्यासाठी वेळ काढणे खूप अवघड असते. आपण आपली प्रणाली जेव्हा बिघडते, तेव्हाच तिची देखभाल आवश्यक आहे हे लक्षात घेतो आणि मग त्या बिघाडाचे कारण आपल्या शिस्तीअभावी किंवा अपुरी उत्पादकता असल्याने आपण स्वतःलाच दोष देतो.

म्हणूनच 'Building a Second Brain' ही संकल्पना फक्त नवीन सॉफ्टवेअर डाउनलोड करण्याबद्दल नाही. ती एक गतिशील, लवचीक प्रणाली आणि सवयींचा संच आहे, ज्यामुळे आपल्या कामाच्या किंवा मनाच्या प्रवाहात गोंधळ न आणता आपण आवश्यक माहिती सहज मिळवू शकतो.

त्यासाठी अंतर्गत शिस्त पुरेशी नाही. आपल्याला बाह्य शिस्तसुद्धा अंगीकारावी लागते. म्हणजेच अशा तत्त्वांचा आणि वर्तनपद्धतींचा एक प्रणालीबद्ध संच, जो आपल्या ऊर्जेला, विचारांना आणि भावनांना उत्पादक दिशेने प्रवाहित करतो. अशी एक प्रणाली जी आपल्या दैनंदिन जीवनातील सतत बदलणाऱ्या माहितीच्या प्रवाहात थोडी रचना आणि स्थैर्य निर्माण करते.

या अध्यायात मी तुम्हाला तीन प्रकारच्या सवयींची ओळख करून देणार आहे, ज्या आपल्याला आपल्या 'सेकंड ब्रेन'ला कार्यक्षम आणि अद्ययावत ठेवायला मदत करतात. या सवयी आपल्या वेळ, जागा आणि हेतू यांच्याभोवती सीमा निर्माण करतात, ज्यामुळे आपण कोणत्या गोष्टीवर लक्ष केंद्रित करायचे आणि कोणत्या दुर्लक्षित करायच्या, हे ठरवू शकतो.

- **प्रोजेक्ट चेकलिस्ट्सः** आपल्या प्रोजेक्ट्सची सुरुवात आणि समाप्ती नेहमी एकसारख्या पद्धतीने व्हावी, तसेच पूर्वी केलेल्या कामाचा उपयोग व्हावा याची खात्री या चेकलिस्ट्स करून घेतात.

- **साप्ताहिक आणि मासिक पुनरावलोकनः** वेळोवेळी आपले काम आणि आयुष्य याकडे पुन्हा एकदा पाहून काही बदल करायची आवश्यकता आहे का, हे ठरवण्याची संधी मिळते.
- **नोटिसिंग हॅबिट्सः** लहानसहान संधी ओळखण्याची सवय लावा. उदा. एखादी नोंद संपादित करणे, अधोरेखित करणे किंवा भविष्यात स्वतःसाठी अधिक फायदेशीर ठरणारी गोष्ट योग्य ठिकाणी हलवणे.

या सवयींना तुम्ही तुमच्या 'सेकंड ब्रेन'चे मेंटेनन्स शेड्यूल समजू शकता. आपल्या गाडीचे ऑइल बदलणे, टायर बदलणे आणि एअर फिल्टर बदलणे नियमितपणे आवश्यक असते, तसंच तुमच्या सेकंड ब्रेनलाही वेळोवेळी ट्यून-अपची गरज असते. त्यामुळेच तो नेहमी कार्यक्षम आणि सुस्थितीत राहू शकतो.

चला, आता या प्रत्येक सवयींचा तपशीलवार आढावा घेऊया.

प्रोजेक्ट चेकलिस्टची सवय : तुमच्या 'नॉलेज फ्लायव्हील'ला चालना देण्याची गुरुकिल्ली

मूलभूत पातळीवर ज्ञानाधारित काम म्हणजे माहिती घेणे आणि तिला परिणामांमध्ये रूपांतरित करणे. आपण दिवसभर माहिती ग्रहण करतो आणि नंतर ती वापरून काहीतरी तयार करतो. हा आपला सततचा प्रवास असतो. ही प्रक्रिया करण्यासाठी कोणत्याही विशेष प्रशिक्षणाची किंवा सेकंड ब्रेनची गरज लागत नाही.

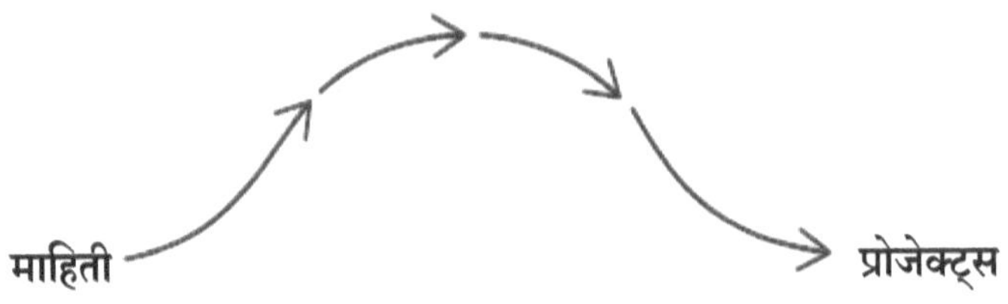

पण बहुतेक लोकांकडे फीडबॅक लूपचा मात्र अभाव असतो. फीडबॅक लूप म्हणजे पूर्वीच्या कामातून तयार झालेले ज्ञान पुन्हा वापरता येईल, अशा रीतीने त्याचा पुनर्वापर करण्याची पद्धत. गुंतवणूकदार जसे पैशाकडे पाहतात, तसा विचार करा. ते एका गुंतवणुकीतून मिळालेला नफा ताबडतोब खर्च करत नाहीत. उलट, ते तो नफा दुसऱ्या गुंतवणुकीत परत गुंतवतात, ज्यामुळे त्यांचे पैसे कमावण्याचे चक्र स्वतःहून

फिरत राहते. त्याचप्रमाणे, तुमच्या ज्ञानाचेही एक फ्लायव्हील म्हणजे स्वतःहून गती घेत जाणारे पुनरावर्तन तयार करणे हेच प्रोजेक्ट चेकलिस्टचे मुख्य उद्दिष्ट आहे.

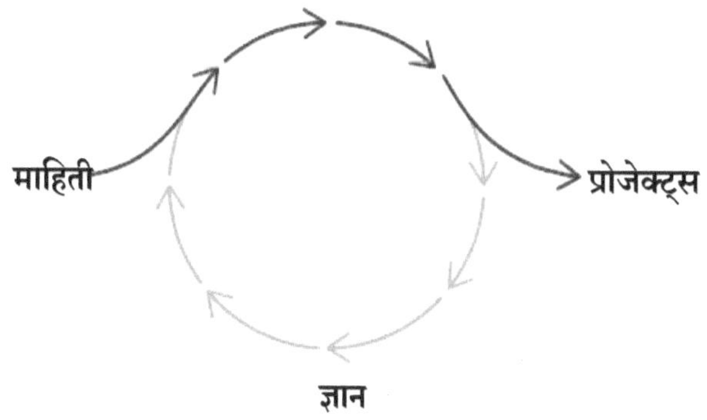

हेच नेमके मी तुम्हाला सांगायचा प्रयत्न करतो आहे. तुमचे लक्ष ही जणू एखादी संपत्ती आहे. ती गुंतवून तुम्हाला त्यातून परतावा मिळवायचा आहे. जो पुढे इतर उपक्रमांमध्ये पुन्हा तुम्हाला गुंतवता येणार आहे. यातून तुमचे ज्ञान सातत्याने वाढत राहील आणि तुमच्या कल्पना एकमेकांशी संलग्न होऊन विकसित होत राहतील. जसे दर महिन्याला थोडेसे पैसे शेअर बाजारात गुंतवले तर ते चक्रवाढीने वाढतात तसेच तुमचे लक्षसुद्धा ज्ञानाच्या वाढीबरोबर आणि कल्पनांच्या परस्परसंबंधांमुळे वाढू शकते.

जर तुम्ही बारकाईने पाहिले, तर या ज्ञानाच्या पुनर्वापर प्रक्रियेत दोन महत्त्वाचे क्षण असतात. तुम्हाला नेहमीपेक्षा काहीतरी वेगळे करण्याची संधी मिळते, अशा ठिकाणी हे मार्ग वेगळे होतात.

हे दोन क्षण म्हणजे, जेव्हा एखादा प्रकल्प सुरू होतो आणि जेव्हा तो पूर्ण होतो. पहिल्यासाठी मी तुम्हाला Project Kickoff Checklist सांगणार आहे, आणि दुसऱ्यासाठी Project Completion Checklist.

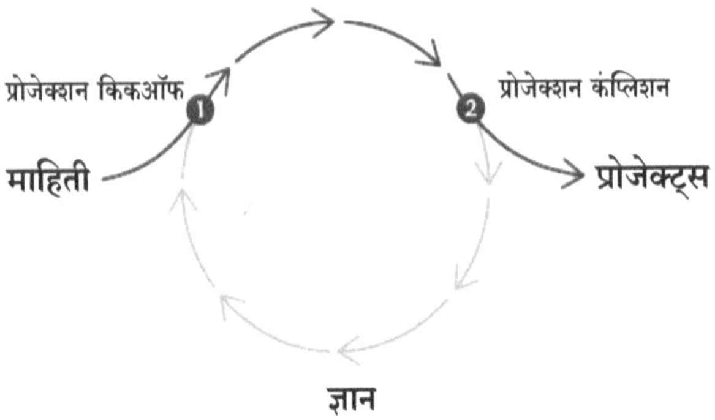

चेकलिस्ट १ : प्रोजेक्ट किकऑफ

विमान उड्डाण घेण्याआधी, वैमानिक 'प्रिफ्लाइट चेकलिस्ट' वापरतात, ज्यामध्ये त्यांनी तपासायच्या किंवा करायच्या सर्व गोष्टी नमूद केलेल्या असतात. त्यामुळे त्यांना त्यांच्या स्मरणशक्तीवर अवलंबून राहावे लागत नाही आणि आवश्यक प्रत्येक पायरी पूर्ण केली जाते. त्याच्या उलट, बहुतांश लोक जेव्हा एखादा प्रकल्प सुरू करतात, तेव्हा त्यांची पद्धत 'अव्यवस्थित'च असते. काहीजण त्यांच्या आधीच्या नोंदी किंवा फाइल्स पाहतात, ज्यात संबंधित माहिती असू शकते, काहीजण पाहत नाहीत. काहीजण त्यांच्या सहकाऱ्यांशी आधीच्या अनुभवांबाबत चर्चा करतात तर काहीजण करत नाहीत. काहीजण प्रगतीसाठी एखादी योजना तयार करतात. काहीजण करत नाही. त्यामुळे प्रकल्पाची यशस्वी सुरुवात ही बहुतांश वेळा नशिबावर अवलंबून असते.

पाचव्या प्रकरणात आपण पाहिले की काम अधिकाधिक प्रकल्पकेंद्रित होत चालले आहे. आपण घेतलेले प्रत्येक उद्दिष्ट, सहकार्य किंवा नेमणूक हे एका प्रकल्पाच्या स्वरूपात परिभाषित करता येते, ज्यामुळे त्याला एक आकार, लक्ष्य आणि दिशा मिळते. जर आपण हे लक्षात घेतले की हे प्रकल्प आपल्या लक्ष्याच्या सर्वांत मोठ्या गुंतवणुकींपैकी एक आहेत, तर त्यांची सुरुवात करताना थोडी रचना आणि शिस्त पाळणे योग्य ठरेल. इथेच 'प्रोजेक्ट किकऑफ चेकलिस्ट' उपयुक्त ठरते.

ही माझी स्वतःची चेकलिस्ट आहे

1. सर्वप्रथम, मी त्या प्रकल्पाबाबत माझ्या सध्याच्या विचारांची नोंद घेतो.

2. त्यानंतर, संबंधित नोंदी असू शकतील असे फोल्डर्स (किंवा टॅग्स) तपासतो.

3. सर्व फोल्डर्समध्ये संबंधित शब्द शोधतो.

4. संबंधित नोंदी प्रकल्प फोल्डरमध्ये हलवतो (किंवा टॅग करतो).

5. संकलित नोंदींचा एक आराखडा तयार करून प्रकल्पाची योजना आखतो.

1. प्रकल्पाबाबत माझे सध्याचे विचार टिपून ठेवणे

मी अनेकदा पाहिले आहे की एखादा प्रकल्प माझ्या मनात आकार घेऊ लागला की, त्याच्याबद्दल लगेचच काही कल्पना आणि मते उमटू लागतात. त्यामुळे मी सुरुवात एक कोरी नोंद तयार करून त्या क्षणी मनात येणारे सर्व विचार मांडून करतो. ही पहिली नोंद नंतर त्या प्रकल्पासाठी खास तयार केलेल्या नवीन फोल्डरमध्ये ठेवली जाते, ज्यामध्ये त्या प्रकल्पाशी संबंधित सर्व पुढील नोंदी साठवल्या जातात. ही पायरी थोडी विस्कळित असली तरी चालते, कारण यात मी मनात येणारे सर्वच विचार, संभाव्य दिशा, इतर कल्पना किंवा विषयांशी असलेले दुवे, किंवा ज्यांच्याशी बोलायचे त्यांची नावे अशा सगळ्या गोष्टी लिहून ठेवतो.

या आरंभीच्या विचारमंथनासाठी मी स्वतःला काही प्रश्न विचारतो.

- मी या प्रकल्पाबद्दल आधीपासून काय जाणतो?
- मला अजून काय माहिती हवी आहे?
- या प्रकल्पाचे माझे उद्दिष्ट किंवा हेतू काय आहे?
- अशी कोणती व्यक्ती आहे जिच्याकडून मला काही मौल्यवान दृष्टिकोन मिळू शकेल?
- या विषयावर उपयुक्त कल्पना मिळवण्यासाठी मी काय वाचू किंवा ऐकू शकतो?

या प्रश्नांमधून मनात जे काही विचार येतात, ते सर्व मी सुरुवातीच्या नोंदीत लिहून ठेवतो. मला बुलेट पॉइंट्स वापरणे आवडते, कारण त्यामुळे माहिती संक्षिप्त राहते आणि पुढे गरजेनुसार हलवणे किंवा बदलणे सोपे होते.

2. संबंधित नोंदी असू शकतील असे फोल्डर्स (किंवा टॅग्स) तपासणे.

दुसऱ्या टप्प्यात, मी त्या सर्व आधीच्या फोल्डर्सकडे पाहतो ज्यामध्ये या नव्या प्रकल्पाशी संबंधित काही माहिती असू शकते. जसे की, आधी वापरलेले

टेम्पलेट्स, आराखडे किंवा जुन्या प्रकल्पांतील उपयुक्त भाग. या ठिकाणी PARA आणि प्रोग्रेसिव्ह समरायझेशन या पद्धती फार उपयोगी ठरतात. माझ्याकडे आधीच विविध फोल्डर्स असतात, ज्यात निवडक नोंदी साठवलेल्या असतात, आणि त्या ठळकपणे सारांशित केल्या असल्याने मला पटकन आठवते की त्यात काय आहे.

प्रोजेक्ट्स, एरियाज, रिसोर्सेस किंवा आर्काइव्ह्ज यांपैकी कुठलेही असोत, मी त्या फोल्डर्सपैकी सध्याच्या प्रकल्पाशी अधिक सुसंगत असणारे काही निवडतो. त्यानंतर, त्या फोल्डर्समधील आकर्षक किंवा उपयोगी वाटणाऱ्या नोंदी पटकन चाळून घेतो. या टप्प्यात गती टिकवणे महत्त्वाचे असते, त्यामुळे मी कुठेही अडकून बसत नाही किंवा अनावश्यक विषयांकडे वळत नाही. हा वेळ भटकंतीचा नसून पुढे जाण्याचा असतो.

3. तिसरे पाऊल म्हणजे सर्व फोल्डर्समध्ये संबंधित शब्दांचा शोध घेणे.

या टप्प्यावर माझ्या लक्षात आले नसेल असे टिपण मी शोधतो. काही वेळा मौल्यवान कल्पना अनपेक्षित ठिकाणी लपलेल्या असतात, ज्या फक्त ब्राउझिंग करून सापडत नाहीत. याच ठिकाणी मी जेव्हा प्रथम एखादी माहिती जतन केली, तेव्हा घेतलेल्या 'क्युरेटरच्या दृष्टिकोनाचा' खरा उपयोग होतो. कारण माझ्या 'सेकंड ब्रेन'मधील प्रत्येक टिपण मी जाणूनबुजून निवडलेले असते. त्यामुळे मी निरर्थक आणि भरकटवणाऱ्या गोष्टींपासून मुक्त राहून फक्त उच्च-गुणवत्तेच्या नोट्सचा शोध घेऊ शकतो. इंटरनेटवर शोध घेण्याच्या अनुभवापेक्षा हे पूर्णतः वेगळे असते, कारण इंटरनेटवर असंख्य जाहिराती, दिशाभूल करणारे मथळे, वरवरच्या गोष्टी आणि निरर्थक वादविवाद असतात. त्यामुळे लक्ष विचलित होते आणि हाती काहीच लागत नाही.

मी नवीन प्रकल्पाशी संबंधित काही शब्द शोधतो, त्यांच्या परिणामांचे बारकाईने परीक्षण करतो आणि ज्या नोंदी सुसंगत वाटतात त्यात पटकन डोकावतो. 'प्रोग्रेसिव्ह समरायझेशन' इथेही मदतीला येते. कारण त्याच्या साहाय्याने मी प्रत्येक नोंदीतील पूर्ण मजकूर वाचल्याशिवाय त्याचा सारांश समजू शकतो आणि गरजेप्रमाणे आत-बाहेर झूम करू शकतो.

4. चौथे पाऊल म्हणजे संबंधित नोंदी प्रकल्पाच्या फोल्डरमध्ये हलवणे किंवा त्यांना टॅग करणे.

मागील दोन टप्प्यांत सापडलेल्या कोणत्याही उपयुक्त नोंदी मी नव्या प्रकल्पाच्या

नावाने तयार केलेल्या फोल्डरमध्ये हलवतो. पर्यायी पद्धतीने, तुमच्या नोट्स ॲपमध्ये जर ती सुविधा असेल, तर तुम्ही त्या नोंदींना प्रकल्पाशी टॅग करू शकता किंवा लिंक करू शकता, म्हणजे त्यांना त्यांच्या मूळ ठिकाणाहून हलवण्याची गरज भासत नाही. नोंदी कुठे ठेवल्या आहेत हे महत्त्वाचे नाही, तर प्रकल्पावर काम करताना त्या नोंदी लगेच वापरता येतात का, हे महत्त्वाचे आहे.

5. पाचवे आणि अंतिम पाऊल म्हणजे एकत्र केलेल्या नोंदीच्या आधारे आराखडा तयार करणे आणि प्रकल्पाची रूपरेषा आखणे.

आता मी गोळा केलेल्या सर्व साहित्याचे एकत्रीकरण करून त्या प्रकल्पासाठी कल्पनांचे एक बेट तयार करतो. म्हणजेच फक्त कल्पना विखुरलेल्या न राहता त्या एका स्पष्ट, क्रमबद्ध पद्धतीने पुढच्या टप्प्यांकडे मार्गदर्शन करतील, असा माझा प्रयत्न असतो.

या आराखड्याचे स्वरूप प्रकल्पाच्या स्वरूपावर अवलंबून असते. जर तो एखादा लेख, निबंध किंवा अहवाल असेल, तर त्यात मी समाविष्ट करायच्या मुख्य कल्पना किंवा उपशीर्षके असतात. जर तो सहकाऱ्यांसोबत किंवा बाहेरील सहयोगींनी पूर्ण करायचा प्रकल्प असेल, तर आराखड्यात आमची उद्दिष्टे आणि प्रत्येक व्यक्तीची जबाबदारी प्राथमिक स्वरूपात नमूद केलेली असते. आणि जर तो प्रवास नियोजनाचा प्रकल्प असेल, तर त्यात पॅकिंग लिस्ट आणि प्रवासाची रूपरेषा असते.

या सर्व प्रक्रियेदरम्यान लक्षात ठेवण्यासारखी गोष्ट म्हणजे ही यादी म्हणजे प्रकल्प सुरू करण्याचा आराखडा आहे, प्रत्यक्ष अंमलबजावणी नव्हे. या पाच टप्प्यांच्या यादीकडे पहिला मसुदा म्हणून पाहायला हवे, ज्यासाठी जास्तीत जास्त वीस ते तीस मिनिटे पुरेशी आहेत. यामधून तुम्हाला तुमच्या सेकंड ब्रेनमध्ये काय आहे याचे स्पष्ट आकलन होईल. त्यानंतर प्रकल्पाला किती वेळ लागेल, कोणते ज्ञान किंवा साधनांची आवश्यकता आहे आणि कोणत्या अडचणी येऊ शकतात, हे तुम्ही ठरवू शकता.

मी तुम्हाला सुचवतो की माझी ही 'किकऑफ चेकलिस्ट' सुरुवातीस वापरा आणि हळूहळू ती तुमच्या गरजेनुसार बदलत जा. तुमच्या व्यावसायिक क्षेत्रानुसार काहींना या प्रक्रियेत अधिक औपचारिकता हवी असेल, काहींना कमी; काहींना पहिल्या टप्प्यासाठी अधिक वेळ लागेल, काहींना कमी वेळ लागेल. काही प्रकल्प

एकट्याने होतील, काहींसाठी इतरांचे योगदान आवश्यक असेल. या सगळ्याचा विचार करून तुम्ही तुमच्या स्वतःच्या पद्धतीने ही यादी सुसंगत करू शकता.

- **प्रोजेक्ट सुरू करण्यापूर्वीचे प्रीमॉर्टम[1] प्रश्न :** आपण काय शिकू इच्छिता? सर्वांत मोठा अनिश्चिततेचा स्रोत किंवा तो सर्वांत महत्त्वाचा प्रश्न कोणता आहे, ज्याचे उत्तर आपल्याला हवे आहे? अपयशाची शक्यता सर्वाधिक कुठे आहे?
- **हितधारकांशी संवाद :** आपले मॅनेजर, टीम सदस्य, ग्राहक, शेअरहोल्डर्स आणि इतर संबंधित व्यक्तींना स्पष्ट करा की हा प्रोजेक्ट का महत्त्वाचा आहे.
- **यशाची व्याख्या :** प्रोजेक्ट यशस्वी झाला असे मानण्यासाठी किमान कोणती उद्दिष्टे पूर्ण झाली पाहिजेत आणि अधिकतम यश मिळवण्यासाठी आपण कोणत्या उच्च उद्दिष्टांचा प्रयत्न करणार आहात?
- **औपचारिक सुरुवात :** नियमित चेक-इन कॉल्स आणि मीटिंग्सचे वेळापत्रक ठरवा. प्रोजेक्टसाठी प्रस्तावित बजेट आणि वेळापत्रक तयार करा. प्रोजेक्टचा उद्देश काय आहे आणि कोणाची कोणती जबाबदारी आहे, हे सर्वांना स्पष्ट सांगा.

चेकलिस्ट-2 : प्रोजेक्ट पूर्णत्वास जाणे

आता आपण 'प्रोजेक्ट कम्प्लिशन चेकलिस्ट'कडे पाहूया - या संपूर्ण प्रक्रियेचा दुसरा महत्त्वाचा भाग.

एखादा प्रकल्प पूर्ण होणे हा ज्ञानाधिष्ठित काम करणाऱ्या व्यक्तीच्या आयुष्यातील एक खास क्षण असतो, कारण तो काही मोजक्या प्रसंगांपैकी एक असतो, जेव्हा एखादी गोष्ट खरोखर संपते. आधुनिक कामकाजातील सर्वांत कठीण गोष्ट म्हणजे कुठलीच गोष्ट संपल्यासारखी वाटत नाही - आणि ते खूप थकवणारे असते, नाही का? मीटिंग्ज आणि कॉल्स सतत सुरूच राहतात, त्यामुळे आपल्याला क्वचितच

---

[1] प्रीमॉर्टम ही एक उपयुक्त प्रक्रिया आहे. एखादा प्रकल्प चुकल्यानंतर केली जाणारी पोस्टमॉर्टम प्रक्रिया जशी असते, तशीच ही प्रक्रिया आहे. फरक इतकाच की प्रकल्प सुरू होण्यापूर्वीच ती केली जाते. यात काय चुकू शकते, कोणत्या अडचणी येऊ शकतात, हे आधीच विचारले जाते. त्यामुळे संभाव्य समस्या वेळीच ओळखता येतात आणि त्या टाळण्यासाठी आवश्यक पावले उचलता येतात.

एखाद्या स्पष्ट यशाचा आनंद साजरा करण्याची आणि नवीन सुरुवात करण्याची संधी मिळते. म्हणूनच प्रकल्प लहान ठेवण्याचे हे एक उत्तम कारण ठरते – जेणेकरून आपण शक्य तितक्या वेळा त्या पूर्णतेच्या समाधानदायी भावनेचा अनुभव घेऊ शकू.

पण फक्त प्रकल्प संपल्याचा आनंद साजरा करणे पुरेसे नाही. त्या अनुभवातून शिकणे आणि भविष्यासाठी उपयुक्त ठरेल असे विचारमंथन नोंदवणेही आवश्यक आहे. इथेच 'प्रोजेक्ट कम्प्लिशन चेकलिस्ट' महत्त्वाची ठरते. ही अशा काही टप्प्यांची मालिका आहे, जी आपल्याला ठरवण्यास मदत करते की या प्रकल्पातून निर्माण झालेले कोणते ज्ञान भविष्यात पुन्हा वापरण्यासारखे आहे आणि काय संग्रहित करून ठेवता येईल. उरलेले मग आपण सुरक्षितपणे अर्काइव्ह करू शकतो. आपण आधी पाहिलेली 'किकऑफ चेकलिस्ट' प्रत्यक्षात परिणामकारक ठरणार असेल, तर याआधी तुम्ही पूर्ण केलेल्या प्रकल्पांमधून आवश्यक सामग्री साठवून ठेवलेली असणे गरजेचे आहे.

माझी स्वतःची 'प्रोजेक्ट कम्प्लिशन चेकलिस्ट' अशी आहे...

1. तुमच्या टास्क मॅनेजर किंवा प्रोजेक्ट मॅनेजमेंट ॲपमध्ये प्रकल्प पूर्ण झाल्याचे चिन्हांकित करा.

2. संबंधित प्रकल्पाचे ध्येय पूर्ण झाले असल्यास त्यावर रेघ मारा आणि ते 'पूर्ण झालेले प्रकल्प' या विभागात हलवा.

3. 'इंटरमीडिएट पॅकेट्स' म्हणजे कामाच्या दरम्यान तयार झालेले उपयोगी ज्ञान यांची छाननी करा आणि आवश्यक असल्यास ती इतर फोल्डरमध्ये हलवा.

4. प्रकल्प सर्व डिजिटल प्लॅटफॉर्मवरून (जिथे तो संग्रहित आहे) अर्काइव्हमध्ये हलवा.

5. प्रकल्प निष्क्रिय होत असेल, तर तो संग्रहित करण्यापूर्वी त्या फोल्डरमध्ये त्याची सध्याची स्थिती दर्शवणारे एक 'करंट स्टेटस नोट' जोडा.

1. प्रकल्प पूर्ण झाला आहे याची खात्री करण्यासाठी तो टास्क मॅनेजर किंवा प्रोजेक्ट मॅनेजमेंट ॲपमध्ये 'कम्प्लिट' म्हणून मार्क करा. खरोखरच प्रकल्प पूर्ण झाला आहे हे निश्चित करण्याचा हा पहिला टप्पा आहे. अनेकदा काही किरकोळ कामे बाकी राहतात. अंतिम मंजुरी घेणे, कागदपत्रे व्यवस्थित फाईल करणे किंवा प्रकल्पाची अंतिम उत्पादने वितरीत करणे. म्हणूनच मी सर्वप्रथम माझ्या टास्क मॅनेजरकडे

पाहतो. टास्क मॅनेजर म्हणजे प्रलंबित कामांच्या नोंदी ठेवण्यासाठी वापरले जाणारे एक खास ॲप आहे. थोडक्यात, डिजिटल 'टू-डू लिस्ट'.[2]

जर त्या यादीतील सर्व कामे पूर्ण झालेली असतील, तर मी प्रकल्प 'कम्प्लिट' म्हणून चिन्हांकित करतो आणि पुढील टप्प्यांकडे सरकतो.

2. संबंधित प्रकल्पाचे ध्येय पूर्ण झालेले असल्यास ते 'कम्प्लिट' या विभागात हलवा. प्रत्येक प्रकल्पाशी सहसा एक विशिष्ट उद्दिष्ट जोडलेले असते. माझी सर्व उद्दिष्टे मी एका डिजिटल नोटमध्ये एकत्र ठेवतो, ज्यामध्ये ती अल्पकालीन (पुढील वर्षासाठी) आणि दीर्घकालीन (आगामी काही वर्षांसाठी) अशा क्रमाने मांडलेली असतात. या टप्प्यावर मी थोडा वेळ घेऊन विचार करतो की प्रकल्पासाठी ठरवलेले प्रारंभीचे ध्येय मी साध्य केले का? जर यश मिळाले असेल, तर त्या यशात कोणते घटक निर्णायक ठरले? मी त्या शक्तींचा पुन्हा वापर किंवा विस्तार कसा करू शकतो? आणि जर मी अपेक्षित ध्येय गाठू शकलो नाही, तर त्याचे कारण काय? पुढच्या वेळी तीच चूक टाळण्यासाठी मी काय शिकू शकतो किंवा काय बदल करू शकतो? या प्रश्नांवर विचार करण्यासाठी लागणारा वेळ प्रकल्पाच्या आकारावर अवलंबून असतो. एखादा मोठा, टीम-आधारित प्रकल्प असेल, तर सखोल विश्लेषणासाठी काही तास लागू शकतात; पण एखादा छोटा वैयक्तिक प्रकल्प असेल, तर काही मिनिटांचे चिंतन पुरेसे ठरते.

एखादे लक्ष्य पूर्ण झाल्यावर ते यादीतून कट करून 'पूर्ण' नावाच्या स्वतंत्र भागात हलवणे मला खूप आवडते. जेव्हा कधी मला प्रेरणेची गरज भासते, तेव्हा मी ही यादी पाहतो आणि भूतकाळात साध्य केलेली सर्व अर्थपूर्ण उद्दिष्टे मला आठवतात. लक्ष्य मोठे असो वा छोटे-हे करण्याने आपण आपल्या 'सेकंड ब्रेन'चा योग्य आणि परिणामकारक उपयोग करू शकतो.

3. एखाद्या उद्दिष्टावर काट मारून ते 'कम्प्लिट' म्हणजे पूर्ण झालेल्या विभागात हलवायलादेखील मला आवडते. मला जेव्हा प्रेरणेची गरज वाटते, तेव्हा मी या यादीकडे पाहतो आणि आतापर्यंत साध्य केलेल्या सर्व अर्थपूर्ण उद्दिष्टांची आठवण करून घेतो. उद्दिष्ट मोठे असो वा छोटे, तुमच्या विजयांची आणि यशांची नोंद ठेवणे ही तुमच्या सेकंड ब्रेनसाठी एक उत्कृष्ट उपयुक्त अशी पद्धत आहे. यानंतर मी पूर्ण

[2] जरी या पुस्तकाच्या विषयमर्यादेबाहेर असले तरी, मी विविध ऑपरेटिंग सिस्टीमसाठी उपयुक्त टास्क मॅनेजर ॲप्सविषयी माझ्या शिफारशी Second Brain Resource Guideमध्ये दिल्या आहेत. त्या तुम्हाला Buildingasecondbrain.com/resources या संकेतस्थळावर पाहता येतील.

झालेल्या प्रकल्पाच्या फोल्डरमध्ये मधल्या टप्प्यात तयार केलेल्या कागदपत्रांची आणि फाइल्सची पाहणी करतो. कारण त्यांचा भविष्यात मला उपयोग होऊ शकतो. यामध्ये एखाद्या वेबसाईटच्या डिझाइनचा साचा, एका-एका परफॉर्मन्स रिव्ह्यूचा अजेंडा किंवा भविष्यातील भरतीसाठी उपयुक्त ठरू शकतील अशा मुलाखतीच्या प्रश्नांची यादी यांचा समावेश असू शकतो.

या प्रत्येक दस्तऐवजाकडे आणि फाइलकडे केवळ वापरून टाकायची वस्तू म्हणून नव्हे, तर दर्जेदार विचारांच्या प्रत्यक्ष उपउत्पादनांप्रमाणे पाहण्याची दृष्टी आवश्यक असते. बरेचसे काम पुन्हा पुन्हा जवळपास तशाच स्वरूपात करावे लागत असते. जर तुम्ही प्रत्येक वेळी नव्याने सुरुवात करण्याऐवजी मागच्या वेळी जिथे थांबलात, तिथूनच विचारांची दिशा पुढे नेली, तर तुम्ही खूप पुढे असाल.

पुढील एखाद्या प्रकल्पासाठी उपयुक्त ठरू शकतील, अशा गोष्टी मी त्या प्रकल्पाच्या फोल्डरमध्ये हलवतो. त्याचप्रमाणे, एखाद्या विशिष्ट क्षेत्राशी किंवा साधनाशी संबंधित नोट्सदेखील त्यांच्या संबंधित फोल्डरमध्ये ठेवतो. ही एक सुटसुटीत अशी प्रक्रिया आहे. प्रत्येक गोष्ट नोंद करून ठेवलीच पाहिजे असा दबाव नाही. कारण तुम्ही संग्रहित केलेली प्रत्येक गोष्ट पुढे शोध घेताना नेहमीच समोर येणार आहे, त्यामुळे काही हरवेल अशी काळजी करीत बसण्याचे कारण नाही.

4. चौथे पाऊल म्हणजे प्रकल्पाचे फोल्डर सर्व प्लॅटफॉर्मवरून अर्काइव्हमध्ये हलवणे. माझ्यासाठी यामध्ये प्रामुख्याने माझ्या संगणकावरील 'documents' फोल्डर आणि क्लाउड स्टोरेज ड्राइव्हचा समावेश असतो. ही प्रक्रिया केल्यामुळे तुमच्या 'active projects' यादीत जुनी आणि आता अप्रासंगिक झालेली माहिती साचून गोंधळ होत नाही आणि त्याच वेळी भविष्यात त्या प्रकल्पाशी संबंधित कोणतीही माहिती पुन्हा उपयुक्त ठरल्यास ती पूर्णपणे सुरक्षितरीत्या उपलब्ध राहते.

5. जर प्रकल्प निष्क्रिय होत असेल तर अर्काइव्हमध्ये हलवण्यापूर्वी प्रकल्प फोल्डरमध्ये 'सध्याची स्थिती' अशी नोंद जोडा. एखादा प्रकल्प पूर्ण न होता रद्द झाला, पुढे ढकलला किंवा काही काळासाठी थांबवला गेला, अशा वेळी पाचवे पाऊल लागू होते. अशा वेळी मी तो प्रकल्प अर्काइव्हमध्ये हलवतो, म्हणजे तो नजरेआड राहतो, पण या विशेष प्रसंगी मी आणखी एक गोष्ट करतो. मी त्या प्रकल्पाच्या फोल्डरमध्ये 'सध्याची स्थिती' नावाची एक नवीन नोंद तयार करून ठेवतो आणि त्यात काही नोंदी थोडक्यात लिहून ठेवतो. भविष्यात जेव्हा केव्हा मी तो प्रकल्प बाहेर काढेन

तेव्हा तो संदर्भ मला मिळेल. उदाहरणार्थ, काही मुद्द्यांमध्ये मी शेवटी कोणती कामे केली, प्रकल्प पुढे का ढकलला किंवा रद्द का झाला, त्यावर कोण काम करत होते आणि त्यांची भूमिका काय होती, तसेच त्या प्रक्रियेत मिळालेले धडे किंवा चांगल्या पद्धती काय होत्या, हे नोंदवून ठेवतो. ही 'हेमिंग्वे ब्रिज' पद्धत मला आत्मविश्वास देते की प्रकल्प सध्या थांबवला असला तरी मी तो कधीही पुन्हा सुरू करू शकतो.

मी वारंवार हे पाहिले आहे की एखादा प्रकल्प थांबला आहे हे प्रामाणिकपणे स्वीकारून आणि काही मिनिटे घेऊन त्या क्षणातील माझा विचार त्यावर उतरवला, की महिन्यांनी किंवा अगदी वर्षांनीही मी तो पुन्हा सुरू करू शकतो. त्यासाठी वेगळे, विशेष प्रयत्न करावे लागत नाहीत. आपण एखादा प्रकल्प 'कोल्ड स्टोरेज'मध्ये ठेवू शकतो आणि त्याचे ओझे मनातून उतरवू शकतो, समाधान देणारी गोष्ट असते आणि त्याहूनही महत्त्वाचे म्हणजे आपल्याला प्रत्येक गोष्टीत सतत प्रगतीच करत राहायची गरज नसते, हे मान्य करणेदेखील तितकेच महत्त्वाचे असते. ते मनाला शांतता देते.

प्रकल्प पूर्णतेच्या चेकलिस्टमध्ये तुम्ही खालील काही गोष्टींचा समावेश करू शकता. मी तुम्हाला सुचवेन की ही यादी तुमच्या स्वतःच्या गरजेनुसार वैयक्तिकरीत्या तयार करा:

- **प्रश्नोत्तर सत्र :** या प्रकल्पातून तुम्ही काय शिकलात? काय चांगले केलेत? आणखी काय चांगले करू शकला असता? पुढच्या वेळी कोणत्या गोष्टी सुधारता येतील?
- **संबंधित भागधारकांशी संवाद :** तुमचे व्यवस्थापक, सहकारी, ग्राहक, क्लायंट, शेअरहोल्डर्स, ठेकेदार इत्यादींना प्रकल्प पूर्ण झाल्याची माहिती द्या आणि त्याचे निष्कर्ष सांगा.
- **यशाचे मोजमाप :** प्रकल्पाची उद्दिष्टे साध्य झालीत का? का झाली किंवा का नाही झाली? प्रकल्पातून गुंतवणुकीवर काय परतावा (ROI) मिळाला?
- **प्रकल्प अधिकृतरीत्या बंद करणे आणि यश साजरे करणे :** शेवटची ईमेल्स, इनव्हॉइस, पावत्या, फीडबॅक फॉर्म्स किंवा संबंधित कागदपत्रे पाठवा. त्यानंतर तुमच्या टीमसोबत किंवा सहकाऱ्यांसोबत यशाचा आनंद साजरा करा, कारण तुमच्या सर्व मेहनतीचे समाधान मिळवणेही तितकेच महत्त्वाचे आहे.

प्रकल्प पूर्ण झाल्यानंतर चेकलिस्टचा पहिला टप्पा, प्रकल्प सुरू करतानाच्या चेकलिस्टपेक्षा अजून कमी वेळात पूर्ण व्हायला हवा. हे सारे साधारण दहा ते पंधरा मिनिटांच्या आत व्हावे. या वेळेत फक्त स्वतंत्र स्वरूपातील माहिती किंवा उपयोगी निरीक्षणे एकत्र करा. कारण ही माहिती पुन्हा कधी उपयुक्त ठरेल की नाही, याची निश्चिती तुम्हाला नसते. म्हणून त्यावर जास्त वेळ आणि ऊर्जा खर्च करण्याची गरज नसते. फक्त भविष्यात ही माहिती गरजेची ठरणार आहे का, हे ठरवा. जर ती उपयुक्त असेल, तर त्यावर अजून संघटितपणे आणि तपशीलवार काम करायचे का नाही हे ठरवता येईल.

तुमच्या कामाची पद्धत कठोर किंवा एकसुरी करणे हा प्रकल्प चेकलिस्ट वापरण्याचा उद्देश नसतो. तुम्ही प्रकल्प सुरू करताना आणि संपवताना स्पष्टता आणि ठामपणा ठेवावा हा त्याचा हेतू असतो. कामे अपूर्ण राहून सतत डोक्यावर राहू नयेत हे पाहणे महत्त्वाचे ठरते. ही चेकलिस्ट म्हणजे बांधकामाला आधार देणारी लोखंडी चौकट असते. तुमचे बांधकाम मजबूत ठेवणारी एक तात्पुरती आधाररचना असते. इमारत बांधून पूर्ण झाल्यावर ती चौकट काढली जाते, तसेच या सवयी कालांतराने तुमच्या विचारप्रक्रियेचा नैसर्गिक भाग बनतात. आणि मग तुम्ही कोणतेही नवे काम सुरू करण्याआधी सहजपणे तुमच्या 'सेकंड ब्रेन'कडे पाहाल त्यात पुन्हा वापरता येईल असे आधीचे उपयुक्त साहित्य काही आहे का, हे पाहता येते.

रीव्ह्यूची सवय : तुमच्या नोट्स एकत्रितपणे प्रोसेस का कराव्यात (आणि किती कालानंतर)

आता आपण साप्ताहिक आणि मासिक रीव्ह्यू याबद्दल बोलूया.

'साप्ताहिक पुनरावलोकन' ही पद्धत डेविड ॲलन या कार्यकारी प्रशिक्षकाने आणि लेखकाने आपल्या प्रसिद्ध 'गेटिंग थिंग्ज डन'[3] या पुस्तकातून लोकांपर्यंत पोहोचवली. त्यांनी या पद्धतीचे वर्णन एक नियमित स्वमूल्यमापन म्हणून केले आहे. जे आठवड्यातून एकदा केले जाते. ज्यामध्ये आपण आपले काम आणि जीवन यांचे पुनरावलोकन करून पुन्हा संतुलन साधतो. ॲलन यांच्या मते, साप्ताहिक पुनरावलोकनाच्या वेळी आपण नवी कामे (to-dos) लिहून ठेवावीत, चालू प्रकल्पांचा

---

[3] Getting Things Done (संक्षेपात GTD) हे पुस्तक वैयक्तिक ज्ञान व्यवस्थापनाला पूरक ठरते. जसे आपण नोट्ससाठी 'मनातून गोष्टी बाहेर काढण्याचे' तत्त्व वापरतो, तसेच या पुस्तकात 'करण्यासारखी कामे' म्हणजेच कामांची यादी, कृतीयोग्य पावले इत्यादींसाठी तेच तत्त्व लागू केले आहे.

आढावा घ्यावा आणि येणाऱ्या आठवड्यातील प्राधान्यक्रम ठरवावेत.

मी या प्रक्रियेत अजून एक पाऊल जोडण्याचा सल्ला देतो. मागील आठवड्यात तयार केलेल्या नोट्सचे पुनरावलोकन करा, त्या नोट्सना त्यातील विषय स्पष्ट सांगणारी संक्षिप्त शीर्षके द्या, आणि त्यांना योग्य PARA फोल्डरमध्ये वर्गीकृत करा. बहुतांश नोट्स ॲप्समध्ये एक 'इनबॉक्स' असतो, जिथे नव्या नोट्स तात्पुरत्या साठवल्या जातात, जोपर्यंत त्यांचे वर्गीकरण होत नाही. या नोट्सचे 'बॅच प्रोसेसिंग' म्हणजेच एकत्रितपणे पुनरावलोकन करणे आवश्यक असते. प्रत्येक नोटसाठी काही सेकंदांचे काम असते आणि हे सगळे काही मिनिटांत पूर्ण होऊ शकते.

तुमचे सेकंड ब्रेन सतत कार्यक्षम आणि सज्ज स्थितीत ठेवण्यासाठी साप्ताहिक आणि मासिक पुनरावलोकन तुम्हाला कशी मदत करतात, हे आता पाहू या. हे लक्षात आले की, कोणतेही नवे काम किंवा संधी आली, तरी तुम्ही तत्परतेने त्याला सामोरे जाऊ शकता.

साप्ताहिक पुनरावलोकन नमुना : ओव्हरलोड टाळण्यासाठी रीसेट करा

ही आहे माझी साप्ताहिक पुनरावलोकन तपासणीसूची. मी साधारणपणे दर तीन ते सात दिवसांनी आठवड्यातील व्यस्ततेनुसार ती पूर्ण करतो. या प्रक्रियेचे उद्दिष्ट कठोर वेळापत्रक पाळणे नाही, तर एक सवय तयार करणे आहे. म्हणजेच माझ्या सर्व इनबॉक्स रिकामे करणे आणि डिजिटल कार्यक्षेत्र स्वच्छ ठेवणे, जेणेकरून ते कामाच्या गोंधळाने ओव्हरलोड होणार नाहीत. मी ही तपासणीसूची माझ्या संगणकावर एका डिजिटल स्टिकी नोट स्वरूपात ठेवतो, जेणेकरून गरज लागल्यावर मी सहजपणे तिचा संदर्भ घेऊ शकतो. साप्ताहिक पुनरावलोकन तपासणीसूची

1. माझे ईमेल इनबॉक्स रिकामे करतो.
2. माझे कॅलेंडर तपासतो.
3. माझा संगणकाचा डेस्कटॉप रिकामा करतो.
4. माझ्या नोट्स ॲपमधील इनबॉक्स रिकामे करतो.
5. येणाऱ्या आठवड्यासाठी करावयाच्या कामांची निवड करतो.

1. माझ्या ई-मेल इनबॉक्सची साफसफाई

मी सर्वप्रथम मागील आठवड्यापासून राहिलेले ई-मेल्स साफ करतो. आठवड्याच्या गडबडीत हे काम सहसा होत नाही, पण जर एक आठवड्याचे

संदेश पुढच्या आठवड्यात साचले, तर नवीन आणि कृतीयोग्य मेल्स आणि जुन्या राहिलेल्या मेल्स यांच्यात फरक ओळखणे कठीण जाते. अशा वेळी, ज्या मेलमधून काही कृती करायची आहे, ती कृती माझ्या टास्क मॅनेजरमध्ये जतन करतो आणि ज्या मेलमधून काही नोंद घेण्यासारखे आहे, ती नोंद मी माझ्या नोट्स ॲपमध्ये ठेवतो.

2. माझ्या कॅलेंडरची तपासणी

पुढे मी माझे कॅलेंडर तपासतो. ते म्हणजे माझ्या आठवड्याचे नियोजन असते. ज्यामध्ये मीटिंग्ज आणि नियोजित भेटींचा आराखडा दिसतो. मी मागील दोन आठवडे तपासतो, काही प्रलंबित राहिले आहे का, हे पाहतो. नंतर पुढचे दोन आठवडे पाहतो, काही तयारीची गरज आहे का, हे ठरवतो. इथेही, कृतीयोग्य गोष्टी टास्क मॅनेजरमध्ये आणि संदर्भासाठीच्या नोंदी नोट्स ॲपमध्ये जतन करतो.

3. माझ्या संगणकाच्या डेस्कटॉपची साफसफाई

पुढील टप्प्यात, मी माझ्या संगणकाच्या डेस्कटॉपवर साचलेल्या फाइल्सची साफसफाई करतो. जर त्या आठवड्यानंतर आठवडा जाऊ दिला तर डिजिटल माहितीचा साठा इतका गोंधळवून टाकतो, की विचार करणेसुद्धा कठीण होऊन बसते. माझ्या प्रकल्पांशी, कार्यक्षेत्रांशी किंवा संसाधनांशी संबंधित असलेल्या कोणत्याही फाइल्सना मी माझ्या संगणकातील योग्य PARA फोल्डर्समध्ये हलवतो.

4. माझ्या नोट्स इनबॉक्सची साफसफाई

चौथ्या टप्प्यापर्यंत पोहोचल्यावर माझ्या नोट्स ॲपमधील इनबॉक्स मागील तीन टप्प्यांमधून ई-मेल, कॅलेंडर आणि संगणक डेस्कटॉप अनेक गोष्टींनी भरलेला असतो. त्याशिवाय, मागील आठवडाभरात मी गोळा केलेल्या नवीन नोट्स (साधारणतः ५ ते १५च्या दरम्यान) देखील असतात.

या टप्प्यावर मी त्या सगळ्या नोट्स एकाच वेळी 'बॅच प्रोसेस' करतो. म्हणजे, प्रत्येक नोट कोणत्या PARA फोल्डरशी संबंधित आहे याचा पटकन आणि सहज निर्णय घेतो. गरज पडल्यास नवीन फोल्डर तयार करतो. एखाद्या नोटसाठी 'योग्य' अशी एकच ठरावीक जागा नसते आणि शोधप्रणाली इतकी प्रभावी असते की मी ती पहिल्यांदा मनात आलेल्या फोल्डरमध्ये ठेवतो.

माझ्या साप्ताहिक पुनरावलोकनातील हा एकमेव टप्पा आहे, जो थेट डिजिटल

नोट्सशी संबंधित आहे. हा एक सोपा आणि व्यवहार्य प्रक्रियेचा भाग आहे. मी नोट्स इनबॉक्समधील प्रत्येक नोट पाहतो, तिला एक माहितीपूर्ण शीर्षक देतो आणि ती योग्य PARA फोल्डरमध्ये हलवतो. मी त्या नोट्स हायलाइट करत नाही किंवा त्यांचे सारांश तयार करत नाही. मी त्यांचा आशय समजून घेण्याचा प्रयत्नही करत नाही. त्या कोणत्या विषयांशी संबंधित असू शकतात, याचीही काळजी घेत नाही. हे सर्व विचार मी भविष्यासाठी राखून ठेवतो. त्या वेळेपुरते, मला माहीत असते की मी काय साध्य करण्याचा प्रयत्न करतो आहे आणि मला तिथे पोहोचण्यासाठी कोणत्या ज्ञानाच्या 'बिल्डिंग ब्लॉक'ची गरज आहे. ही साप्ताहिक वर्गीकरण प्रक्रिया म्हणजे मागील आठवड्यात मी गोळा केलेल्या ज्ञानाचे हलके पुनरावलोकन असते आणि त्यामुळे माझ्या 'सेकंड ब्रेन'मध्ये सतत नवीन कल्पना आणि अंतर्दृष्टींचा प्रवाह टिकून राहतो.

5. आठवड्याच्या कामांची निवड

माझ्या साप्ताहिक पुनरावलोकनातील हा शेवटचा टप्पा असतो. या वेळेला मी माझ्या टास्क मॅनेजर ॲपमधील इनबॉक्स साफ करतो. या टप्प्यापर्यंत मी माझ्या ई-मेल, कॅलेंडर, डेस्कटॉप आणि नोट्समधून घेतलेल्या अनेक कामांची नोंद केलेली असते. आता मी काही मिनिटे काढून ती सर्व कामे योग्य प्रकल्प आणि क्षेत्रांमध्ये वर्गीकृत करतो.

साप्ताहिक पुनरावलोकनाचा अंतिम भाग म्हणजे पुढील आठवड्यात मी कोणत्या कामांसाठी बांधील राहणार आहे हे ठरवणे. कारण मी नुकताच माझ्या संपूर्ण डिजिटल जगाचा आढावा घेतलेला असतो आणि सर्व संबंधित माहितीचा विचार केलेला असतो, त्यामुळे हा निर्णय मी आत्मविश्वासाने घेऊ शकतो. आठवड्याची सुरुवात करतानाच मला खात्री असते की मी योग्य गोष्टींवर लक्ष केंद्रित करतो आहे.

मासिक पुनरावलोकन : स्पष्टता आणि नियंत्रणासाठी चिंतन

साप्ताहिक पुनरावलोकन हे व्यवहार्य आणि वास्तवावर आधारित असते, तर मासिक पुनरावलोकन थोडे अधिक चिंतनशील आणि व्यापक असावे असे मी सुचवेन. हा काळ एका मोठ्या चित्राकडे पाहण्याचा आणि आपल्या ध्येयांमध्ये, प्राधान्यक्रमांमध्ये आणि कार्यपद्धतींमध्ये मूलभूत बदलांचा विचार करण्याची संधी देत असतो. आपण दैनंदिन व्यापात हे क्वचितच करू शकतो. म्हणून ही वेळ महत्त्वाची ठरते.

माझे मासिक पुनरावलोकन सर्वसाधारणपणे असे असते

1. उद्दिष्टांचे पुनरावलोकन करणे आणि ती अद्ययावत करणे.
2. प्रकल्प सूची तपासणे आणि ती अद्ययावत करणे.
3. जबाबदाऱ्यांचे क्षेत्र तपासणे.
4. 'कधीतरी/कदाचित' अशा कामांची यादी पाहणे.
5. कामांचे प्राधान्यक्रम पुन्हा ठरवणे.

1. उद्दिष्टांचे पुनरावलोकन करणे आणि ती अद्ययावत करणे

चालू तिमाहीतील आणि वर्षातील माझी उद्दिष्टे पाहून मी या प्रक्रियेची सुरुवात करतो. मी स्वतःला काही प्रश्न विचारतो - या महिन्यात मी कोणते यश किंवा उपलब्धी साध्य केली? आणि काय अनपेक्षित घडले आणि त्यातून मी काय शिकू शकतो? काही वेळ घेऊन मी पूर्ण झालेली उद्दिष्टे रद्द करतो आणि नव्याने उदयास आलेली उद्दिष्टे जोडतो किंवा अर्थहीन झालेल्या उद्दिष्टांची व्याप्ती बदलतो.

2. माझ्या प्रकल्पांची यादी पुनरावलोकन करणे आणि अद्ययावत करणे

यानंतर मी माझ्या प्रकल्पांची यादी तपासतो आणि अद्ययावत करतो. यात पूर्ण झालेल्या किंवा रद्द झालेल्या प्रकल्पांचे संग्रहण करणे, नव्या प्रकल्पांची भर घालणे किंवा सुरू असलेल्या प्रकल्पांची स्थिती आणि स्वरूपात झालेले बदल नोंदवणे यांचा समावेश असतो. तसेच, मी माझ्या नोट्स ॲपमधील फोल्डर्सही या बदलांनुसार अद्ययावत करतो.

प्रकल्पांची यादी नेहमी अद्ययावत, वास्तवाशी सुसंगत आणि आपल्या खऱ्या आयुष्यातील ध्येये व प्राधान्यक्रमांचे अचूक प्रतिबिंब असणे अत्यंत महत्त्वाचे आहे. कारण प्रकल्प हे तुमच्या 'सेकंड ब्रेन'चे मुख्य आयोजन तत्त्व आहे. जेव्हा तुमचा एखादा प्रकल्प फोल्डर तयार असतो, तेव्हा तुमचे मन त्या प्रकल्पाशी संबंधित सर्वोत्तम कल्पना ओळखण्यास आणि साठवण्यास सज्ज होते.

3. माझ्या जबाबदारीच्या क्षेत्रांचा आढावा घेणे

माझ्या जबाबदारीच्या विविध क्षेत्रांसाठीही हेच करण्याची वेळ आली आहे. माझे आरोग्य, आर्थिक स्थिती, नातेसंबंध आणि कौटुंबिक जीवन या माझ्या जीवनातील प्रमुख क्षेत्रांबद्दल विचार करेन. आणि या क्षेत्रांमध्ये काही बदल करायचे

आहेत का किंवा काही कृती करायची आहे, का हे ठरवेन.

या प्रकारच्या चिंतनातून अनेकदा नवीन कृती–आनुषंगिक गोष्टी (ज्या माझ्या टास्क मॅनेजरमध्ये जातात) आणि नवीन टिपा (ज्या माझ्या नोट्स ॲपमध्ये नोंदवल्या जातात) निर्माण होतात.

अनेकदा भविष्यातील प्रकल्पांची बीजे 'एरिया नोटबुक्स'मध्ये असतात. उदाहरणार्थ, फोटो आणि कल्पना जमा करण्यासाठी मी 'होम' नावाच्या एका फोल्डरचा वापर करून माझा होम स्टुडिओ पुन्हा बांधला होता. तो प्रकल्प प्रत्यक्ष सुरू होण्यापूर्वीच त्या विस्तृत क्षेत्राने मला कल्पना आणि प्रेरणा एकत्र करण्यासाठी एक ठरावीक जागा दिली. त्यामुळे आम्ही काम सुरू करण्याचा निर्णय घेताच सर्व काही तयार आणि उपलब्ध होते.

4. 'कधीतरी/कदाचित' कामांचा आढावा घेणे

'कधीतरी/कदाचित' ही एक खास श्रेणी आहे – ज्यात अशा गोष्टींचा समावेश असतो, ज्या मला भविष्यात कधीतरी करायच्या आहेत, पण लगेच नाही. उदाहरणार्थ, मँडरीन भाषा शिकणे किंवा एक बाग लावणे. अशा प्रकारची भविष्यकालीन स्वप्ने महत्त्वाची असतात, पण ती आजच्या प्राधान्यक्रमात गोंधळ निर्माण करू नयेत म्हणून मी काही मिनिटे काढून माझ्या 'कधीतरी/कदाचित' याद्यांमधील कामांचा आढावा घेईन – त्यापैकी काही आता प्रत्यक्षात करण्यास योग्य ठरले आहेत का, हे पाहण्यासाठी.

उदाहरणार्थ, जेव्हा माझी पत्नी आणि मी स्थायिक झालो आणि स्वतःचे घर घेतले, तेव्हा कुत्रा पाळण्याचे आमचे स्वप्न – जे एका घरातून दुसऱ्या घरात स्थलांतर करताना शक्यच नव्हते – अचानक साकार होण्याच्या टप्प्यावर आले. मी आधीच काही नोट्स साठवून ठेवल्या होत्या – जसे की कोणत्या प्रकारचे कुत्रे आमच्यासाठी योग्य असतील (खेळकर, ॲलर्जी न करणारे, मुलांशी चांगले वागणारे). माझ्या 'मासिक आढावा' प्रक्रियेतील या टप्प्याने मला त्या नोट्स पुन्हा आठवून दिल्या.

5. कामांना पुन्हा प्राधान्य देणे

वरील सर्व टप्पे पूर्ण केल्यानंतर आणि माझ्या ध्येयांचा व प्रकल्पांचा एक व्यापक दृष्टिकोन तयार झाल्यावर, माझ्या कामांना पुन्हा प्राधान्य देण्याची वेळ येते. मी नेहमीच आश्चर्यचकित होतो की, एका महिन्यात किती बदल होऊ शकतात.

गेल्या महिन्यात अत्यावश्यक वाटणारी काही कामे या महिन्यात गौण ठरतात आणि कधी कधी याउलटही घडते.

'नोटिसिंग हॅबिट्स': आपल्या सेकंड ब्रेनचा वापर करून नशीब घडवणे

आता आपण आपल्या सेकंड ब्रेनचा वापर प्रत्यक्ष आयुष्यात सुरू करता तेव्हा उपयोगी पडणाऱ्या सवयींची तिसरी श्रेणी आहे, 'नोटिसिंग हॅबिट्स.' या काही बाबतीत सर्वांत महत्त्वाच्या असतात, पण त्या सर्वांत अनिश्चितही असतात.

मी यांना 'नोटिसिंग' म्हणजेच 'लक्ष देण्याच्या' सवयी म्हणतो. एखादी छोटी संधी लक्षात येते तेव्हा त्याचा तत्परतेने फायदा घेणे. एरवी अशी छोटी संधी दुर्लक्षिली गेली असती; किंवा एखाद्या नोटला अधिक क्रियाशील किंवा सहज शोधता येईल अशी बनवणे. काही उदाहरणे अशी आहेत :

- एखादी कल्पना मनात आली आणि ती उपयुक्त ठरू शकते असे वाटले, तर 'अरे, यात काही विशेष नाही' असे न म्हणता ती लगेच नोंदवणे.
- वाचन करताना एखादी कल्पना तुमच्याशी जुळते आहे असे वाटले, तर काही सेकंद काढून ती अधोरेखित करणे.
- एखाद्या नोटला अधिक योग्य शीर्षकाची गरज आहे असे लक्षात आल्यास, ती बदलणे - जेणेकरून तुमच्या भविष्यकाळातील स्वतःलाच ती शोधणे सोपे जाईल.
- एखादी नोट दुसऱ्या प्रकल्पात किंवा क्षेत्रात हलवली किंवा जोडली, तर ती अधिक उपयुक्त ठरेल, हे लक्षात घेणे.
- दोन किंवा अधिक 'इंटरमीडिएट पॅकेट्स' (मधल्या टप्प्यातील साठवलेल्या कल्पना/माहिती) एकत्र करून त्यातून नवीन, मोठे काम तयार करण्याची संधी ओळखणे म्हणजे पुन्हा शून्यापासून सुरुवात करण्याची गरज भासणार नाही.
- वेगवेगळ्या नोट्समधील एकसारखा मजकूर एका ठिकाणी एकत्र करून गोंधळ कमी करणे.
- तुमच्याकडे आधीपासून असलेला एखादा 'इंटरमीडिएट पॅकेट' इतर कुणाच्या समस्येचे निराकरण करण्यात मदत करू शकेल हे जाणवले, तर तो परिपूर्ण नसला तरी त्यांच्या सोबत शेअर करणे.

'टू-डू' कामांच्या उलट, 'नोट्स'चे एक मोठे वैशिष्ट्य म्हणजे त्या तातडीच्या नसतात. एखादे महत्त्वाचे 'टू-डू' काम दुर्लक्षित झाले तर त्याचे गंभीर परिणाम होऊ शकतात. पण 'नोट्स' मात्र कधीही बाजूला ठेवता येतात आणि त्याचा काहीही नकारात्मक परिणाम होत नाही. दर आठवड्याला नोट्स व्यवस्थित करण्यासाठी वेळ मिळाला तर उत्तमच; पण नाही मिळाला, तरी काही हरकत नाही. मी स्वतः अनेकदा काही आठवडे, कधी महिनाभरही थांबतो. जेव्हा वेळ मिळतो तेव्हा माझे 'नोट्स इनबॉक्स' रिकामे करतो. तोपर्यंत त्या नोट्स शांतपणे तिथेच तयार राहतात. जशी गरज भासेल तशा नोट्स पाहता येऊ शकतात.

ग्राहकांसोबत काम करताना एक गैरसमज नेहमी दिसून येतो तो म्हणजे, व्यवस्थित काम करणे ही खूप मोठी आणि अवघड गोष्ट आहे. अनेकांना वाटते की, जर त्यांनी काही दिवस कॅलेंडर रिकामे करून सर्व जबाबदाऱ्यांपासून सुट्टी घेतली, तरच ते सगळा गोंधळ कमी करू शकतील आणि मन स्वच्छ करू शकतील. पण असा मोकळा वेळ फार कमी वेळा मिळतो. जेव्हा मिळतो तेव्हादेखील ते त्यात फारसे यशस्वी होत नाहीत. ते लहानसहान तपशिलांमध्ये अडकतात आणि साचलेल्या कामाच्या पर्वताला फारसा हात लावू शकत नाहीत. नंतर त्यांच्या मनात अपराधीपणाची भावना दाटून येते. एवढा वेळ असूनही काही साध्य करता आले नाही, याची खंत वाटत राहते.

खरं म्हणजे, माणसासाठी आपल्या संपूर्ण जगाला एकाच वेळी पूर्णपणे पुन्हा व्यवस्थित करणे हे नैसर्गिक नाही. मानवी जीवनाला अनेक पैलू असतात, त्यामुळे प्रत्येक छोट्या गोष्टीला परिपूर्ण चौकटीत बसवणे शक्यच नसते.

व्यवस्थित राहणे नक्कीच आवश्यक आहे, पण ते आपल्या दैनंदिन जीवनाच्या प्रवाहात, थोडे थोडे करता येण्यासारखे असावे. प्रकल्प पुढे नेताना जेव्हा एखादी छोटी सुधारणा करण्याची संधी लक्षात येते, तेव्हा त्या क्षणी ते सुधारत राहणे हाच योग्य मार्ग आहे. ही काही ठोस उदाहरणे आहेत, ज्यातून अशा प्रत्यक्षात 'संधी' कशा दिसतात हे समजू शकते:

- तुम्ही पुढील सुट्टीत कोस्टा रिका येथे जाण्याचा निर्णय घेतला, त्यामुळे तुम्ही 'Languages' (भाषा) या रिसोर्स फोल्डरमधील उपयुक्त स्पॅनिश वाक्यांचा संग्रह हलवून तुम्ही 'Costa Rica' या प्रकल्प फोल्डरमध्ये ठेवता. तुमच्या प्रवासात ते तुम्हाला उपयोगी पडणार असते.

- तुमचे अभियांत्रिकीचे संचालक नोकरी सोडून निघून जातात. तुम्हाला नवीन उमेदवाराची निवड करायची असते, त्यामुळे मागच्या वेळी वापरलेला 'Engineering hire' हा फोल्डर तुम्ही संग्रहित विभागातून बाहेर काढून पुन्हा 'Projects' विभागात हलवता. त्यामुळे तुमची शोधप्रक्रिया सोपी होते आणि तिला दिशा मिळते.

- तुम्ही तुमच्या कार्यशाळांच्या मालिकेतील पुढील कार्यशाळेचे वेळापत्रक ठरवता आणि 'Workshops' या एरिया फोल्डरमधील व्यायामांची PDF हलवून त्या विशिष्ट कार्यशाळेसाठी नव्या प्रकल्प फोल्डरमध्ये ठेवता.

- तुम्हाला लक्षात येते की तुमचा सध्याचा संगणक फारसा वेगाने चालत नाही आणि नवीन घ्यावा लागणार आहे. 'Computer research' या रिसोर्स फोल्डरमधील जतन केलेले लेख हलवून 'Buy a new computer' या नव्या फोल्डरमध्ये ठेवता.

या सर्व कृती काही क्षणांत करता येतात आणि त्या तुमच्या प्राधान्यक्रमांमध्ये किंवा उद्दिष्टांमध्ये झालेल्या बदलांना प्रतिसाद म्हणून घडतात. आपण कामाची मोठी तयारी आधीच करून ठेवण्याचे टाळले पाहिजे, कारण त्यामुळे वेळ आणि ऊर्जा खर्च होतेच, पण आपण अशा कृतींच्या मार्गावर अडकतो, ज्या नंतर योग्य ठरण्याची शक्यता नसते.

जेव्हा तुम्ही तुमच्या डिजिटल नोट्सना केवळ साठवणुकीचे ठिकाण न ठेवता कामाची जागा बनवता, तेव्हा तुम्ही तिथे अधिक वेळ घालवता. जेव्हा तुम्ही त्या ठिकाणी अधिक वेळ देता, तेव्हा अपेक्षेपेक्षा अनेक लहान सुधारणा करण्याच्या संधी तुम्हाला दिसू लागतात. हळूहळू या छोट्या बदलांमुळे तुमच्या नोट्स तुमच्या वास्तविक गरजांनुसार अधिक उपयुक्त आणि अनुकूल बनतात. कोणत्याही आधीच्या नियोजनापेक्षा हे अधिक प्रभावी ठरते. जसे व्यावसायिक शेफ स्वयंपाकघरात काम करताना लहानसहान सुधारणा आणि हलक्या बदलांद्वारे ते नेहमी व्यवस्थित ठेवतात, तसेच तुम्हीही 'नोटिसिंग हॅबिट्स'चा वापर करून काम करता करता आपल्या कामात व्यवस्थित राहणे ही एक चांगली सवय अंगीकारू शकता.

तुमची वेळ : वापरात न येणारी 'परफेक्ट सिस्टीम' म्हणजे अपूर्ण सिस्टीम

मी सांगितलेल्या तीन सवयींच्या प्रकारांपैकी - प्रोजेक्ट किक-ऑफ आणि

कम्प्लिशन चेकलिस्ट्स, साप्ताहिक आणि मासिक पुनरावलोकने (रीव्ह्यूज), आणि नोटिसिंग हॅबिट्स या सर्व सवयी दिवसभरात तुम्हाला जे छोटे छोटे मोकळे क्षण मिळतात त्यात सहजतेने करण्यासाठीच केल्या जातात. या सवयी तुमच्या आधीच चालू असलेल्या दैनंदिन कृतींवर आधारित आहेत, फक्त त्यांना थोडी अधिक सुरचना देतात.

त्यासाठी तुम्हाला एकांतात ध्यानस्थ बसून खूप अधिक वेळ राखून ठेवण्याची गरज नाही. ते वास्तवात शक्यही नाही. तुम्ही जर 'परफेक्ट वेळ' येण्याची वाट पाहत बसलात, तर पहिले पाऊलही कधी टाकता येणार नाही.

मी दिलेल्या चेकलिस्ट्स म्हणजे एक प्रारंभबिंदू आहेत. तुमच्या डिजिटल कामाच्या गोंधळलेल्या आणि अनिश्चित वातावरणात थोडी पूर्वनियोजित लय त्यातून निर्माण होते. त्या तुम्हाला डिजिटल माहिती घेणे, प्रक्रिया करणे आणि तिचा उपयोग करणे यासाठी एक नियमित गती देतात, पण एकदम सगळे थांबवून सर्व पुन्हा व्यवस्थित करण्याची गरज पडत नाही.

हे लक्षात ठेवा की तुमच्या 'सेकंड ब्रेन'ची टिकवून ठेवण्याची प्रक्रिया खूप लवचीक आहे. ती कारच्या इंजिनसारखी नाही. कारच्या इंजिनकडे काही दिवस दुर्लक्ष झाले तर सारे काही बिघडते किंवा स्फोट होतो. पण इथे मात्र तुम्ही काही दिवस, काही आठवडे, अगदी काही महिनेही थोडे मागे पडलात तरी त्याने काही बिघडत नाही. तुमचे विचार आणि कल्पना काळाच्या ओघात हरवून जाऊ नयेत हाच 'सेकंड ब्रेन' तयार करण्यामागचा मूळ उद्देश आहे. जेव्हा तुमच्याकडे पुन्हा वेळ, ऊर्जा किंवा प्रेरणा येईल, तेव्हा तुम्ही जिथे थांबला होतात तिथूनच पुन्हा सुरुवात करू शकता.

हे अधिक स्पष्टपणे समजण्यासाठी काही उदाहरणे पाहूया :

- प्रत्येक कल्पना नोंदवण्याची काही गरज नाही; खऱ्या अर्थाने मौल्यवान कल्पना पुन्हा पुन्हा मनात येतातच.
- तुमचे 'इनबॉक्स' वारंवार रिकामे करण्याची गरज नाही. एखादी नोट चुकली तर त्याचे काही नकारात्मक परिणाम होतील, असे 'टू-डू' यादीप्रमाणे इथे नाही.
- ठरावीक वेळापत्रकानुसार नोट्सचे पुनरावलोकन करण्याची किंवा सारांश

काढण्याची गरज नाही. ते पाठ करून लक्षात ठेवण्याची किंवा सतत मनात ठेवण्याची गरज नाही.

- PARA प्रणाली (Projects, Areas, Resources, Archives) वापरताना नोट्स किंवा फायली कुठे ठेवायच्या, याचा निर्णय खूप लवचीक असतो. कारण सर्च फंक्शन हा नेहमीच एक प्रभावी बॅकअप पर्याय तुमच्याकडे असतो.

खरे तर, कोणतीही अशी एखादी विश्वसनीय प्रणाली जी आपल्याला परिपूर्ण हवी असते, ती मुळातच त्रुटींनी भरलेली असते. एखादी प्रणाली इतकी गुंतागुंतीची आणि चुका होण्याची शक्यता असलेली असेल, तर ती वापरायची तुमची इच्छा राहील का? ती परिपूर्ण नसून नाजूक प्रणाली ठरेल. तुमचे लक्ष दुसरीकडे गेले की ती कोलमडून पडेल, अशी प्रणाली काय उपयोगाची ठरणार आहे!

आपण अत्यंत नीटनेटक्या ज्ञानकोशासारखी व्यवस्था तयार करत नाही तर आपण काम करणारी प्रणाली तयार करीत आहोत, हे नेहमी लक्षात ठेवायला हवे. त्यामुळेच ती प्रत्यक्षात कार्यक्षम असली पाहिजे आणि आपल्या दैनंदिन जीवनाचा एक नियमित भाग बनली पाहिजे. म्हणूनच, आपण नेहमी अशी प्रणाली निवडली पाहिजे जी भलेही अपूर्ण असेल तरी प्रत्यक्ष जीवनात सतत उपयुक्त ठरेल - कधीच न वापरल्या जाणाऱ्या परिपूर्ण प्रणालीपेक्षा - कारण उपयुक्त आणि वापरात राहणारी अपूर्ण प्रणाली कितीतरी अधिक मौल्यवान असते.

प्रकरण **10**

आत्म-अभिव्यक्तीचा मार्ग

स्वत:ला शेअर करावे अशी अशीच एक कल्पनेची इच्छा असते आणि त्या शेअरिंगच्या प्रक्रियेत ती अधिक गुंतागुंतीची, अधिक रोचक आणि अधिकाधिक लोकांसाठी उपयोगी बनत जाते.

- ॲड्रियन मारी ब्राउन, लेखिका आणि सामाजिक कार्यकर्त्या

माहिती कशी मिळवायची, हे मानवजातीच्या इतिहासातील सर्वांत मोठे आव्हान होते. कारण चांगली माहिती मिळणे हे अत्यंत दुर्मीळ होते. ही माहिती कधी एखाद्या अवघड हस्तलिखितात दडलेली असे, तर कधी काही मोजक्या विद्वानांच्या मेंदूतच बंदिस्त असे. त्यामुळे माहितीपर्यंत पोहोचणे हे अत्यंत मर्यादित होते, पण त्याचा फारसा त्रास कुणाला होत नव्हता. कारण बहुतेक लोकांना जगण्यासाठी आणि उपजीविकेसाठी फारशी माहिती नसली तरी त्याने काही अडत नव्हते. ते घेत असलेल्या कष्टाचे मोल त्यांच्या विचारांपेक्षा त्यांच्या शारीरिक श्रमांतच मोजले जात असे.

पण गेल्या काही दशकांत हे सगळे झपाट्याने बदलले आहे. आज आपण सर्वजण एका असीम अशा माहितीच्या अखंड प्रवाहाशी जोडले गेलो आहोत. हा प्रवाह सतत अद्ययावत होत राहतो आणि आपल्या जीवनाच्या प्रत्येक कोपऱ्यात पसरलेल्या बुद्धिमान साधनांच्या माध्यमातून विजेच्या वेगाने आपल्यापर्यंत पोहोचतो. त्याचसोबत 'काम' या संकल्पनेचे स्वरूपच पालटले आहे. आता आपल्या स्नायूंच्या ताकदीपेक्षा आपल्या मेंदूच्या उत्पादकतेत कामाचे खरे मोल आहे. आपले ज्ञान हेच आज आपले सर्वांत मोठे भांडवल आहे आणि आपले लक्ष केंद्रित करण्याची क्षमता हेच आपले सर्वांत मौल्यवान कौशल्य बनले आहे. आपली साधने आता अमूर्त स्वरूपाची झाली आहेत. कल्पना, निरीक्षणे, तथ्ये, चौकट आणि मानसिक नमुने हेच आज आपल्या कामाचे खरे आधार झाले आहेत.

आपण ‘विभाजन’ आणि ‘संकेद्रण’ या प्रक्रियेत पाहिली तशी आता आपली समस्या अधिक माहिती मिळवण्याची उरलेली नाही. आता आव्हान आहे ते, आपल्याला काही ठोस कृती करायची असेल तर या माहितीच्या अखंड प्रवाहाला थांबवायचे कसे, याचेच. आपण माहिती कशी हाताळतो, यात बदल करण्याआधी आपल्याला आपली विचार करण्याची पद्धत बदलावी लागेल. या प्रकरणात आपण हा बदल प्रत्यक्षात कसा दिसतो आणि कसा जाणवतो, हे समजून घेण्याचा प्रयत्न करू.

विचारसरणी विरुद्ध साधनसामग्री – परिपूर्ण ॲपचा शोध

या पुस्तकाचा बहुतांश भाग हा माहितीशी असलेल्या आपल्या नात्यात नवीन साधने आत्मसात करण्याबद्दल आहे. मात्र, इतकी वर्षं निरीक्षण केल्यावर मला एक गोष्ट स्पष्ट झाली आहे ती म्हणजे, एखाद्या व्यक्तीच्या क्षमतेवर साधनसामग्रीमुळे मर्यादा येत नाहीत तर मर्यादा येण्याचे मूळ कारण असते त्याची विचारसरणी.

कदाचित हे पुस्तक तुम्ही हातात घेतलेय कारण तुम्हाला ‘पर्सनल नॉलेज मॅनेजमेंट’ या नव्या क्षेत्राबद्दल ऐकायला मिळाले असेल, किंवा एखादे नवीन नोट घेण्याचे ॲप वापरायचे मार्गदर्शन शोधत असाल. काहींनी उत्पादकता वाढवण्याच्या नवीन तंत्रांच्या आशेने हे वाचन सुरू केले असेल, तर काहींना सर्जनशीलतेकडे साचेबद्ध दृष्टिकोनातून पाहण्याची ओढ असेल.

तुम्ही कोणत्याही कारणासाठी इथे आला असलात तरी, हे सर्व मार्ग शेवटी एका ठिकाणीच पोहोचतात, ते म्हणजे स्वतःचा विकास करीत राहण्याचा प्रवास. कारण, आपल्या अंतर्मनाचे आणि आपल्या डिजिटल जीवनाचे कुठेही वेगळे अस्तित्व नाही. आपण एका क्षेत्रात ज्या श्रद्धा आणि दृष्टिकोनातून विचार करतो, तेच आपोआप इतर क्षेत्रांमध्येही प्रतिबिंबित होतात.

आपल्या जीवनातील माहितीशी असलेला मूलभूत संबंध हा उत्पादकता, सर्जनशीलता आणि कामगिरीशी संबंधित आपल्या संघर्षांच्या मुळाशी असतो. हा संबंध आपल्या बालपणातच आकार घेतो. नव्या अनुभवांना आपण ज्या पद्धतीने प्रतिसाद दिला, ज्या वातावरणात वाढलो, ज्या लोकांशी आपले संबंध आले, ज्या पद्धतीने आपण शिकत गेलो आणि अगदी आपल्या जनुकांपर्यंत या सगळ्याचा त्यावर परिणाम झालेला असतो.

नवीन कल्पना समोर आल्यावर आपण ठरावीक पद्धतीने प्रतिक्रिया द्यायला

शिकलो. नव्या माहितीला आपण कसे स्वीकारायचे याचा एक आराखडा आपण करू लागलो. अपेक्षा, भीती, उत्साह, आत्मसंशय किंवा या सगळ्यांच्या अनोख्या मिश्रणातून हा आराखडा तयार होऊ लागला. हीच आपली 'मूलभूत वृत्ती' आपले संपूर्ण जीवन रंगवत असते. आपण शाळेत अभ्यास केला, परीक्षा दिल्या ती हीच वृत्ती असते. आपण कोणत्या प्रकारच्या नोकऱ्या केल्या आणि करिअर निवडले हेसुद्धा या वृत्तीनेच ठरवले. अगदी हे शब्द वाचतानादेखील हीच वृत्ती तुमच्या विचारांवर परिणाम करत आहे. तुम्ही वाचत असलेल्या गोष्टींबद्दल काय विचार करायचा, काय अनुभवायचे, आणि त्या तुमच्या जीवनाशी कशा जोडायच्या, हे तीच तुम्हाला सांगत आहे.

माहितीविषयीची आपली वृत्तीच ठरवते की आपण जगाकडे आणि स्वतःकडे कसे पाहतो. आधुनिक समाजात आपले यश हे माहितीचा अधिक परिणामकारक वापर करण्याच्या आणि अधिक चपळ, स्पष्ट, सर्जनशील विचार करण्याच्या आपल्या क्षमतेवर अवलंबून आहे. जग जसे अधिक गुंतागुंतीचे होत चालले आहे, तसतसा या वैयक्तिक बुद्धिमत्तेवरचा भर वाढत चालला आहे. आपल्या विचारांची गुणवत्ता हीच आता आपली ओळख, प्रतिष्ठा आणि जीवनमान ठरवणारा सर्वांत महत्त्वाचा घटक बनली आहे. आपण सतत ऐकत असतो की आपली ध्येय गाठण्यासाठी, स्वप्ने साकारण्यासाठी आपल्याला अजून माहिती मिळवत राहायला लागणार आहे.

पण जर मी तुम्हाला सांगितले की हे खरे नाही... तर?

आपल्या मेंदूची भीती – 'आपण पुरेसे करू शकत नाही' ही भावना

ध्येय साध्य करण्याच्या बाबतीत, जन्मजात बुद्धिमत्ता नक्कीच महत्त्वाची असते पण आपण आपल्या जैविक मेंदूवरच सर्व काही देण्याची, सगळे लक्षात ठेवण्याची आणि सर्व उत्तरे शोधण्याची जबाबदारी टाकतो. त्यामुळे तो या ओझ्याखाली दबून जातो हेदेखील तितकेच खरे आहे. तुम्हाला सतत ताण जाणवतो, तुमची अस्वस्थता वाढते, असे वाटू लागते की एकाच वेळी खूप गोष्टी हवेत झुलत आहेत, पण त्यांना हाताळणे शक्य होत नाही. समस्या सोडवण्यात, अडथळे पार करण्याच्या प्रयत्नात मेंदूचा अधिक वेळ जात राहतो आणि त्यामुळे कल्पनाशक्ती, सर्जनशीलता आणि जीवनाचा निखळ आनंद घेण्यासाठी वेळ उरतच नाही. हे खरंय की मेंदू समस्यांचे निराकरण करू शकतो, पण केवळ त्यासाठीच तो बनलेला नाही. आपल्या मनाचे कार्यक्षेत्र त्याहून कितीतरी मोठे आहे.

तुमच्या जीवनात 'सेकंड ब्रेन' म्हणजेच दुसरा मेंदू समाविष्ट करता, तेव्हाच माहितीविषयीच्या या मूलभूत दृष्टिकोनात बदल घडू लागतो. मग पूर्वी कधी शक्य वाटल्या नव्हत्या अशा गोष्टीसुद्धा तुम्हाला दिसू लागतात आणि समस्या सुटण्याच्या शक्यता दिसू लागतात. व्यवसाय, मानसशास्त्र आणि तंत्रज्ञान यांच्यातील कल्पना एकमेकांशी जुळून नवीन आकलन निर्माण करतात. कला, तत्त्वज्ञान आणि इतिहासातील धडे एकत्र मिसळून तुम्हाला जग कसे चालते याविषयीचे अनपेक्षित साक्षात्कार देतात. तुम्ही या सगळ्या कल्पना एकत्र करून हळूहळू नवीन दृष्टिकोन, नवीन सिद्धांत आणि नवीन धोरणे घडवू लागता. मग तुम्हाला त्या प्रणालीच्या सौंदर्याचे नेमके भान येऊ लागते. तुम्ही तयार केलेली रचना किती सुबक आहे आणि ती जणू काही गूढ पद्धतीने योग्य क्षणी योग्य माहिती तुमच्या लक्षात आणून देते, हे पाहून तुम्हीदेखील चकित होता.

कदाचित तुम्ही स्वतःकडे लेखक, सर्जक किंवा तज्ज्ञ म्हणून पाहत नसाल. मी स्वतःही तसाच होतो. मी आरोग्याशी संबंधित माझ्या समस्यांवर नोंदी ठेवायला सुरुवात केली होती, पण ज्या क्षणी तुम्ही तुमच्या मोठ्या उद्दिष्टांसाठी हे सारे लहान माहितीचे तुकडे म्हणून त्याकडे पाहू लागता, त्या क्षणापासून तुम्हाला समजू लागते की कोणताही अनुभव, क्षणिक विचार किंवा जाणिवा अमूल्य ठरू शकतात. तुमची भीती, शंका, चुका, अपयश आणि स्वतःवरील टीका हेसुद्धा फक्त माहितीचे रूप आहे. ही माहिती आत्मसात करता येते, त्यावर प्रक्रिया करता येते आणि ती अधिक अर्थपूर्ण बनवता येते. हे सर्व एका व्यापक आणि सतत विकसित होत राहणाऱ्या चित्राचा अविभाज्य असा भाग आहे.

माझ्या प्रशिक्षण कार्यक्रमातील सहभागी झालेल्या अमेलिया हिने मला अलीकडेच सांगितले की, तिच्या सेकंड ब्रेनची उभारणी सुरू झाल्यानंतर तिचे इंटरनेटशी असणारे नाते १८० अंशांनी बदलले. पूर्वी ती इंटरनेटकडे सनसनाटी आणि आक्षेपार्ह माहिती देणारे माध्यम असे बघत असे आणि म्हणूनच ती त्या जगापासून पूर्णपणे दूर राहत होती. पण जेव्हा इंटरनेटवरील उत्तम गोष्टी निवडून साठवू शकेल आणि अनावश्यक गोष्टींकडे दुर्लक्ष करू शकेल अशी एक जागा तयार झाली, तेव्हापासून इंटरनेटकडे पाहण्याची तिची दृष्टी आमूलाग्र बदलली.

अमेलिया ही एक कुशल लीडरशिप कोच आहे. विविध क्षेत्रांतील लीडर्सना ती त्यांच्या नर्व्हस सिस्टीम अधिक चांगल्या प्रकारे व्यवस्थापित करण्याचे प्रशिक्षण देते. त्यांचे आरोग्य आणि कार्यक्षमता वाढवण्याचे काम ती करते. आता ती इंटरनेटला

आवाज आणि गोंधळाचा स्रोत म्हणून नव्हे तर ज्ञान आणि माहितीच्या दुव्याचे प्रभावी साधन म्हणून पाहते. तिचे ज्ञान आता कितीतरी अधिक लोकांपर्यंत पोहोचू शकते.

अशा प्रकारचा आमूलाग्र बदल नेमका कसा घडतो?... अमेलिया काही नवीन माहिती शिकली असे अजिबात नाही पण तिने नवीन दृष्टिकोन स्वीकारला. ती जगाकडे कृतज्ञतेच्या आणि समृद्धतेच्या एका वेगळ्या चष्म्यातून पाहू लागली. आपल्याबाबतीत जे काही घडते, त्यावर आपले नियंत्रण असतेच असे नाही. पण आपण जगाकडे पाहायचे कसे, हा दृष्टिकोन मात्र आपण नक्कीच निवडू शकतो. आपल्याला आपल्या अनुभवांचे रूप ठरवायची संधी याच मूलभूत निवडीतून येते. आपल्या उद्दिष्टपूर्तीसाठी कोणत्या गोष्टींना खतपाणी द्यायचे आणि कोणत्या दुर्लक्षित करायच्या, हेसुद्धा आपल्या लक्षात येत जाते.

जेव्हा तुम्ही तुमचा 'सेकंड ब्रेन' उभारायला सुरुवात करता, तेव्हा तुमचा जैविक मेंदू म्हणजेच तुमचा मूळ विचार करणारा अवयव हळूहळू बदलू लागतो. तो या नव्या तांत्रिक विस्ताराला स्वतःचाच एक भाग मानू लागतो आणि त्यानुसार स्वतःला जुळवून घेतो. तुमचे मन अधिक शांत होते, कारण प्रत्येक कल्पना आता सुरक्षितरीत्या कुठेतरी नोंदली जात आहे, हे त्याला ठाऊक झालेले असते. त्यामुळे लक्ष अधिक केंद्रित होते. कोणताही विचार थांबवून ठेवता येऊ शकतो आणि गरज पडल्यावर पुन्हा आठवता येऊ शकतो, हे त्याला आता ठाऊक होते. सेकंड ब्रेन वापरायला लागल्यावर त्यांच्या ध्येयांबद्दल, स्वप्नांबद्दल आणि जगात काहीतरी बदल घडवण्याच्या इच्छेबद्दल त्यांना प्रचंड आत्मविश्वास मिळतो, असे अनेक लोक सांगतात. कारण आता त्यांच्या प्रत्येक कृतीचे सामर्थ्य वाढवणारी प्रणाली त्यांच्या पाठीशी समर्थपणे उभी असते.

आपल्या मेंदूला नवी जबाबदारी देण्याची वेळ

जीवनातील प्रत्येक क्षुल्लक गोष्ट लक्षात ठेवण्याच्या आणि त्या बाबी व्यवस्थापित करण्याच्या कष्टदायक नोकरीतून तुमच्या मेंदूला आता राजीनामा द्यायचा आहे. तुम्ही मेंदूला आता एक नवी भूमिका देणार आहात. तुमच्याकडील माहितीला कृतीत, आणि कृतीला परिणामात रूपांतरित करण्याची प्रक्रिया घडवून आणणारा नवा सीइओ ही भूमिका आता तुमच्या नव्या मेंदूला द्यायची आहे. आता आपण आपल्या स्मरणशक्तीचे काम जैविक मेंदूकडून एका बाह्य प्रणालीकडे म्हणजेच सेकंड ब्रेनकडे सोपवणार आहोत आणि आपल्या मेंदूला त्या जंजाळातून मुक्त करणार आहोत.

यातून तो नवे ज्ञान अधिक सर्जनशील पद्धतीने आत्मसात करू शकणार आहे.

तुमचा सेकंड ब्रेन नेहमी कार्यरत असतो, त्याची स्मरणशक्ती परिपूर्ण असते आणि तो कोणत्याही प्रमाणात विस्तारू शकतो. नोंद घेणे, मांडणी करणे आणि सारांश काढणे या कामांची जबाबदारी तुम्ही जितकी तंत्रज्ञानाकडे सोपवाल, तितका अधिक वेळ आणि ऊर्जा तुमच्याकडे शिल्लक राहील. स्व-अभिव्यक्तीला त्यातून अधिकाधिक वाव मिळेल.

तुमच्या अस्तित्वाने तुमच्या क्षमतेवर मर्यादा घालणे थांबवले, की मग तुम्ही माहितीच्या प्रवाहात बुडण्याची भीती न बाळगता तुमच्या इच्छेनुसार विस्तारू शकता. तुमचे मन अधिक संतुलित आणि शांत होते, कारण ही माहिती निघून जाणार नाही कारण ती सर्व तुमच्या डोक्याबाहेर सुरक्षितरीत्या साठवलेली आहे, हे तुम्हाला पूर्णतः ठाऊक असेल. तुम्ही बाहेर असलेल्या एका प्रणालीवर विश्वास ठेवायला शिकाल, तेव्हा तुम्ही त्यावर विश्वासाने विसंबून राहायला शिकाल. तुमच्या आयुष्यातल्या प्रत्येक गोष्टी लक्षात ठेवण्याची जबाबदारी फक्त तुमच्यावरच नाही, ही जाणीव अत्यंत नम्र आणि आश्वासक असेल. तुमचे मन अधिक मोकळे होईल. तुम्ही अधिक मुक्त, आव्हानात्मक आणि अपूर्ण कल्पनांचा विचार करू लागाल. कारण आता तुमच्याकडे पर्यायांचा अखंड साठा उपलब्ध असेल. तुम्हाला कोणत्याही एका विचारधारेत अडकून न पडता विविध लोकांकडून, विविध दृष्टिकोनांतून शिकण्याची ओढ लागेल.

तुम्ही दृष्टिकोनांचे संयोजक बनाल

आपल्या परिस्थितीनुसार आपण विश्वास ठेवतो आणि कल्पनांची निवड करतो. त्या जीवनाला अधिक अर्थपूर्ण बनवतात. ज्या कामाची जबाबदारी तुम्ही अनेक वर्षे स्वतः सांभाळली आहे, ती अचानक इतरांकडे सोपवणे नेहमीच थोडे भीतीदायक असते. कारण अशा वेळी, मनाच्या कोपऱ्यातून एक आवाज हळूच कुजबुजतो, आता माझ्यासाठी काही उरेल का? मी अजूनही उपयोगी आणि महत्त्वाचा राहीन का?

आपल्याला बालपणापासून शिकवले जाते की आपली जागा पक्की करा. बदलाचा धोका स्वीकारू नका. आपल्याला सांगितले जाते की, शांत राहा, गोंधळ घालू नका; जसे आहे तसे चालू द्या. तेच अधिक सुरक्षित आहे; पण जेव्हा आपण आपल्या मनातील विचारांची गर्दी रिकामी करू लागतो, तेव्हा खऱ्या अर्थाने धैर्याची

परीक्षा सुरू होते. कारण एकदा हे विचार बाजूला गेले, की आपल्यासमोर येतात अस्वस्थ करणारे प्रश्न.

आपल्या भविष्याबद्दल, आपल्या ध्येयांबद्दल आणि आपल्या अस्तित्वाच्या अर्थाबद्दलचे असतात. म्हणूनच 'सेकंड ब्रेन' तयार करणे ही केवळ माहिती साठवण्याची प्रक्रिया नाही तर ती स्वतःच्या व्यक्तिमत्त्वाला उन्नत करण्याचा प्रवास आहे. तुमच्या माहितीचे जग जसे बदलू लागते, तसे तुमच्या मनाच्या कार्यपद्धतीतही हळूहळू परिवर्तन सुरू होते. तुमची जुनी ओळख पुसली जाते आणि तुमची एक नवी ओळख प्रस्थापित होऊ लागते. आता तुम्ही तुमच्या जीवनाचे केवळ प्रवासी नसता तर त्याचे संचालक आणि संयोजक होता.

अशा प्रकारे स्वतःची ओळख बदलतानाचा प्रवास नेहमीच थोडा अस्वस्थ करणारा, भीतीदायकही वाटू शकतो. कारण या बदलानंतर आपण नेमके कोण होऊ आणि ती नवी अवस्था कशी असेल, हे आपल्याला ठाऊक नसते. पण जर तुम्ही या संक्रमणातून धैर्याने पुढे गेलात, तर त्या दुसऱ्या बाजूला नेहमीच तुमच्यासाठी एक नवीन क्षितिज असते. ते आशेने, शक्यतांनी आणि स्वातंत्र्याच्या जाणिवेने भरलेले असते.

अभावातून समृद्धीकडे – एक बदल

तुम्ही या नव्या ओळखीच्या दिशेने प्रवास सुरू केला आहे, हे कसे ओळखायचे? याचे सर्वांत मोठे लक्षण म्हणजे दृष्टिकोनातील बदल हे होय. 'सेकंड ब्रेन' तयार करताच, जगाकडे पाहण्याचा तुमचा दृष्टिकोन अभावाच्या नजरेतून बदलून समृद्धीच्या नजरेतून पाहण्याकडे वळतो.

नव्या माहितीच्या जगात जुन्या गृहीतकांसह जगण्याचा प्रयत्न आजही अनेक लोक करताना दिसतात. त्यांना वाटते की माहिती मर्यादित आहे, म्हणून ती शक्य तितकी जास्त गोळा करायला, साठवायला आणि उपभोगायला हवी. आपल्याला लहानपणापासून ग्राहकवादी दृष्टिकोनातून माहितीकडे पाहायला शिकवले गेले आहे. जितकी जास्त, तितकी चांगली. त्याला मर्यादा नाही. अभावाच्या जाणिवेतून माहितीची तहान आणखीनच वाढत जाते. कुठली तरी महत्त्वाची गोष्ट आपल्याकडून सुटेल याची आपल्याला सतत भीती वाटत राहते. माहिती दडवून ठेवायची, जपून ठेवायची असेच आपल्याला शिकवले आहे. आपल्याविरुद्ध तिचा वापर केला जाऊ शकतो किंवा कुणी आपल्या कल्पना चोरू शकते, अशी भीती आपल्याला घेरून असते.

'कॅप्चरिंग' या प्रकरणात पाहिले की माहिती गोळा करण्याची प्रवृत्ती कधी कधी स्वतःचे स्वतंत्र उद्दिष्ट बनते. आपण विचार न करता सतत नवी सामग्री जमवू लागतो. ती आपल्या उपयोगाची आहे का, खरोखरीच उपयुक्त आहे का, याचे भानच राहत नाही. ही माहितीची अंदाधुंद ग्राहक वृत्ती बनून जाते. यामध्ये प्रत्येक विनोदी मीम, प्रत्येक सोशल मीडिया पोस्ट जगातल्या सर्वांत मौल्यवान ज्ञानाइतकीच महत्त्वाची वाटू लागते. ही प्रवृत्ती भीतीतून जन्म घेते. कुठली तरी आवश्यक माहिती, कल्पना किंवा गोष्ट चुकली तर? या भीतीने आपण सतत माहिती साठवण्याच्या चक्रात अडकतो. पण या साठवणीचे एक विलक्षण कोडे आहे. जितकी माहिती जमवतो, तितकी ती अपुरीच वाटत पाहते. जी माहिती आपल्या जवळ आधीपासून आहे, ती फारशी मौल्यवान नसावी, असे आपल्याला सारखे वाटत राहते. म्हणूनच आपण सतत बाहेर शोध घेत राहतो. आपल्यामध्ये आधीच असलेली समृद्धी न जाणता, तिच्याच शोधात बाहेर भटकत राहतो.

अभाववृत्तीचा विरुद्ध अर्थ – समृद्धीवृत्ती

अभाववृत्तीच्या अगदी विरुद्ध असते समृद्धीवृत्ती. ही एक अशी दृष्टी आहे, जी जग हे शक्यतांनी भरलेले, मौल्यवान आणि साहाय्यकारी स्थान आहे अशा आशेने पाहते. तिथे कल्पना, विचार, साधने, सहकार्य आणि नवनवीन संधींचा अखंड प्रवाह असतो. या जगात ज्ञानाची, विचारांची आणि प्रेरणेची कमतरता नाही हे समृद्धीवृत्ती आपल्याला सांगते. ते आपल्या भोवती सर्वत्र आहे. आपण वाचत असलेल्या प्रत्येक गोष्टीत, आपल्या सामाजिक संबंधांमध्ये, आपल्या शरीराच्या संवेदनांमध्ये, आपल्या अंतःप्रेरणांमध्ये आणि आपल्या स्वतःच्या मनातही ते आहे, याची जाणीव समृद्धीवृत्ती करून देते; पण या दृष्टिकोनात एक सुंदर आकलन दडलेले आहे. आपल्याला या सगळ्या माहितीचे पूर्ण ज्ञान मिळवायची गरजच नाही. आपल्याला लागतात फक्त काही मोजकी शहाणपणाची बीजे आणि गंमत म्हणजे आपल्याला खरोखर गरजेची असतात तीच बीजे पुन्हा पुन्हा आपल्या आयुष्यात आपल्यासमोर येत राहतात. तुम्हाला नवनवीन कल्पना मिळवण्याच्या मोहिमेवर जाण्याची गरज नाही. फक्त जीवन काय सांगण्याचा प्रयत्न करतेय ते ऐका. कारण जीवन सतत आपल्याला शिकवते. आपण काय समजून घ्यायला हवे, काय दुरुस्त करायला हवे आणि आपली विचारसरणी कुठे चुकते आहे, हेदेखील सांगते. जीवन हा एक प्रेमळ पण ठाम शिक्षक असते. ते आपल्या मनासारखे जग बदलत नाही, तर आपल्या मनाला वास्तवाकडे वळवत राहते. जीवनाचे धडे पुन्हा पुन्हा, वेगवेगळ्या रूपांत आपल्या आयुष्यात समोर येत राहतात.

समृद्धीवृत्ती स्वीकारणे म्हणजे कधीकाळी आपण जपून ठेवल्या पण त्या आता आपल्याला पुढे नेण्यास समर्थ नाहीत अशा गोष्टींना सोडून देणे. अर्थात, कमी मूल्य असलेल्या कामांतून मुक्त होणे. ही कामे सुरक्षिततेचा आभास निर्माण करतात, परंतु आपल्या सर्वोच्च आविष्कारावर बंधने आणतात. कमी मूल्याच्या माहितीपासून दूर जाणे महत्त्वाचे असते कारण ती माहिती दिसायला महत्त्वाची वाटते, पण आपल्याला माणूस म्हणून अधिक चांगले बनवत नाही. आणि सर्वांत महत्त्वाचे म्हणजे आपल्याला इतरांच्या मतांपासून वाचवते असे भासवते, पण त्या भीतीच्या कवचाला खाली ठेवण्याचा प्रयत्न ही कमी मूल्य असलेली माहिती करीत असते. पण वस्तुस्थिती अशी असते की, त्याच कवचामुळे आपण जगाकडून मिळणारे प्रेम, शहाणपण, आणि अनुभव स्वीकारताना एक भिंत उभी करतो आणि त्याचा मोकळेपणाने स्वीकार करत नाही.

कर्तव्यबुद्धीतून सेवाभावाकडे.. महत्त्वाचा बदल

जेव्हा तुम्ही तुमचे 'सेकंड ब्रेन' फक्त आठवणींसाठी नव्हे, तर जोडणी आणि निर्मिती करण्यासाठी वापरू लागता, तेव्हा आणखी एक परिवर्तन घडते. केवळ कर्तव्य म्हणून किंवा दडपणाखाली तुम्ही काही करत नाही, तर त्या सेवाभावाने करू लागता.

माझ्या मते, बहुतांश लोकांना इतरांची सेवा करण्याची इच्छा निसर्गतः असते. त्यांना शिकवायचे असते, मार्गदर्शन करायचे असते, मदत करायची असते, योगदान द्यायचे असते. परतफेड करण्याची, समाजाला काही देण्याची ही भावना हीच आपली माणूस म्हणून ओळख अधोरेखित करीत असते. पण मी हेही पाहिले आहे की अनेक लोक ही इच्छा पुढे ढकलत राहतात. ते भविष्याची वाट पाहत राहतात. आपल्याजवळ 'पुरेसा' वेळ, ज्ञान, अनुभव किंवा साधने असतील तेव्हा करू, असा विचार करतात. पण, तो दिवस कधी येत नाही. कारण अशी माणसे नोकऱ्या बदलतात, नव्याने करिअर सुरू करतात, त्यांना मुले होतात आणि जीवनाच्या मागण्या पूर्ण करण्यात ते पुरते गुंतून जातात.

इतरांना मदत करणे हे तुमच्यावरचे बंधन नाही. कधी कधी फक्त स्वतःची काळजी घेणे हीच तुमच्यासाठी मोठी गोष्ट असते. तरीदेखील, मी एक गोष्ट अनुभवली आहे ती म्हणजे, आपल्या सेकंड ब्रेनमध्ये जसजसे तुम्ही अधिकाधिक ज्ञान साठवू लागता, तसा तो आतला सेवेचा भाव आपोआपच वर येऊ लागतो. आपल्या हातात

माहिती आहे हे लक्षात आल्यावर, मग 'आता थांबण्याचे काही कारण नाही' असे वाटू लागते.

ज्ञानाचे उद्दिष्ट वाटण्यात आहे. इतरांवर किंवा स्वतःवर ज्ञानाचा सकारात्मक परिणाम होत नसेल, तर त्या ज्ञानाला अर्थच काय? शिकणे म्हणजे सोन्याची नाणी साठवणे नव्हे. ज्ञान ही एक अशी संपत्ती आहे जी जितकी वाटाल, तितकी वाढत जाते. जर मी आरोग्य, अर्थव्यवस्था, व्यवसाय किंवा अध्यात्माबद्दल नवी दृष्टी तुम्हाला दिली, तर माझे ज्ञान कमी होत नाही. उलट ते अधिक प्रभावी होते. असे जेव्हा करतो तेव्हा आपण एकाच भाषेत बोलू शकतो, एकत्र प्रयत्न करू शकतो आणि त्या ज्ञानाचा वापर करून एकमेकांच्या प्रगतीला हातभार लावू शकतो. जेव्हा ज्ञान इतरांना द्याल तेव्हा ज्ञानाचे सामर्थ्य वाढत जाते.

या जगात असे अनेक प्रश्न आहेत जे तुम्ही सोडवू शकता. समाजातील गरिबी, अन्याय, गुन्हेगारी, अर्थव्यवस्थेतील विषमता, शिक्षणातील कमतरता, कामगारांचे हक्क, संस्थांतील मनुष्यबळ, संस्कृती आणि विकासाशी संबंधित आव्हाने अशा कितीतरी विषयांवर काम करता येऊ शकते किंवा तुमच्या उत्पादनांमुळे, सेवांमुळे, किंवा कौशल्यांमुळे इतरांचे आयुष्य अधिक सुलभ आणि परिणामकारक होऊ शकते. रायडर कॅरोल यांनी 'The Bullet Journal Method'मध्ये म्हटल्याप्रमाणे, मानवतेच्या फाटलेल्या वस्त्रातील एखादे छोटेसे छिद्र बुजवण्याची क्षमता तुमच्या दृष्टिकोनात आहे.

या जगात असेही काही लोक आहेत ज्यांच्यापर्यंत फक्त तुम्हीच पोहोचू शकता. इतर कुणाकडून ते मार्गदर्शन कधीच मिळवू शकणार नाहीत. त्यांच्या समस्यांचे स्वरूपही त्यांना माहीत नसते. अशा लोकांसाठी तुम्ही आशेचा किरण बनू शकता. आई-वडिलांनी, शिक्षकांनी, मार्गदर्शकांनी तुम्हाला आयुष्यात जे काही दिले, ते तुम्ही आता पुढे देऊ शकता. फक्त शब्दांच्या माध्यमातूनही तुम्ही एखाद्याच्या जीवनात अमर्याद शक्यतांचे दरवाजे उघडू शकता. तुमचे सेकंड ब्रेन सुरुवातीला तुमच्या स्वतःच्या ध्येयांसाठी आणि यशासाठी काम करते, पण त्यानंतर तो इतरांच्या स्वप्नांना आधार देण्यासाठी तेवढाच प्रभावी ठरतो.

तुमच्याकडे परत देण्यासाठी आणि या जगात चांगुलपणाची शक्ती बनण्यासाठी आवश्यक असणारे सारे काही आहे. हे सर्व सुरू होते ज्ञानापासून आणि तुमच्याकडे ते ज्ञान आधीच विपुल प्रमाणात आहे.

ग्राहकतेतून सर्जनशीलतेकडे झालेला बदल

'सेकंड ब्रेन' तयार करण्याची प्रक्रिया म्हणजे फक्त तथ्य, सिद्धांत आणि इतरांची मते संकलित करण्याचे काम नाही. स्वतःबद्दल जागरूकता निर्माण करणे आणि आत्मज्ञान वाढवणे हे त्याचे मूळ सार आहे. जेव्हा एखादा विचार तुम्हाला भिडतो, तेव्हा तो केवळ बाहेरून आलेला नसतो. तो तुमच्या आत आधीपासून असलेल्या कुठल्यातरी गोष्टींचं प्रतिबिंब असतो. प्रत्येक बाह्य कल्पना म्हणजे एक आरसा असतो, जो आपलेच प्रतिबिंब आपल्याला दाखवत असतो. आतुरतेने इतरांना सांगितल्या जाव्या अशा कल्पना, कथा आणि सत्यांना तो पुढे आणायचे काम करतो.

ब्रिटिश-हंगेरियन तत्त्वज्ञ मायकल पोलानी यांनी १९६६मध्ये लिहिलेल्या पुस्तकात एक निरीक्षण नोंदवले, जे पुढे 'पोलानीचा विरोधाभास' म्हणून प्रसिद्ध झाले. त्याचे सार असे सांगते की, आपल्याला जितके माहिती आहे, तितके आपण सांगू शकत नाही. पोलानी यांनी लक्षात आणून दिले की, काही गोष्टी आपण अतिशय सहजपणे करतो पण त्या कशा करतो हे स्पष्टपणे सांगू शकत नाही. उदाहरणार्थ, गाडी चालवणे किंवा एखाद्याचा चेहरा ओळखणे. आपण त्याचे वर्णन करण्याचा प्रयत्न करू शकतो, पण आपल्या स्पष्टीकरणात नेहमी काहीतरी अपूर्ण राहते. कारण या कृतींमध्ये आपण 'गुप्त ज्ञान' वापरत असतो. हे ज्ञान अचेतनात आणि स्नायूंच्या स्मरणात असते आणि तिथपर्यंत भाषा पोहोचू शकत नाही.

या 'स्व-अज्ञानाच्या समस्येमुळे' कृत्रिम बुद्धिमत्ता आणि संगणकीय प्रणालींच्या विकासात मोठा अडथळा निर्माण झाला आहे. कारण आपण कसे जाणतो, हे सांगू शकत नाही, त्यामुळे ते संगणक प्रोग्राममध्ये अचूकपणे मांडता येत नाही. पण संगणक शास्त्रज्ञांसाठी असलेला हा शाप, आपल्यासाठी आशीर्वाद आहे कारण हेच गुप्त ज्ञान त्या अंतिम सीमारेषेवरचे प्रतीक आहे, जिथे माणूस अजूनही यंत्रांपेक्षा श्रेष्ठ आहे. ज्या कामांमध्ये या गुप्त ज्ञानाची आवश्यकता आहे, ती कामे शेवटपर्यंत स्वयंचलित होणार नाहीत.

जेव्हा तुम्ही तुमचा 'सेकंड ब्रेन' साकारता, तेव्हा अनेक तथ्ये आणि आकडे गोळा केले जातात, पण ती फक्त एका उद्दिष्टाकडे नेणारी साधने असतात. तुमच्यात दडलेले ते गुप्त ज्ञान उलगडणे हे ज्ञान आधीपासून तुमच्यात आहे, पण त्यासाठी काही बाह्य संकेतांची गरज असते. जागृत चेतनेच्या पातळीवर आणण्याचे काम हे संकेत करतात. आपल्याला जितके माहिती आहे, तितके आपण सांगू शकत नाही,

हे खरे असेल तर मग त्या जीवनानुभवातून मिळालेल्या अनमोल ज्ञानसंपदेला बाहेर उतरवण्यासाठी आपल्याकडे एक प्रणाली असायला हवी.

तुम्हाला जग कसे चालते याविषयी बरेच माहीत असते, पण त्यातील अनेक गोष्टी तुम्ही शब्दांत सांगू शकत नाही. मानवी स्वभावाचे एक सहज, अंतर्ज्ञानी आकलन तुम्हाला असते. तुमच्या क्षेत्रातही तुम्ही असे नातेसंबंध पाहिलेले असतात जे कोणत्याही यंत्राला दिसत नाहीत. आयुष्याने तुम्हाला जे अनुभव दिलेले असतात त्यातून जगाकडे पाहण्याचा एक वेगळा आणि खास दृष्टिकोन तुम्हाला प्राप्त झालेला असतो. त्याचाच उपयोग करून तुमच्या व इतरांच्या जीवनात सकारात्मक व सखोल परिणाम घडवू शकेल अशा सत्यांचा तुम्ही शोध घेऊ शकता.

आपल्याला नेहमी सांगितले जाते की, 'स्वतःशी प्रामाणिक राहा,' 'तुमच्या मनातील सर्वांत खोल इच्छांचा पाठपुरावा करा.' पण जर आपल्यालाच आपल्या इच्छा किंवा ध्येय नेमकेपणाने माहीत नसतील तर? जर तुम्हाला 'तुमच्या जीवनाचे उद्दिष्ट' काय आहे हेच ठाऊक नसेल तर करणार काय? त्यामुळे आत्मज्ञानाशिवाय स्वतःला दिशा देणे शक्यच नाही. जोपर्यंत तुम्ही स्वतःला ओळखत नाही, तोपर्यंत तुम्हाला काय हवे आहे, हेही समजणार नाही. स्वतःला ओळखण्याची प्रक्रिया रहस्यमय वाटत असली, तरी ती प्रत्यक्षात अत्यंत व्यावहारिक आहे. तिची सुरुवात होते तुमच्या मनाला काय भिडतेय हे जाणून घेण्यापासून. बाहेरच्या जगातील कोणती गोष्ट तुम्हाला आतून स्पर्श करते, कोणती कल्पना ओळखीची, परिचित वाटते हे लक्षात घेण्यापासून त्याची सुरुवात होते. विचारांचे, कल्पनांचे आणि भावनांचे एक विश्व तुमच्यात दडलेले आहे. काळाच्या प्रवाहात, तुम्ही स्वतःतील नवनवीन स्तर उलगडू शकता आणि तुमच्या व्यक्तिमत्त्वाचे वेगवेगळे पैलू जाणू शकता. हा शोध बाहेरून सुरू होतो, पण शेवटी तो आतल्या दिशेने होणाऱ्या प्रवासात रूपांतरित होतो आणि मग जे काही तुम्हाला सापडते आहे, ते आधीपासूनच तुमच्यात होते हे तुम्हाला उमगू लागते.

स्व-अभिव्यक्तीची मूलभूत गरज

पहिल्या प्रकरणात समजून न आलेली माझी एक व्याधी आणि तीच गोष्ट मला डिजिटल माहिती व्यवस्थापित करण्याच्या प्रवासाला कशी घेऊन गेली, याविषयी मी सांगितले होते. काही वर्षांनंतर असा एक काळ आला, जेव्हा मी माझ्या आयुष्यातील सर्वांत खालच्या टप्प्यावर पोहोचलो होतो. आधुनिक वैद्यकशास्त्राने देऊ केलेल्या जवळपास सर्व उपचारपद्धती मी वापरून पाहिल्या होत्या पण त्याने काहीच उपयोग झाला नाही. डॉक्टर शेवटी म्हणू लागले की, तुझ्या शरीरात काही दोष नाही, हे

सगळे तुझ्या मनात आहे, कारण त्यांच्याकडील तपासण्या कोणताही विकार दाखवत नव्हत्या. पण माझ्या वेदना मात्र दिवसेंदिवस वाढत होत्या. मी सकाळी जागा होताच माझ्या मानेला इतका ताण जाणवायचा की जणू एखाद्या लोखंडी साखळीने कोणी माझा घसा आवळला आहे.

या सततच्या शारीरिक वेदनेने मी माझ्या मित्रमंडळींपासून, समाजापासून दुरावलो. माझे सगळे लक्ष माझ्या शरीरातील वेदनेवरच केंद्रित झाले होते. त्यामुळे लोकांशी बोलणे, संवाद साधणे कठीण झाले. हळूहळू मी एकलकोंडा झालो. इंटरनेटवर जास्त वेळ घालवू लागलो, कारण तिथे मला इतरांशी बोलण्याची गरज नव्हती. आयुष्याकडे पाहण्याचा दृष्टिकोन बदलू लागला. हळूहळू नैराश्याच्या भोवऱ्यात अडकलो. एक काळ तर असा आला की मला काही भविष्यच नाही असेच मला वाटू लागले. मी नीट बोलूच शकत नव्हतो तर मग, नाती, मैत्री, प्रेम हे सगळे तरी कुठून राहणार? वेदनांनी ग्रस्त असताना नोकरी तरी कशी टिकवता येणार? जेव्हा उपचार तर सोडाच, निदानही मिळत नव्हते तेव्हा आपले पुढचे आयुष्य कसे असेल, याचा विचारही भयावह वाटत होता.

याच काळात दोन असे शोध लागले ज्यांनी माझे आयुष्य केवळ बदलले नाही तर वाचवलेही. पहिला शोध होता, ध्यान आणि सजगता (Mindfulness). मी ध्यान सुरू केले आणि मला एक नवे, आध्यात्मिक आणि अंतर्मुखतेचे विश्व गवसले! ज्याच्या अस्तित्वाची कल्पनाही मला आधी नव्हती आणि मला एक सत्य उमगले ते म्हणजे, मी म्हणजे माझे विचार नाही. माझे विचार म्हणजे माझ्या मनात अखंड सुरू असलेल्या गोष्टी आहेत. त्या प्रत्येक विचारावर विश्वास ठेवायचा की नाही, हा निर्णय मी घेऊ शकतो.

कोणत्याही औषधाने मिळाली नव्हती अशी शांती मी ध्यानामध्ये अनुभवली. माझ्या वेदनाच माझ्या गुरू बनल्या. माझ्या आयुष्यात नेमके कोणत्या गोष्टीकडे लक्ष द्यायला हवे याची दिशा मला त्यांनीच दाखवली. ध्यानात असताना मी खोल आणि हृदयस्पर्शी अनुभूती घेत होतो. मला ते अनुभव इतरांना सांगण्याची तीव्र इच्छा होऊ लागली आणि त्यातून मला माझा दुसरा मोठा शोध लागला तो म्हणजे 'सार्वजनिक लेखन'.[1]

---

1 'सार्वजनिक लेखनाच्या अद्भुत शक्तीची जाणीव' मला डेव्हिड पेरेल यांच्या सहकार्यामुळे झाली. ते त्यांच्या ऑनलाइन लेखनशाळेद्वारे – Write of Passage – लोकांना सार्वजनिक पद्धतीने प्रभावी लेखन कसे करावे हे शिकवतात. या शाळेबद्दल अधिक जाणून घेण्यासाठी तुम्ही writeofpassage.school या संकेतस्थळाला भेट देऊ शकता.

मी स्वतःचा एक ब्लॉग सुरू केला आणि माझा पहिलाच ब्लॉग लिहिला, कॅलिफोर्नियाच्या उत्तर भागातील विपश्यना ध्यान शिबिरातील माझ्या अनुभवाबद्दल मी त्यात लिहिले. मला अजूनही बोलताना अडचण येत होती त्यामुळे लेखन हाच माझा मोठा आधार होता.

आता माझ्या ब्लॉगवर, मला हवे ते लिहिता येत होते. जितके तपशीलवार सांगावेसे वाटेल तितके सांगता येत होते. माझ्या अभिव्यक्तीवर कोणत्याही प्रकारचे बंधन नव्हते. मी पूर्णपणे स्वावलंबी आणि स्वतंत्र होतो. त्या अनुभवातून मला एक अत्यंत महत्त्वाचा शोध लागला तो म्हणजे, 'स्व-अभिव्यक्ती ही मानवी अस्तित्वाची मूलभूत गरज आहे.' स्वतःला व्यक्त करणे हे अन्न, पाणी किंवा निवाऱ्याइतकेच जीवनावश्यक आहे. आपण आपल्याला जीवनात जे अनुभवायला मिळते ते इतरांना सांगितलेच पाहिजे. मग तो शाळेत घडलेला एखादा छोटासा प्रसंग असो किंवा जीवनाच्या अर्थाबद्दलचे आपले गहन विचार असोत.

आता तुमची पाळी : स्वतःला व्यक्त करण्याचे धैर्य

मी अनेक लोकांशी त्यांच्या जीवनकथांबद्दल बोललो आहे आणि त्यातून पुन्हा पुन्हा एक गोष्ट माझ्या लक्षात आली ती म्हणजे, त्यांच्याकडेसुद्धा सांगण्यासारखे खूप सुंदर, भावनिक आणि प्रभावी असते. त्यांच्या अनुभवांमधून त्यांना गूढ आणि खोल शहाणपण लाभलेले असते. पण दुर्दैवाने, तेच लोक आपल्या त्या अनुभवांना आणि कथांना कमी लेखतात. एक दिवस सांगू असा ते विचार करतात, पण तो 'एक दिवस' कधीच येत नाही. मी तुम्हाला एकच सांगू इच्छितो, थांबण्याचे काहीच कारण नाही. जगाला तुमच्याकडचे जाणून घ्यायची इच्छा आहे. तुम्ही फक्त स्वतःला मोकळेपणाने व्यक्त करा, त्यातून तुम्ही इतरांचे जीवन बदलू शकता.

स्वतःचा संदेश जगासमोर मांडायला धैर्य आणि संवेदनशीलता दोन्ही लागते. कारण ते प्रवाहाच्या विरुद्ध पोहणे असते. भीतीच्या काळोखात शांत न राहता, स्वतःचा आवाज उठवणे असते. आपला आवाज शोधणे आणि सत्य सांगणे ही स्वाभिमान जपणारी क्रांतिकारी कृती आहे.

पण मनात प्रश्न येतात, मी कोण बोलणारा? माझ्याकडे सांगण्यासारखे काय आहे? लोकांचा वेळ मी का मागू? या प्रश्नांची उत्तरे एकाच मार्गाने मिळतात ती म्हणजे बोलून. आपण व्यक्त होऊ लागल्यानंतरच सत्य बाहेर येऊ लागते. तुम्ही सांगाल ते प्रत्येक वेळी सगळ्यांना पटेलच असे नाही. पण, एखाद्याचे जगच बदलून

जाईल अशी एखादी कथा, एखादा दृष्टिकोन, जगाकडे पाहण्याचा एखादा वेगळा मार्ग तुम्ही सांगून जाल. तो एखादा मित्र असू शकतो, ग्राहक असू शकतो, किंवा तुमच्या लेखनाचा वाचक असू शकतो. माणसामाणसातील विशाल दरी अशा एका क्षणासाठी मिटते. त्या क्षणी तुम्हाला आतून जाणवते की, आपण सारे मानवतेच्या एकाच धाग्याने जोडलेलो आहोत. त्यात प्रामाणिकपणे योगदान देणे हे आपले खरे कर्तव्य आहे.

तुमच्या मागे 'सेकंड ब्रेन'चे सामर्थ्य असते, तेव्हा तुम्ही हवे ते करू शकता आणि हवे ते बनू शकता. कारण अखेरीस, सगळे काही माहितीच असते आणि तुम्ही त्या माहितीच्या प्रवाहाला आकार देणारे कुशल कारागीर आहात. त्या प्रवाहातून तुम्ही तुमच्या इच्छित भविष्याची निर्मिती करू शकता.

अंतिम विचार : तुम्ही हे नक्की करू शकता

'सेकंड ब्रेन' तयार करण्यासाठी एकच योग्य पद्धत असते असे नाही. भले तुमची पद्धत इतरांना काहीशी गोंधळलेली वाटेल, पण जर ती तुम्हाला प्रगती, आनंद आणि समाधान देत असेल, तर तेच तुमच्यासाठी योग्य आहे. एखाद्या प्रकल्पापासून सुरुवात करून, हळूहळू तुमच्या कौशल्यांच्या विकासानुसार अधिक महत्त्वाकांक्षी आणि गुंतागुंतीच्या प्रकल्पांकडे तुम्ही वळू शकता. अशा वेळी तुम्ही 'सेकंड ब्रेन'चा वापर पूर्णपणे अनपेक्षित पद्धतींनी करता आणि तुम्हाला स्वतःचेच आश्चर्य वाटते. कारण तुम्ही आधी कधी कल्पनाही केल्या नव्हत्या, अशा गोष्टी साकारलेल्या असतात.

तुमच्या गरजा जशा बदलतील, तसतसे स्वतःला स्वातंत्र्य द्या. जे उपयुक्त वाटेल तेच ठेवा आणि जे अनावश्यक वाटेल ते बाजूला ठेवा. या पुस्तकात दिलेल्या गोष्टी आणि तंत्रांपैकी तुम्हाला जे जुळून येईल ते निवडा, एकत्र करा आणि आपल्या गरजेनुसार वापरा. असे केल्याने तुमचे 'सेकंड ब्रेन' तुमच्या आयुष्याच्या प्रत्येक टप्प्यावर तुमचा कायमचा सोबती ठरेल.

सातत्याने टिपणे घेण्याची सवय विकसित करणे असो, विचार अधिक प्रभावीपणे करणे आणि पुन्हा उभारणे असो, किंवा अधिक मूळ, परिणामकारक काम निर्माण करण्याचा प्रयत्न असो, तुम्ही नेहमी CODE या चार टप्प्यांकडे परत येऊ शकता :

- जे तुम्हाला भावते ते जपून ठेवा (Capture)

- कृतीयोग्य गोष्टींचे संचयन करा (Organize)
- सारांश शोधा (Distill)
- तुमचे काम जगासमोर मांडा (Express)

तुम्हाला सारे काही अवघड आणि गोंधळात टाकणारे वाटले, तर थोडे मागे या आणि तुमचे सध्याचे प्रकल्प आणि प्राधान्यक्रम या तातडीच्या, महत्त्वाच्या गोष्टींवर लक्ष केंद्रित करा. हे प्राधान्यक्रम पुढे नेण्यास मदत मिळेल अशा नोट्सवरच लक्ष ठेवा. संपूर्ण 'सेकंड ब्रेन' प्रणाली एकाचवेळी तयार करण्याचा प्रयत्न करण्याऐवजी, एक प्रकल्प एकावेळी captureपासून expressपर्यंत पुढे न्या. असे केल्याने ही प्रक्रिया तुमच्या कल्पनेपेक्षा कितीतरी सोपी, लवचीक आणि नैसर्गिक आहे, असे जाणवेल.

तुम्ही प्रक्रिया आणखी साधी करू शकता. फक्त 'सेकंड ब्रेन' तयार करण्याच्या एका टप्प्यावर लक्ष केंद्रित करून. विचार करा, तुम्ही सध्या कुठे आहात आणि जवळच्या भविष्यात कुठे पोहोचायचे आहे?

- तुम्हाला अधिक गोष्टी लक्षात ठेवायच्या आहेत का? मग PARA पद्धतीने तुमच्या प्रकल्प, बांधिलकी आणि आवडींनुसार टिपणे जतन आणि संघटित करण्यावर लक्ष केंद्रित करा.
- तुम्हाला कल्पना जोडायच्या आहेत आणि वैयक्तिक व व्यावसायिक आयुष्यात नियोजन, प्रभाव आणि वाढ यांसाठी क्षमता विकसित करायची आहे का? मग Progressive Summarization पद्धतीने नोट्स सतत सुधारत जा आणि त्या दर आठवड्याच्या आढाव्यात पुन्हा पाहा.
- कमी ताण आणि त्रासामध्ये तुम्हाला अधिक आणि उत्तम परिणामकारक निर्मिती करायची आहे का? मग एकावेळी एक Intermediate Packet तयार करा आणि ते अधिकाधिक आत्मविश्वासाने शेअर करण्याच्या संधी शोधा.

आणि आता तुमचा प्रवास सुरू करण्यासाठी खालील बारा व्यवहार्य पावले तुम्ही उचलू शकता. या प्रत्येक पावलातून वैयक्तिक ज्ञान व्यवस्थापनाच्या सवयी आपल्या आयुष्यात रुजवायला सुरुवात होईल.

1. **तुम्हाला काय जपायचे आहे ते ठरवा.** तुमचा 'सेकंड ब्रेन' म्हणजे एक वैयक्तिक,

अंतर्मुख नोटबुक किंवा डायरी समजा. तुम्हाला सर्वाधिक काय टिपून ठेवायचे, शिकायचे, शोधायचे किंवा शेअर करायचे आहे? तुम्ही आधीपासूनच महत्त्व देता अशा दोन-तीन प्रकारच्या विषयांचा विचार करा आणि त्यापासून सुरुवात करा.

2. **तुमचे नोट्स ॲप निवडा.** जर अजूनही तुम्ही डिजिटल नोट्स ॲप वापरत नसाल, तर आत्ताच एक वापरायला सुरुवात करा. या पुस्तकाच्या तिसऱ्या प्रकरणात त्याबद्दल माहिती आहे. तसेच, Buildingasecondbrain.com/resources या संकेतस्थळावर उपलब्ध असलेला फ्री गाईड वापरून ताज्या तुलना आणि शिफारसी पाहा.

3. **कॅप्चर टूल निवडा.** सुरुवात करण्यासाठी मी 'रीड लेटर ॲप' वापरण्याची शिफारस करतो. त्यात तुम्हाला आवडणारे लेख किंवा इतर ऑनलाईन सामग्री साठवून ठेवा आणि नंतर वाचा. हा एकच टप्पा तुमचे 'कॉन्टेंट कसे ग्रहण करायचे' याबद्दलचा संपूर्ण दृष्टिकोन बदलून टाकेल.

4. PARA **प्रणाली तयार करा.** PARA म्हणजे - Projects (प्रकल्प), Areas (क्षेत्र), Resources (स्रोत), Archives (संग्रह). ही चार फोल्डर्स तयार करा आणि कृतियोग्यतेवर लक्ष केंद्रित करून सध्या चालू असलेल्या प्रत्येक प्रकल्पासाठी स्वतंत्र फोल्डर (किंवा टॅग) बनवा. आता पुढे, फक्त त्या प्रकल्पांशी संबंधित नोट्स जतन करा.

5. **प्रेरणा मिळवा - तुमच्या 'बारा आवडत्या समस्यां'ची यादी तयार करा.** तुम्हाला नेहमी विचार करायला, शोध घ्यायला किंवा सोडवायला आवडणाऱ्या समस्यांची यादी तयार करा. ती एका नोटमध्ये जतन करा आणि जेव्हा कधी नवीन कल्पनांची गरज भासेल, तेव्हा ती पाहा. या प्रश्नांचा वापर करून कोणती माहिती खरंच जतन करण्यासारखी आहे, हे ठरवा.

6. **ई-बुकमधील हायलाइट्स आपोआप जतन करा.** तुमच्या 'रीड लेटर' किंवा ई-बुक ॲपमधील हायलाइट्स आपोआप डिजिटल नोट्समध्ये पाठवण्यासाठी एक मोफत इंटिग्रेशन सेट करा. (Buildingasecondbrain .com/resources येथे शिफारसी दिलेल्या आहेत.)

7. **'प्रोग्रेसिव्ह समरायझेशन'चा सराव करा.** सध्या तुम्ही करत असलेल्या एखाद्या प्रकल्पाशी संबंधित नोट्स घ्या आणि त्यावर विविध स्तरांवर हायलाइट करून

सारांश तयार करा. हे केल्याने तुम्ही त्या नोट्सशी कसे संवाद साधता, हे बदलून जाईल.

8. **फक्त एक** Intermediate Packet **तयार करून पाहा**. एखादा अस्पष्ट, विस्तृत किंवा अवघड प्रकल्प निवडा आणि त्यातील फक्त एक छोटा भाग निवडून त्यावर काम करा. तो भाग व्यवसाय प्रस्ताव, चार्ट, कार्यक्रमाचे रन-ऑफ-शो किंवा तुमच्या बॉससोबतच्या बैठकीसाठीचे मुद्दे असू शकतात. प्रकल्पाचे लहान भाग करा, पहिली आवृत्ती तयार करा आणि किमान एका व्यक्तीला दाखवून त्याचे मत घ्या.

9. **एका** Deliverable **वर ठोस प्रगती करा**. तुमच्याकडे असलेल्या एखाद्या जबाबदारीच्या प्रकल्पावर लक्ष केंद्रित करा आणि एक्स्प्रेस या तंत्रांचा (जसे की Archipelago of Ideas, Hemingway Bridge, आणि Dial Down the Scope) वापर करून, फक्त तुमच्या सेकंड ब्रेनमधील नोट्सच्या आधारे त्यावर ठोस प्रगती साधा.

10. **'साप्ताहिक आढावा'** ठरवा. तुमच्या कॅलेंडरमध्ये स्वतःसोबत दर आठवड्याची आढावा घेणारी बैठक ठरवा. सुरुवातीला फक्त नोट्स इनबॉक्स रिकामे करा आणि त्या आठवड्याचा प्राधान्यक्रम ठरवा. आत्मविश्वास वाढला की नंतर इतर टप्पे जोडा.

11. **तुमच्या नोट्स घेण्याच्या कौशल्याचे मूल्यांकन करा**. सध्या तुम्ही टिपणे कशी घेत आहात आणि त्यात कोणत्या गोष्टी सुधारता येऊ शकतात, हे तपासा. त्यासाठी Buildingasecondbrain.com/quiz येथे उपलब्ध असलेले फ्री मूल्यांकन साधन वापरा.

12. PKM² **समुदायाशी जोडा**. Twitter, LinkedIn, Substack, Medium किंवा तुमच्या पसंतीच्या कोणत्याही माध्यमावर Personal Knowledge Management (PKM²), SecondBrain, B-SB किंवा toolsforthought या विषयांवर लिहिणाऱ्या लोकांना फॉलो करा, त्यांचे लेख वाचा आणि चर्चा करा. या पुस्तकातून तुम्ही शिकलेल्या गोष्टी, नवीन जाणिवा किंवा शोधलेले अनुभव शेअर करा. नवीन सवयी आत्मसात करण्याचा सर्वोत्तम मार्ग म्हणजे ज्या लोकांनी त्या आधीपासून आत्मसात केल्या आहेत, त्यांच्या सहवासात राहणे.

'सेकंड ब्रेन' तयार करणे हा एक प्रकल्प असतो, म्हणजेच ठरावीक कालावधीत आपण ज्यावर लक्ष केंद्रित करून परिणाम साध्य करू शकतो असा उपक्रम. मात्र, त्या 'सेकंड ब्रेन'चा वापर ही आजीवन चालणारी एक साधना आहे. म्हणूनच मी सुचवतो की, वेळोवेळी Building a Second Brain हे पुस्तक पुन्हा वाचा. मी खात्री देतो, प्रत्येक वेळी वाचताना तुम्हाला काहीतरी नवीन गवसेल. काही तपशील, काही अर्थ, जे पहिल्यांदा लक्षात आले नव्हते ते नव्याने समजतील.

तुम्ही CODE पद्धतीचा केवळ एखादा भाग अमलात आणायचा निर्णय घेत असाल, संपूर्ण प्रक्रिया आत्मसात करण्याचा निर्धार करत असाल, किंवा त्यामधला काही मध्यम मार्ग निवडत असाल तर प्रत्येक परिस्थितीत तुम्ही माहितीशी असलेले नाते नव्याने घडवत आहात. तुम्ही तुमच्या लक्ष, ऊर्जा आणि विचारांशी एक नवीन संबंध निर्माण करत आहात. प्रत्येक गोष्टीचा अर्थ तुम्हाला नेहमीच स्पष्ट नसेल तरी तुमच्या आजूबाजूला फिरणाऱ्या माहितीवर नियंत्रण मिळवत आहात.

जेव्हा तुम्ही वैयक्तिक ज्ञान व्यवस्थापनाच्या या आजीवन प्रवासाला सुरुवात कराल, तेव्हा लक्षात ठेवा की तुम्ही यापूर्वीही यश मिळवले आहे. तुम्ही कधी ऐकल्या नव्हत्या, अशा काही गोष्टी होत्या, पण आता त्या तुमच्या जीवनाचा अविभाज्य भाग बनल्या आहेत. काही सवयी आणि कौशल्ये अशी होती जी अवघड वाटत होती, पण आता त्यांशिवाय जीवनाची कल्पनाही होत नाही. काही नवी तंत्रज्ञाने अशी होती ज्यांना तुम्हीच नाकारले होते; पण आता ती रोजच्या वापरात आली आहेत. 'सेकंड ब्रेन'चे हे तत्त्वज्ञानसुद्धा असेच आहे, आज जे परके आणि गुंतागुंतीचे वाटतेय, ते हळूहळू सहज आणि नैसर्गिक होईल.

शेवटी, एकच सल्ला द्यायचा झाला तर, ज्या गोष्टी तुम्हाला आकर्षित करतात त्या गोष्टींचा पाठलाग करा. एखादी कथा, कल्पना किंवा नवीन शक्यता तुम्हाला आतून हलवून टाकतेय असे वाटले, तर त्या क्षणाला निसटू देऊ नका. त्या क्षणांमध्येच खरा अर्थ असतो आणि अशी प्रेरणा कोणतीही तंत्रज्ञान प्रणाली देऊ शकत नाही. त्या आकर्षणाचा, त्या ओढीचा पूर्ण ताकदीने, पूर्ण मनोभावे मागोवा घ्या.

फक्त एक गोष्ट लक्षात ठेवा... या प्रवासातले सगळे अनुभव टिपत राहा.

अतिरिक्त प्रकरण

प्रभावी टॅगिंग प्रणाली कशी तयार करावी?

ज्ञानाकडे पाहण्याचा एक नवा दृष्टिकोन देण्यासाठी हे पुस्तक मी तुमच्यासाठी लिहिले आहे. महत्त्वाच्या ज्ञानाला नवीन स्वरूपात पाहायला शिकवतो, असा हा दृष्टिकोन आहे. आपला 'सेकंड ब्रेन' तयार करण्याचा आणि त्याचा लाभ घेण्याचा मार्ग त्यातून दिसतो. वैयक्तिक ज्ञान व्यवस्थापनाच्या मनोरंजक जगाची त्यातून ओळख होते.

ही पद्धत नोट्स घेण्यापासून सुरू होते आणि तिथेच संपते. माहिती, कल्पना आणि कामाचे भाग ठरवणे, त्यांचे वर्गीकरण करणे, त्यातून सारांश तयार करणे आणि त्याची अभिव्यक्ती करणे. CODE या प्रकरणांमध्ये सांगितलेल्या विशिष्ट तंत्रांपासून सुरुवात करणे उत्तम ठरते. तथापि, मला सर्वांत जास्त विचारला जाणारा प्रश्न आहे तो म्हणजे 'टॅगिंग' म्हणजेच माहितीला लेबल लावण्याच्या या प्रगत कौशल्याबद्दल.

म्हणूनच मी या अतिरिक्त प्रकरणात, कृतिक्षमतेच्या तत्त्वावर आधारित, आपल्या 'सेकंड ब्रेन'साठी टॅगिंग प्रणाली कशी तयार करावी, हे सविस्तर सांगितले आहे. सुरुवातीला टॅग्स वापरणे अत्यावश्यक नाही, पण जेव्हा तुमचा ज्ञानसंग्रह वाढतो, तेव्हा टॅग्स तुमच्या नोट्सना अधिक सुव्यवस्थित ठेवण्यासाठी एक उपयुक्त साधन ठरतात. हे प्रकरण तुम्ही Buildingasecondbrain.com/bonuschapter या संकेतस्थळावरून डाउनलोड करू शकता.

अतिरिक्त साधने आणि मार्गदर्शक तत्त्वे

तंत्रज्ञानाचे जग सतत बदलत असते आणि नवीन प्लॅटफॉर्म्स आल्यामुळे सर्वोत्तम पद्धतीदेखील बदलत जातात. मी 'सेकंड ब्रेन रिसोर्स गाईड' हे एक सार्वजनिक साधन तयार केले आहे. ते सतत अद्ययावत केले जाते आणि ज्यामध्ये सर्वोत्तम नोट्स घेण्यासाठीच्या ॲप्स, माहिती साठवण्यासाठीची साधने, इतर उपयुक्त ॲप्स, वारंवार विचारले जाणारे प्रश्न, तसेच वैयक्तिक ज्ञान व्यवस्थापनात यशस्वी होण्यासाठी आवश्यक सल्ले आणि मार्गदर्शक तत्त्वे दिली आहेत. हे साधन तुम्ही येथे पाहू शकता:

https://www.buildingasecondbrain.com/resources.

ऋणनिर्देश

माझ्या हस्तलिखिताची अंतिम मुदत संपून अनेक आठवडे झाले आहेत आणि मी माझ्या नेहमीच्या लेखनाच्या जागी बसून हे ऋणनिर्देश लिहीत आहे. मी हे लेखन शक्य तितके पुढे ढकलत होतो, कारण हे शब्दात मांडणे मला जवळजवळ अशक्य वाटत होते.

या पुस्तकाच्या निर्मितीत, थेट किंवा अप्रत्यक्षपणे ज्यांनी योगदान दिले, त्यांची संख्या अफाट आहे. त्यांनी मला दिलेले प्रेम, ऊर्जा आणि बुद्धिमत्ता याबद्दल माझ्या मनात जी कृतज्ञता आहे, ती शब्दांत मांडणे कठीण आहे, तरीही मी प्रयत्न करतो.

सर्वप्रथम Atria प्रकाशनातील स्टेफनी हिचकॉक आणि त्यांच्या संपूर्ण टीमचे मनःपूर्वक आभार, कारण त्यांनी एका नव्या कल्पनेवर आणि एका नवख्या लेखकावर विश्वास ठेवला. हे पुस्तक अस्तित्वात आले कारण तुम्ही माझी क्षमता ओळखली आणि ती प्रत्यक्षात आणण्यासाठी बांधिलकी दाखवली.

माझ्या संपादक जेनेट गोल्डस्टीन यांचे मी विशेष आभार मानतो. त्यांनी माझ्या लेखनाला (आणि काही वेळा मलासुद्धा!) शिस्त लावून त्यातून अधिक स्पष्ट, प्रभावी आणि सुसंस्कृत अशी मांडणी तयार केली. मी हे स्वतःहून कदाचित कधीच घडवू शकलो नसतो. माझ्या एजंट लिसा डिमोना यांनी या संपूर्ण प्रकाशन प्रवासात, या प्रकल्पाच्या सुरुवातीपासूनच, अत्यंत संयम आणि मार्गदर्शनाने मला साथ दिली. पुढील अनेक वर्षे आपण एकत्र काम करू, याची मला उत्सुकता आहे.

Forte Labsच्या टीमचा आणि त्यांच्या विस्तारित नेटवर्कच्या बेथनी स्वाइनहार्ट, विल मॅनन, मोनिका रिसावी, मार्क कोएनिग, स्टीव्हन झेन, बेका ओलासन आणि ज्युलिया सॅक्सेना यांचा मी मनःपूर्वक ऋणी आहे. तुम्ही प्रत्येक टप्प्यावर पडद्यामागे राहून, व्यवसाय सुरळीत चालवला, आव्हाने पेलली आणि या कल्पना जगभर पोहोचवण्यासाठी नवे मार्ग निर्माण केले. उत्कृष्टतेप्रति तुमची निष्ठा पाहून मी नेहमीच थक्क होतो.

लोकांच्या आयुष्यात दीर्घकाळ टिकणारा, सकारात्मक बदल घडवण्याच्या तुमच्या खोल बांधिलकीने तुम्ही मला नेहमीच प्रभावित करता. आपण एकत्रितपणे

अनेक यशस्वी कामगिरी करू याचा मला विश्वास आहे आणि त्याची मी आतुरतेने वाट पाहतो आहे.

मी बिली ब्रोआसचा अत्यंत आभारी आहे, कारण माझ्या अंतरंगातील सत्य अधिक प्रभावीपणे आणि विस्तृतपणे मांडण्याचे मार्ग त्यांनी मला शोधून दिले.

माया पी. लिम हिला धन्यवाद, कारण तिने तयार केलेली दृश्यात्मक ओळख (visual identity) आमच्या शैक्षणिक उपक्रमांना जगाच्या प्रत्येक कोपऱ्यात पोहोचवेल. आणि Pen Name टीमचेही आभार. त्यांनी माझ्या जीवनकार्याला जगभर पसरवण्यासाठी मला सर्वतोपरी सहकार्य केले.

माझा व्यवसाय (किंवा जीवनच) माझ्या 'ब्रेन ट्रस्ट'शिवाय चालूच शकत नाही. त्यांच्या अविचल पाठिंब्याशिवाय माझे काम इतके अर्थपूर्ण आणि रोचक झाले नसते. डेव्हिड, तुझ्यासोबत व्यवसाय उभारणे आणि कल्पना विकसित करणे हा माझ्या करिअरमधील सर्वांत अर्थपूर्ण प्रवासांपैकी एक ठरला आहे.

जोएल, वादळातल्या खडकासारखा तू नेहमी स्थिर राहिलास. जेव्हा सगळे विस्कटतेय असे वाटायचे, तेव्हा तुझ्या आधाराने मला जीवनात स्थैर्य दिले. राफेल, या कोर्सचे आणि आता या पुस्तकाचे नाव सुचवण्याचे श्रेय तुलाच! विशेषतः मी जास्त गंभीर बनलो होतो तेव्हा तुझे हास्य आणि विनोदबुद्धी माझ्या जीवनात आनंदाचा दीप बनून आली.

डेरिक, हा संपूर्ण प्रवास आपल्या रात्री उशिरापर्यंत चाललेल्या तंत्रज्ञान आणि भविष्यावरच्या (आपण आणि मानवता) चर्चांपासून सुरू झाला. त्या वेडसर कल्पनांना तू दिलेल्या प्रोत्साहनासाठी आणि सहकार्यासाठी धन्यवाद. त्यांपैकी काही कल्पना आज या पुस्तकात साकारल्या आहेत.

माझ्या आयुष्यात मला असे अनेक मार्गदर्शक आणि सल्लागार लाभले ज्यांनी माझा जीवनमार्ग पूर्णपणे बदलून टाकला. वेंकटेश राव यांचे मनापासून आभार. कारण, त्यांनी मला 'ऑनलाइन कल्पनांच्या जगाशी' परिचित करून दिले. तुमच्या काही प्रोत्साहनपर शब्दांनी आणि सार्वजनिक समर्थनाने मला अनेक वर्षे प्रेरणा मिळाली.

डेव्हिड ॲलन यांचे आभार. त्यांनी वैयक्तिक उत्पादकतेच्या क्षेत्रात संस्थापक म्हणून काम करत आपल्याला ही जाणीव करून दिली की, आपण आपले काम आणि माहिती व्यवस्थापनाची पद्धत सक्रियपणे सुधारू शकतो. तुमच्या कल्पनांनी माझ्यावर खोल परिणाम केला आहे आणि मला खूप मदत झाली आहे.

कॅथी फेलन यांचे मनःपूर्वक आभार. तुम्ही माझ्या कल्पनेवर विश्वास तर ठेवलातच, पण माझे काम विविध कंपन्यांपर्यंत पोहोचवण्यासाठी मला मार्गदर्शन आणि पाठबळसुद्धा दिले. त्या काळी तुमचा माझ्यावर असलेला विश्वास माझ्याच आत्मविश्वासापेक्षा अधिक होता आणि तुमचे सल्ले व शिकवण आजही माझ्या मनात आहे.

जेम्स क्लिअर यांचेही आभार. तुम्ही तुमचा वेळ उदारपणे दिलात आणि माझ्या पुस्तकलेखनाच्या प्रक्रियेत मला अनेक अडचणी व अंधबिंदूंपासून वाचवले. त्या काळात जेव्हा संपूर्ण जग तुमचे लक्ष वेधण्याचा प्रयत्न करत होते, तेव्हा तुम्ही फार कमी अनुभव असलेल्या माझ्यासारख्या एका नवख्या लेखकाला वेळ दिलात ही बाब माझ्यासाठी अमूल्य आहे.

जो हडसन यांचेही मनःपूर्वक आभार. मला आत्मअभिव्यक्तीच्या नव्या पातळीवर पोहोचताना येणाऱ्या भावनांना कसे हाताळायचे, हे शिकायची गरज होती. त्या गरजेच्या काळात तुम्ही माझ्या आयुष्यात मित्र आणि मार्गदर्शक म्हणून आलात. स्रिनी राव यांचे विशेष आभार. माझ्या कामावर पूर्ण विश्वास ठेवून त्यांनी आपल्या प्रतिष्ठेचा धोका पत्करून मला पाठिंबा दिला.

Forte Labsचे सर्व अनुयायी, सदस्य, ग्राहक आणि विद्यार्थी. – या प्रवासाचे खरे प्रेरणास्रोत तुम्ही आहात. माहिती संकलन, संघटन, सारांश आणि अभिव्यक्ती यांची जी सशक्त प्रक्रिया Building a Second Brain या समुदायाला इतकी जिवंत बनवते, त्यामागे तुमचाच ऊर्जास्रोत आहे.

हे पुस्तक फक्त माझ्या कल्पनांचा सारांश नाही, तर गेल्या अनेक वर्षांत तुमच्याकडून शिकलेल्या गोष्टी, कथा आणि रणनीतींचेही हे संकलन आहे. तुम्ही माझे कोर्सेस घेतले, माझे लेख वाचले आणि ट्वीट्सपासून ते या पुस्तकाच्या मसुद्यांपर्यंत मला दिलेला प्रतिसाद मोलाचा आहे. या सर्वांनी भविष्यातील असे एक दार उघडले जिथे प्रत्येकाला स्वतःचा 'सेकंड ब्रेन' तयार करण्याची संधी मिळू शकते.

मी कधीच अपेक्षा केली नव्हती की इतके लोक माझ्या कार्यावर विश्वास ठेवतील. तुमचा प्रत्येक दिवसाचा पाठिंबा आणि लक्ष माझ्यासाठी एका चमत्कारासारखा आहे. आणि शेवटी... मी आज जो काही आहे, त्याचे मूळ माझ्या कुटुंबातच आहे. माझी माती आणि माझा खडक तेच आहेत. त्यांच्याकडून माझ्या आयुष्याचा अर्थ मला समजतो आणि आनंद उगम पावतो.

माझे आई-वडील – वेन फोर्ते आणि वलेरिया वास्साओ फोर्ते, तुम्ही मला

असे बालपण दिलेत ज्यामुळे मला असंख्य समृद्ध अनुभव, विविध संस्कृती, ठिकाणे आणि व्यक्तींची ओळख झाली. त्याबद्दल मी सदैव ऋणी आहे. बाबा, स्वतःला निःसंकोच प्रामाणिकपणे आणि सौंदर्यपूर्ण पद्धतीने व्यक्त करतानाच वडील, पती आणि नागरिक म्हणून आपल्या जबाबदाऱ्या कशा पार पाडायच्या असतात याचा आदर्श तुम्हीच आहात. आई, तू मला माझी तीव्र इच्छाशक्ती आणि धारदार वाणीला संतुलित करणाऱ्या गुणांची देणगी दिलीस. संयम, उदारता, नम्रता आणि आत्मजाणीव हे गुण तुझ्याकडूनच शिकलो.

आपल्याकडची समृद्धी इतरांना वाटता येईल असा माणूस घडवण्याचे सारे श्रेय तुम्हा दोघांचेच आहे. या पुस्तकात मांडलेल्या अनेक शिकवणींची मुळे माझ्या बालपणी तुम्ही दिलेल्या साध्या, व्यावहारिक आणि जीवनवादी धड्यांत आहेत.

माझ्या भावंडांना आणि नातेवाइकांना – लुकास, पालोमा, मार्को, केटलिन आणि ग्रँट. तुम्ही माझे सर्वोत्तम मित्र, विश्वासू साथीदार आणि आयुष्यभराचे सहप्रवासी आहात. जेव्हा जेव्हा मी स्वतःला आणि माझ्यासाठी खरंच काय महत्त्वाचे आहे हे विसरतो, तेव्हा तुम्हीच मला पुन्हा पूर्वपदावर आणता. आपण एकत्र घालवलेला प्रत्येक क्षण माझ्यासाठी अनमोल आहे.

आणि शेवटी, मनाच्या तळातून आभार मानतो लॉरेन आणि काइओ तुमचे, कारण तुम्ही या सगळ्या प्रवासाला अर्थ दिला. लॉरेन, तू माझ्या आयुष्यातील प्रत्येक भूमिका समर्थपणे निभावली आहेस. एक उत्तम साथीदार, प्रेमिका, सहसंस्थापक, प्रशिक्षक, सल्लागार... आता पत्नी आणि आई म्हणूनही.

तू परिस्थितीनुसार स्वतःला बदललेस, गरजेनुसार नवे कौशल्य आत्मसात केलेस आणि प्रत्येक वेळी नवे क्षेत्र धैर्याने गाठलेस. हे सारे फक्त मला माझ्या स्वप्नांपर्यंत पोहोचण्यास मदत करण्यासाठी. तुझे व्यक्तिमत्त्व विकसित होणे, शिकणे आणि एका प्रेरणादायी, खऱ्या आणि विशालहृदयी व्यक्तीमध्ये रूपांतर होताना पाहणे हा माझ्या आयुष्यातील सर्वांत समाधानकारक अनुभव आहे. तुझ्या या महानतेच्या प्रवासात तुझ्यासोबत चालणे हा माझ्यासाठी सर्वोच्च सन्मान आहे.

काइओ, तू नुकताच या जगात आलास, पण तुझ्याशिवाय आयुष्याची कल्पनाही आता अशक्य वाटते. तू माझे आयुष्य अधिक रंगीबेरंगी केलेस आणि आनंदाने भारून टाकलेस. तुझ्यावरील माझे प्रेमच माझ्यातील सर्वोत्तमासाठी प्रेरणा देते. हे जग तुझ्यासाठी अधिक सुरक्षित, अधिक मानवतावादी आणि अधिक रोमांचक बनावे हीच माझी सर्वोच्च आशा आहे.

लेखकाविषयी

टियागो फोर्ते हे जगातील प्रमुख उत्पादकता तज्ज्ञांपैकी एक आहेत. शाश्वत सिद्धांत आणि अत्याधुनिक तंत्रज्ञानाचा वापर करून आपल्या उत्पादकतेत, सर्जनशीलतेत आणि वैयक्तिक कार्यक्षमतेत कसा क्रांतिकारी बदल घडवून आणता येतो, हे जगभरातील हजारो लोकांना शिकवले आहे.

त्यांनी जेनेटेक, टोयोटा मोटर कॉर्पोरेशन आणि इंटर-अमेरिकन डेव्हलपमेंट बँक यांसारख्या संस्थांसोबत काम केले आहे आणि 'न्यूयॉर्क टाइम्स', 'द अटलांटिक' आणि 'हार्वर्ड बिझनेस रिव्ह्यू' यांसारख्या अनेक प्रकाशनांमध्ये त्यांचे लेख प्रसिद्ध झाले आहेत. अधिक माहितीसाठी Fortelabs.co ला भेट द्या.

हे पुस्तक वाचल्यानंतर आपला अभिप्राय कृपया या mail ID *वर अवश्य पाठवा.*

books.feedback@tejgyan.org

तेजज्ञान फाउंडेशन - परिचय

तेजज्ञान फाउंडेशन आत्मविकासातून आत्मसाक्षात्कार प्राप्त करण्याचा एक मार्ग आहे. यासाठी सरश्रींद्वारा एक अनोखी बोधप्रणाली (System for Wisdom) निर्माण झाली आहे. या प्रणालीला आंतरराष्ट्रीय प्रमाणपत्राद्वारे ISO 9001:2015च्या आवश्यकतेनुसार आणि निकष पडताळून सरळ, व्यावहारिक आणि प्रभावी बनवले गेले आहे. या संस्थेच्या प्रबोधनपद्धतीच्या भिन्न पैलूंना (शिक्षण, निरीक्षण आणि गुणवत्ता) स्वतंत्र गुणवत्ता परीक्षकांद्वारे (Quality Auditors) क्रमबद्ध पद्धतीने पडताळलं गेलं. त्यानंतर या पैलूंना ISO 9001:2015 साठी पात्र समजून या बोधपद्धतीला हे प्रमाणपत्र प्रदान करण्यात आले. या फाउंडेशनचे लक्ष्य आहे नकारात्मक विचारांकडून सकारात्मक विचारांकडे वाटचाल.

तेजज्ञान फाउण्डेशन – परिचय

हॅपी थॉट्स तेजज्ञान यूट्यूब चैनल

महाआसमानी - अल्प परिचय

Self Development to Self Realization Towords Self Stabilizaion

तुम्हाला सर्वोच्च आनंद हवाय? असा आनंद, जो कोणत्याही बाह्य कारणावर अवलंबून नाही... जो प्रत्येक क्षणी वृद्धिंगत होतो. या जीवनात तुम्हाला प्रेम, विश्वास, शांती, समृद्धी आणि परमसंतुष्टी हवी आहे का? शारीरिक, मानसिक, सामाजिक, आर्थिक आणि आध्यात्मिक अशा आयुष्याच्या सर्व स्तरांवर यशस्वी होण्याची तुमची इच्छा आहे का? 'मी कोण आहे' हे तुम्हाला अनुभवाने जाणावेसे वाटते का? तुमच्या अंतर्यामी अशा सर्व प्रश्नांची उत्तरे जाणण्याची इच्छा आणि 'अंतिम सत्य' प्राप्त करण्याची तृष्णा असेल, तर तेजज्ञान फाउंडेशनतर्फे आयोजित 'महाआसमानी शिबिरा'त तुमचे स्वागत आहे. हे शिबिर सरश्रींच्या मार्गदर्शनावर आधारित आहे.

महाआसमानी– अल्प परिचय

हैपी थॉट्स सरश्री (इंग्लिश) यूट्यूब चैनल

'सरश्री' द्वारा रचित पुस्तकांची माहिती

सरश्रींनी विविध विषयांवर १५०हून अधिक पुस्तके लिहिली आहेत. त्यांपैकी 'विचार नियम', 'स्वसंवाद एक जादू', 'शोध स्वतःचा', 'स्वीकाराची जादू', 'निर्णय आणि जबाबदारी', 'निःशब्द संवाद एक जादू', 'संपूर्ण ध्यान' इत्यादी पुस्तके बेस्ट सेलर झाली आहेत. ही पुस्तके दहापेक्षा अधिक भाषांमध्ये अनुवादित असून, पेंगुइन बुक्स, हे हाउस पब्लिशर्स, जैको बुक्स, मंजुळ पब्लिशिंग हाउस, प्रभात प्रकाशन, राजपाल अ‍ॅण्ड सन्स, पेंटागॉन प्रेस आणि सकाळ प्रकाशन इत्यादी प्रमुख प्रकाशन संस्थांद्वारे ती प्रकाशित झाली आहेत.

विचार नियम

आपल्या यशाचे रहस्य

विश्वास नियम

सर्वोच्च शक्तीचे सात नियम

पुस्तके ऑर्डर करण्यासाठी लॉग इन करा

- www.gethappythoughts.org

पुस्तकांच्या अधिक माहितीसाठी संपर्क करा-

फोन नं.: 09011013210

www.ingramcontent.com/pod-product-compliance
Lightning Source LLC
LaVergne TN
LVHW060435051026
849518LV00002B/468
9789347087561